തിരഞ്ഞെടുത്ത കഥകൾ
കെ.യു. അബ്ദുൾഖാദർ

സമ്പാദകൻ

കാതിയാളം അബൂബക്കർ

ഗ്രീൻ ബുക്സ്

green books private limited
gb building, civil lane road, ayyanthole,
thrissur- 680 003, kerala, ph: +91 487-2381066, 2381039
website: www.greenbooksindia.com
e-mail: info@greenbooksindia.com

malayalam
thiranjedutha kathakal
k.u. abdul khader
story

first published july 2013

cover photo : k.k. krishnakumar
cover design : rajesh chalode

branches:
thrissur 0487-2422515
palakkad 0491-2546162
kannur 0497-2763038
thiruvananthapuram 0471-2335301

isbn : 978-81-8423-255-4

GBPL/506/2013

മുഖക്കുറി

എഴുത്തിന്റെ വിശുദ്ധിയും ദർശനവും എഴുത്തുകാരന്റെ ആത്മബോധത്തിന്റെ പ്രതിഫലനങ്ങളാണ്. എഴുതിയത് അത്രയും നിഷ്കരുണം ഉപേക്ഷിക്കാൻ മനസ്സുവരുത്തുന്നവരെയാണ് കാലം നല്ല കഥപറച്ചിലുകാരായി വാഴ്ത്തിയത്. എഴുത്തിന്റെ രാജവീഥിയിൽനിന്ന് ഏകാന്തതയുടെ ഒറ്റയടിപ്പാതയിലേക്ക് വഴിമാറിനടന്നവരുമുണ്ട്. ഏറ്റവും നല്ല കഥകളെഴുതി ചെറുകഥാസാഹിത്യത്തിന്റെ വെള്ളിവെളിച്ചത്തിൽ നിൽക്കുമ്പോഴാണ് കെ.യു. അബ്ദുൾ ഖാദർ എന്ന കഥാകാരൻ സാഹിത്യത്തിൽനിന്നു മാറി നിന്നത്.വിസ്മൃതിയുടെ ദ്വീപിലേക്ക് സ്വയം നടന്നു പോവുകയായിരുന്നു ആ കഥാകാരൻ. സാഹിത്യത്തിൽ പൊടുന്നനെ അപ്രത്യക്ഷമായ ഏകാന്തജീവികളുടെ പട്ടികയിലാണ് അബ്ദുൾഖാദറും ഉൾപ്പെടുന്നത്. നവോത്ഥാന മൂല്യങ്ങളിൽ അടിയുറച്ചു വിശ്വസിച്ച ആ കഥാകാരന്റെ തിളക്കമുള്ള കഥകളാണ് ഈ സമാഹാരത്തിൽ കാഴ്ചവെക്കുന്നത്.

കൃഷ്ണദാസ്
മാനേജിങ് എഡിറ്റർ

ഉള്ളടക്കം

അവതാരിക

ഡോ. കെ.എസ്. രവികുമാർ

പാരമ്പര്യത്തിന്റെ കെട്ടുപാടുകൾ പൊട്ടിച്ച് മലയാളസാഹിത്യം പുതിയ വഴികളിലൂടെ മുന്നേറാൻ തുടങ്ങിയ ഘട്ടത്തിൽ ആവിർഭവിച്ച സാഹിത്യവിഭാഗമാണ് ചെറുകഥ. കഥകൾ എല്ലാ ഭാഷകളിലും പണ്ടുമുതലേ ഉണ്ടായിരുന്നുവെങ്കിലും ചെറുകഥ എന്ന സാഹിത്യവിഭാഗം താരതമ്യേന പുതിയതാണ്. പത്തൊൻപതാം നൂറ്റാണ്ടിന്റെ ആദ്യപകുതിയിലാണ് അത് അമേരിക്കൻ ഐക്യനാടുകളിലും റഷ്യയിലും ഫ്രാൻസിലുമൊക്കെ തനിമയാർന്ന സാഹിത്യരൂപമായി വ്യക്തിത്വം നേടി വളർന്നത്. ആനുകാലിക പ്രസിദ്ധീകരണങ്ങളിലെ ആകർഷകമായ വായനാവിഭവം എന്ന നിലയിലാണ് ചെറുകഥ പ്രചാരം നേടിയത്. അച്ചടിമാധ്യമത്തെ മുൻനിറുത്തിയുള്ള സംസ്കാരവ്യവസായത്തിന്റെ പ്രധാനപ്പെട്ട ആകർഷണഘടകമായി ആനുകാലികപ്രസിദ്ധീകരണങ്ങളിൽ അക്കാലത്തു തന്നെ ചെറുകഥ ഇടംനേടി. ആ നിലയിലുള്ള വളർച്ചയ്ക്കിടയിൽ തനതായ സൗന്ദര്യശാസ്ത്രമുള്ള സാഹിത്യജനുസ്സ് എന്ന നിലയിൽ ചെറുകഥ വ്യക്തിത്വമാർജ്ജിച്ചു. പത്തൊൻപതാം നൂറ്റാണ്ടിന്റെ ഉത്തരാർദ്ധത്തിൽത്തന്നെ ഫ്രഞ്ചുഭാഷയിൽ ഗീദേ മോപ്പസാങ്ങും റഷ്യൻഭാഷയിൽ ആന്റൺ ചെക്കോവും മറ്റും ആ സാഹിത്യരൂപത്തിന്റെ മികച്ച ഉപലബ്ധികളായ കൃതികൾക്ക് ജന്മം കൊടുക്കുകയും ചെയ്തു.

പാശ്ചാത്യസാഹിത്യവുമായി ഇംഗ്ലീഷ്ഭാഷവഴി പത്തൊൻപതാം നൂറ്റാണ്ടിന്റെ രണ്ടാം പകുതിയിൽ മലയാളം ഉൾപ്പെടെയുള്ള ഇന്ത്യൻ ഭാഷകൾക്ക് ബന്ധപ്പെടാൻ കഴിഞ്ഞു. നവീനങ്ങളായ പാശ്ചാത്യസാഹിത്യഗണങ്ങളിൽപ്പെട്ട നോവൽ, ചെറുകഥ, ഗദ്യനാടകം, ഉപന്യാസം, ആത്മകഥ തുടങ്ങിയവയൊക്കെ മലയാളത്തിലും ആവിർഭവിക്കാൻ അരങ്ങൊരുക്കിയത് ഈ പശ്ചാത്തലമാണ്. 1891ൽ മലയാളത്തിലെ ആദ്യത്തെ ചെറുകഥ എന്ന് വിശ്വസിക്കപ്പെടുന്ന 'വാസനാവികൃതി' പ്രകാശിതമായി.

ഇവിടെയും ആനുകാലിക പ്രസിദ്ധീകരണങ്ങളോടു ബന്ധപ്പെട്ടാണ് ആ സാഹിത്യഗണത്തിന് വളർച്ചയുണ്ടായത്.

പ്രഥമഘട്ടത്തിൽ മലയാളത്തിലുണ്ടായ ചെറുകഥകൾ ആദിമധ്യാന്തങ്ങളോടുകൂടിയ ഇതിവൃത്തത്തെ ആവിഷ്കരിക്കാൻ ശ്രമിക്കുന്ന, പലപ്പോഴും പരിണാമഗുപ്തിയിൽ അഭിരമിക്കുന്ന രചനകളായിരുന്നു. പലതിലും അദ്ഭുതരസാത്മകത മുന്നിട്ടുനിന്നിരുന്നു. പ്രണയം, കുറ്റാന്വേഷണം, കോടതിവ്യവഹാരം തുടങ്ങിയ പ്രമേയങ്ങളിലൂടെയായിരുന്നു അവയുടെ മുന്നേറ്റം. ജീവിതയാഥാർഥ്യത്തിന്റെ അടിമണ്ണിൽ തൊടാതെ ലാഘവത്തോടെ ആസ്വദിക്കാവുന്ന തരത്തിലുള്ള ആഖ്യാനനിർവഹണങ്ങളായിരുന്നു അവ. ഇരുപതാം നൂറ്റാണ്ടിന്റെ ആദ്യത്തെ കാൽഭാഗം കഴിഞ്ഞതോടെ ഈ സ്ഥിതിയിൽ മാറ്റമുണ്ടായി. ചുറ്റുപാടുമുള്ള ജീവിതത്തിൽനിന്ന് കണ്ടെടുത്ത സന്ദർഭങ്ങളെയും അവസ്ഥകളെയും കേന്ദ്രീകരിച്ച് സംക്ഷിപ്തവും ഏകാഗ്രവും ജീവിതസത്യത്തിലേക്ക് ഉൾക്കാഴ്ച പകരുന്നതുമായ രചനകൾ ഉണ്ടായിത്തുടങ്ങി. പൊറ്റെക്കാട്ടും തകഴിയും കേശവദേവും ബഷീറും കാരൂരും പൊൻകുന്നം വർക്കിയും ലളിതാംബിക അന്തർജനവുമൊക്കെച്ചേർന്ന് ചെറുകഥയെ കേരളീയജീവിതത്തിന്റെയും മലയാളസാഹിത്യത്തിന്റെയും ചലനാത്മകമുഖത്തെ അവതരിപ്പിക്കുന്ന സാഹിത്യവിഭാഗമാക്കിത്തീർത്തു.

അക്കാലത്തോടെ രൂപപ്പെടുകയും അതിവേഗം സജീവമാകുകയും ചെയ്ത പുരോഗമനസാഹിത്യപ്രസ്ഥാനത്തിന്റെ മുഖ്യ ആവിഷ്കാരമാധ്യമമായി മലയാളത്തിൽ ചെറുകഥ മാറി. നിസ്വജീവിതത്തിന്റെ പ്രശ്നങ്ങളെയും സംഘർഷങ്ങളെയും മാത്രമല്ല അധീശവിഭാഗം അവരുടെ നേരെ നടത്തുന്ന അടിച്ചമർത്തലുകളുടെയും ചൂഷണങ്ങളുടെയും അനുഭവങ്ങളും കഥകളിൽ ആവിഷ്കൃതമായി. അന്നുവരെ സാഹിത്യത്തിന്റെ മുഖ്യധാരയിലേക്ക് പ്രവേശനം കിട്ടാതിരുന്ന ജനവിഭാഗത്തിൽനിന്ന് എഴുത്തുകാർ ഉയർന്നുവന്നു. തങ്ങളുടെ ജീവിതത്തിൽനിന്നും ചുറ്റുപാടുകളിൽനിന്നും ആർജിച്ചതും അറിഞ്ഞതുമായ അനുഭവങ്ങൾ ചെറുകഥകളിൽക്കൂടി അവർ ആവിഷ്കരിച്ചു. ലളിതവും സുതാര്യവുമായ, സാധാരണജനങ്ങളുടെ സംഭാഷണഭാഷയോടടുത്തുനില്ക്കുന്ന ആഖ്യാനഭാഷ ആ കാലത്തെ ചെറുകഥകളെ ജനസാമാന്യത്തിന്റെ അഭിമതസാഹിത്യരൂപമാക്കുന്നതിൽ വലിയ പങ്കുവഹിച്ചു. ഇങ്ങനെയെല്ലാം മലയാളത്തിൽ ചെറുകഥ ജനകീയ സാഹിത്യരൂപമായി പരിണമിച്ച കാലയളവായിരുന്നു 1930 മുതലുള്ള രണ്ടു ദശകക്കാലം.

ക്രമേണ ചെറുകഥകളുടെ രചനാരീതിയിൽ മാറ്റം കണ്ടുതുടങ്ങി. കഥയിലെ സംഭവാംശത്തിനു പ്രാധാന്യം കുറയുകയും

കഥാപാത്രങ്ങളുടെ മാനസികസഞ്ചാരങ്ങളുടെ ആവിഷ്കാരത്തിനു പ്രാധാന്യം കൈവരികയും ചെയ്തു. ആഖ്യാനം കൂടുതൽ ഭാവാത്മകവും കാവ്യാത്മകവുമായിത്തീർന്നു. 1950കളോടെ ചെറുകഥാരചയിതാക്കളുടെ മുന്നരങ്ങിലേക്കു കടന്നുവന്ന ടി.പത്മനാഭന്റെയും എം.ടി.വാസുദേവൻനായരുടെയും മറ്റും ചെറുകഥകളിലൂടെയാണ് ഈ മാറ്റം പ്രകടമായിത്തുടങ്ങിയത്. അങ്ങനെ ചെറുകഥ കാവ്യാത്മകാഖ്യാനം തന്നെയായി മാറിത്തുടങ്ങിയ കാലയളവിൽ രംഗത്തുവന്ന കഥാകാരനാണ് കെ.യു.അബ്ദുൾ ഖാദർ (1934-2012). മലയാള ചെറുകഥയുടെ ചരിത്രത്തിൽ വേണ്ടവണ്ണം അടയാളപ്പെടാതെപോയ ഈ എഴുത്തുകാരന്റെ രചനകൾ അടിസ്ഥാനപരമായിത്തന്നെ ലിറിക്കൽ റിയലിസ്റ്റ് രചനാരീതിയുടെ സ്വഭാവം പുലർത്തുന്നവയായിരുന്നു.

കഥാകാരന്റെ ചിരന്തനസുഹൃത്ത് കെ.എം.ലെനിൻ ഒരു കുറിപ്പിൽ പറയുന്നത്, 1952 മുതൽ 56 വരെയുള്ള കാലത്താണ് കെ.യു. അബ്ദുൾ ഖാദർ ചെറുകഥാരചനയിൽ സജീവമായും നിരന്തരമായും വ്യാപരിച്ചത് എന്നാണ്. അതായത് കഥാകൃത്തിന്റെ 18 മുതൽ 22 വരെ വയസ്സു കാലത്ത്. ആ കാലയളവിൽ എഴുതിയ ചെറുകഥകൾ സമാഹരിക്കപ്പെടുകയും ചെയ്തു, വൈകാതെ തന്നെ. വെറുംപെണ്ണ് (ആദ്യ സമാഹാരം), കടൽ (1954), കാട്ടുചോല (1954), നിലാവും പൂക്കളും (1955), താജ്മഹൽ (1957) തുടങ്ങിയ സമാഹാരങ്ങൾ ആയിടെ പുറത്തുവന്നു. ആ ദശകത്തിൽ തുടരെയും തൊട്ടടുത്ത പതിറ്റാണ്ടിൽ ഇടയ്ക്കൊക്കെയും അദ്ദേഹത്തിന്റെ ചെറുകഥകൾ നവയുഗം, ജനയുഗം, കെ.ബാലകൃഷ്ണന്റെ കൗമുദി, മദിരാശിയിൽനിന്ന് പ്രസിദ്ധീകരിച്ചിരുന്ന ജയകേരളം, മാതൃഭൂമി ആഴ്ചപ്പതിപ്പ് എന്നിവയിലൊക്കെ പ്രസിദ്ധീകരിച്ചു. വായനാസമൂഹത്തിന്റെ അംഗീകാരം നേടിയ കഥകൾ പലതും എഴുതിയെങ്കിലും കഥാരചനാരംഗത്ത് അദ്ദേഹം നൈരന്തര്യം പുലർത്തിയില്ല. സർക്കാരുദ്യോഗം ലഭിച്ച അദ്ദേഹം 1957ലെ ആദ്യ കേരളമന്ത്രിസഭയിലെ ആഭ്യന്തരമന്ത്രി സി.അച്ചുതമേനോന്റെ പ്രൈവറ്റ് സെക്രട്ടറിയായി ജോലിചെയ്തു. തുടർന്നും തിരക്കും ഉത്തരവാദിത്വവും കൂടുതലുള്ള തസ്തികകളിൽ പണിയെടുക്കേണ്ടിവന്നതുകൊണ്ടുകൂടിയാകാം എഴുത്ത് കുറഞ്ഞ് തീരെ ഇല്ലാതായത്. പിൽക്കാലത്ത് കേവലം ഫിക്ഷന്റെ തലത്തിൽ ആവിഷ്കരിക്കാൻ കഴിയാത്ത തരത്തിലുള്ള ഈശ്വരാന്വേഷണത്തിലേക്ക് അദ്ദേഹത്തിന്റെ ധൈഷണികാഭിരുചി മാറിപ്പോയതായും കെ.എം.ലെനിൻ നിരീക്ഷിക്കുന്നുണ്ട്.

കെ. യു.അബ്ദുൾ ഖാദറിന്റെ ആദ്യകാല ചെറുകഥകൾ സാമൂഹികജീവിതത്തിലെ ആർഥികവും ധാർമികവുമായ പ്രശ്നങ്ങളെ പ്രമേയമാക്കുന്നവയാണ്. 1950കളിലെ കേരളീയജീവിതത്തിൽ

നിശിതയാഥാർത്ഥ്യമായി നിലനിന്നിരുന്ന പട്ടിണിയുടെയും തൊഴിലില്ലായ്മയുടെയും സാമ്പത്തികമായ ഉച്ചനീചത്വത്തിന്റെ അടിസ്ഥാനത്തിൽ നടക്കുന്ന ചൂഷണത്തിന്റെയും പീഡനത്തിന്റെയും മറ്റും പശ്ചാത്തലം മിക്ക ചെറുകഥകളിലും അടിയാധാരമായുണ്ട്. അത്തരമൊരവസ്ഥ മനുഷ്യബന്ധങ്ങളിൽ വരുത്തുന്ന സംഘർഷങ്ങളും വേദനകളുമാണ് ആ കഥകളിൽ മിക്കതിലും ഭാവാത്മകമായി ആവിഷ്കരിച്ചിട്ടുള്ളത്. 'കടൽ' എന്ന ആദ്യകാല കഥയുടെ രചന മുതൽ ഈ രീതി കാണാവുന്നതാണ്. എന്നാൽ കഥയിലെ ദുരന്തത്തിന് കാരണമായ സാമൂഹികാവസ്ഥയെക്കുറിച്ച് മുൻ തലമുറയിലെ കഥാകൃത്തുക്കൾ ചെയ്തതുപോലെ വാച്യവിമർശനങ്ങളോ പ്രകടനാത്മകമായ പ്രതിഷേധമോ ഈ കഥകളിൽ കാണാനാവില്ല. മറിച്ച് ആ അവസ്ഥ സൃഷ്ടിക്കുന്ന വിങ്ങുന്ന വേദന വായനക്കാരനിലേക്കു സംക്രമിപ്പിക്കുന്ന വാങ്മയമായി ചെറുകഥ മാറുകയാണ്.

സ്വകാര്യസ്ഥാപനങ്ങളിൽ മുച്ചൂടും പണിയെടുത്താലും ഉപജീവനത്തിനുള്ള വരുമാനം കിട്ടാത്ത അവസ്ഥയുടെ ആവിഷ്കാരമാണ് ചില കഥകളിലുള്ളത്. സ്വകാര്യസ്ഥാപനത്തിൽ അല്പശമ്പളത്തിനു പണിയെടുത്ത് ആരോഗ്യവും ജീവിതബന്ധങ്ങളും ബലികഴിക്കേണ്ടിവന്ന യുവാവിന്റെ ദുരന്തം ചിത്രീകരിക്കുന്ന 'ജീവിതം നീറിപ്പുകയുകയാണ്' എന്ന കഥ ഈ രീതിയിലുള്ള പ്രമേയത്തിന്റെയും വൈകാരികത മുറ്റിനില്ക്കുന്ന ആവിഷ്കാര രീതിയുടെയും നിദർശനമാണ്. പല കഥകളിലും ഇത്തരം അല്പശമ്പളക്കാരായ യുവാക്കളുടെ ദൈന്യത്തിന്റെയും അത് അവരുടെ മാനസികജീവിതത്തിൽ വരുത്തുന്ന സംഘർഷങ്ങളുടെയും ആവിഷ്കാരം കാണാം.

വിവാഹിതനായി മൂന്നു ദിവസം മാത്രം ലജ്ജവിട്ടിട്ടില്ലാത്ത നവവധുവിനോടൊപ്പം കഴിഞ്ഞിട്ട് തൊഴിൽസ്ഥലത്തെത്തി അവിടുത്തെ ബാധ്യതകളാൽ വീട്ടിൽപ്പോകാൻ കഴിയാതെയായ യുവാവ്, സാഹചര്യവശാൽ വഴിതെറ്റിപ്പോയ ഒരു സ്ത്രീയുടെയും അവരുടെ രോഗബാധിതയായ കൊച്ചുകുട്ടിയുടെയും അവസ്ഥയോട് അനുഭാവം പുലർത്തി, ഒടുവിൽ അവളെ സ്വീകരിച്ചുപോകുന്ന അവസ്ഥയുടെ ആഖ്യാനമാണ് 'പിഴച്ച പെണ്ണ്' എന്ന കഥ. ഒരർത്ഥത്തിൽ അയാൾ ഭാര്യയോട് അനീതി ചെയ്യുകയാണെങ്കിലും, ആ പിഴച്ചപെണ്ണിനെ സ്വീകരിച്ചുപോകുന്നത് സാഹചര്യത്തിന്റെ മാത്രം പ്രേരണകൊണ്ടല്ല, അയാളിൽ പുലരുന്ന മാനവികമായ ഏതോ ഒരംശത്തിന്റെ പ്രേരണകൊണ്ടുകൂടിയാണ്.

'നാളെ അവർ എവിടെയായിരിക്കും?' എന്ന കഥ നോക്കുക. ആ കഥയിലെ അല്പശമ്പളക്കാരനായ ആഖ്യാതാവ് ഒരു

ഉദ്യോഗസ്ഥനും എഴുത്തുകാരനും ആണ്. സ്വസ്ഥമായി താമസിക്കാനും എഴുതാനുമായി അയാൾ ഒരു താമസസ്ഥലം തേടിയിറങ്ങി. ഒടുവിൽ ഇഷ്ടപ്പെട്ട ഒരിടം കിട്ടി. ത്രേസ്യാമ്മ ചേട്ടത്തിയുടെ വീട്ടിലെ ഒരു മുറി. ഭർത്താവ് മരിച്ച് വരുമാനമൊന്നുമില്ലാതെ കഴിയുന്ന ആ സ്ത്രീ വീട്ടിലെ മുറികൾ വാടകയ്ക്ക് കൊടുത്താണ് ഉപജീവനം നടത്തുന്നത്. വീട്ടിലെ പൂജാമുറിപോലും വാടകയ്ക്ക് കൊടുത്തിട്ടും, പ്രേമിച്ചു വിവാഹം കഴിച്ച തന്റെ ദാമ്പത്യസ്മരണകളുടെ സ്മാരകമായ കിടപ്പുമുറി അവർ ആർക്കും കൊടുത്തില്ല. ഒടുവിൽ സാമ്പത്തികബുദ്ധിമുട്ടിന്റെ കൂടുതൽമൂലം ആ മുറിയാണ് അവർ അയാൾക്ക് വാടകയ്ക്കുകൊടുത്തത്. പലപ്പോഴായി ആഖ്യാതാവ് ത്രേസ്യാമ്മച്ചേടത്തിയിൽനിന്ന് കേട്ടറിഞ്ഞ അവരുടെ ജീവിത ദുരന്തത്തിന്റെ ചിതറിയ ആഖ്യാനമാണ് ഈ ചെറുകഥ. കാമുകനോടൊപ്പം വീട്ടുകാരുടെ സമ്മതമില്ലാതെ ഇറങ്ങിപ്പോന്നവളാണ് ത്രേസ്യ. ഭർത്താവ് സുന്ദരനും നല്ലവനുമായിരുന്നുവെങ്കിലും, ധൂർത്തും മദ്യപാനവും അയാളെ അതിവേഗം മരണത്തിലേക്കു നയിച്ചു. ത്രേസ്യാമ്മയുടെയും രണ്ടു പെൺമക്കളുടെയും ജീവിതത്തിലെ സാമ്പത്തികക്ലേശങ്ങളുടെ പാരമ്യത്തിൽ അവർ പ്രിയസ്മരണകളുടെ വീട് വിറ്റ് എങ്ങോട്ടോ പോവുകയാണ്. ഈ കഥയുടെയും പ്രമേയത്തിന്റെ അടിസ്ഥാനധാര ത്രേസ്യാമ്മച്ചേട്ടത്തിയും കുടുംബവും നേരിടുന്ന സാമ്പത്തികപ്രയാസം തന്നെയാണ്. എന്നാൽ അത് അവരുടെ മാനസികജീവിതത്തിലുണ്ടാക്കുന്ന തകർച്ചയും ദൈന്യവുമാണ് കഥയുടെ മുഖ്യ ഭാവധാര.

അഞ്ചുവയസ്സുകാരൻ ആൺകുട്ടിയുടെ കാഴ്ചപ്പാടിൽ എഴുതിയിട്ടുള്ള 'ഹൂറി' എന്ന ചെറുകഥ, ദരിദ്രയെങ്കിലും സുന്ദരിയായ വേലക്കാരിപ്പെൺകുട്ടി അനുഭവിക്കുന്ന ലൈംഗികചൂഷണത്തിന്റെയും അത് അവളിൽ ഉളവാക്കുന്ന വൈകാരികാഘാതങ്ങളുടെയും കഥയാണ്. അവളുടെ ദുരിതത്തിന്റെയും ദുരന്തത്തിന്റെയും പ്രാഥമികഹേതു സാമ്പത്തികവും സാമൂഹികവുമായ അധഃസ്ഥിതാവസ്ഥയാണ്. ആ സാഹചര്യമാണ് അവൾ വേലയ്ക്കു നില്ക്കുന്ന വീട്ടിലെ പുരുഷന്റെ ലൈംഗികചൂഷണത്തിന് വഴിവെയ്ക്കുന്നത്. ഇത്തരമൊരു പ്രമേയത്തെ ഒതുക്കത്തോടെ കൈകാര്യം ചെയ്യാൻ, അഞ്ചുവയസ്സുകാരൻ കുട്ടിയുടെ കാഴ്ചപ്പാടിലൂടെയുള്ള ആഖ്യാനംകൊണ്ട് കഴിയുന്നു.

ഇത്തരം കഥകളിലൊക്കെ അടിസ്ഥാനപ്രമേയമായി സാമൂഹിക-സാമ്പത്തികാനീതികൾ പ്രശ്നവത്കരിക്കപ്പെടുന്നു. അത്തരം ഘടകങ്ങളെ കഥയുടെ അഗാധഘടനയിൽ നിലനിറുത്തിക്കൊണ്ട് അത് മനുഷ്യജീവിതത്തിൽ സൃഷ്ടിക്കുന്ന വൈകാരികസംഘർഷങ്ങളെ മൂർത്തീകരിക്കുന്നു. ഘടനാവിന്യാസം

കൊണ്ടും രൂപസംവിധാനംകൊണ്ടും കഥ കൂടുതൽ വികാര പ്രധാനവും ഹൃദയസ്പർശിയുമായിത്തീരുന്നു; ചിലപ്പോളെങ്കിലും ഈ രീതികൊണ്ട് രചന അതിവൈകാരികതയിലേക്ക് വഴുതി വീഴുന്നുമുണ്ട്.

1960കളിൽ കെ.യു. അബ്ദുൾ ഖാദർ വളരെ കുറച്ച് ചെറുക ഥകളേ എഴുതിയിട്ടുള്ളൂ. ആഖ്യാനപരമായി കൂടുതൽ സാന്ദ്രത നേടിയവയും പ്രമേയപരമായി സൂക്ഷ്മമായ മാനുഷികപ്രശ്ന ങ്ങളെ ആവിഷ്കരിക്കുന്നവയുമാണ് അവ. ആ കഥകൾ സമാ ഹാരങ്ങളായി പുറത്തുവന്നിരുന്നില്ല. 1960 ൽ മാതൃഭൂമി ആഴ്ച പ്പതിപ്പിൽ പ്രസിദ്ധപ്പെടുത്തിയ 'ഒരു പാതിരാപ്പൂവിന്റെ കഥ' ചെറു കഥാരചനയിൽ കെ.യു.അബ്ദുൾ ഖാദറിന് സാക്ഷാത്ക്കരിക്കാൻ കഴിഞ്ഞ ഭാവാത്മകരീതിയുടെ ഏറ്റവും മികച്ച പ്രതിനിധാനമാണ്. കൗമാരത്തിൽ വന്ന രോഗത്തെത്തുടർന്ന് കാലിന്റെ സ്വാധീനം നഷ്ടപ്പെട്ട അതിസുന്ദരിയും നൃത്തകലയിൽ നിപുണയുമായി രുന്ന പെൺകുട്ടിയുടെ ദൈന്യം ആവിഷ്കരിക്കുന്ന ആ കഥയിൽ കാര്യമായ സംഭവങ്ങളൊന്നുമില്ല. രോഗവിമുക്തി സ്വപ്നം കണ്ടി രുന്ന, നൃത്തവേദിയിൽ തന്റെ ഭാവനകൾ സാക്ഷാത്കരിക്കാൻ ആഗ്രഹിച്ചിരുന്ന അവൾ പണച്ചുരുക്കംമൂലം ഇഷ്ടപ്പെട്ട ദേവാലയ ത്തിൽപ്പോയി പ്രാർഥിക്കാൻ പോലുമാകാതെ പ്രതീക്ഷ നഷ്ട പ്പെട്ട് വീടിനടുത്തുകൂടി ഒഴുകുന്ന നദിയിൽ ജീവനൊടുക്കുന്നു. അവളുടെ വീടിനു സമീപത്ത് വാടകക്കാരനായി കഴിയുന്ന ആഖ്യാ താവിന്റെ കാഴ്ചപ്പാടിൽ എഴുതിയിട്ടുള്ള ഈ ചെറുകഥയിൽ കാവ്യാത്മകതയും ഭാവാത്മകതയും അതീവസാന്ദ്രമായി സമന്വയി ച്ചിട്ടുണ്ട്. കഥയോ കവിതയോ എന്ന് വേർതിരിച്ച് പറയാനാവാത്ത വിധത്തിലുള്ള ഒരാഖ്യാനമായി അത് മാറിയിരിക്കുന്നു.

'കുരിശുയുദ്ധത്തെപ്പറ്റി ഒരു കോമഡി' എന്ന ചെറുകഥ (1963) യുടെ വ്യതിരിക്തതയെപ്പറ്റിയും അതിന്റെ ശീർഷകത്തിൽ അടങ്ങി യിരിക്കുന്ന പാഠാന്തരബന്ധത്തെപ്പറ്റിയും കെ.എം.ലെനിൻ തന്റെ കുറിപ്പിൽ സൂചന നല്കുന്നുണ്ട്. മേരിയും സലീമും തമ്മിലുള്ള പ്രേമവിവാഹവും അത് വീട്ടുകാരിൽ ഉളവാക്കുന്ന ബന്ധശൈഥി ല്യവും പില്ക്കാലത്ത് ആ മുറിവ് ഉണങ്ങുന്നതുമൊക്കെയാണ് ഈ കഥയുടെ ഇതിവൃത്താംശം. ഏതാണ്ട് ഒരു പതിറ്റാണ്ടോളം മുമ്പ് എഴുതിയ, ക്രിസ്ത്യാനിയായ യുവതിയും ഇസ്ലാമായ യുവാവും തമ്മിലുള്ള തീവ്രപ്രണയം മതത്തിന്റെ പേരിൽ സാക്ഷാത്കരി ക്കാനാവാതെ പോകുന്നതിന്റെ വേദനാപൂർവം അതിവൈകാരിക തയോടെ വരച്ചുവെച്ച 'ഖുർആനും ബൈബിളും' എന്ന കഥയുടെ അപരഭാഗമായി ഈ രചനയെ കാണാവുന്നതാണ്. ഒരു പതി റ്റാണ്ടിനിടയിൽ കഥാകാരന്റെ രചനാശേഷിയിൽ വന്ന മികവും

വിഷയത്തെ സമീപിക്കുന്ന രീതിയിൽ വന്ന മാറ്റവും അടിയൊഴുക്കായി വർത്തിക്കുന്ന നേർത്ത നർമവുമൊക്കെ ശ്രദ്ധേയം. ഈ എഴുത്തുകാരന്റെ മികച്ച ചെറുകഥകളിലൊന്നാണ് 'കുരിശുയുദ്ധത്തെപ്പറ്റി ഒരു കോമഡി'.

കഥാകൃത്തിന്റെ രചനാശൈലിയിലും സമീപനത്തിലും ഉണ്ടായ മാറ്റത്തിന്റെ നിദർശനമായി ചൂണ്ടിക്കാണിക്കാവുന്ന മറ്റൊരു കഥയാണ് 'തത്ത്വജ്ഞാനിയും കഴുതയും'. ഇതും നേർത്ത നർമത്തിന്റെ അടിയൊഴുക്കുള്ള രചനയാണ്. തത്ത്വശാസ്ത്ര ഗ്രന്ഥങ്ങളിൽ മുഴുകിയിരുന്ന സ്ത്രീവിദ്വേഷിയും മുപ്പത്തേഴുകാരനുമായ കോളേജ് അദ്ധ്യാപകൻ അനുജത്തിയുടെ കൂട്ടുകാരിയായ കോളേജ്കുമാരിയുടെ മുൻകോപത്തിന്റെയും ശുണ്ഠിയുടെയും ആവരണത്തിനുള്ളിൽ ഒളിഞ്ഞിരുന്ന പ്രണയച്ചൂണ്ടലിൽ കൊത്തി സാധാരണപുരുഷനായി മാറുന്ന കഥയുടെ ചടുലവും നർമസ്പർശിയുമായ ആഖ്യാനമാണ് അത്.

സ്ഫുടം ചെയ്തെടുത്ത സാന്ദ്രവും ഭാവാത്മകവുമായ രചനാരീതിയുടെ സാഫല്യം എന്നുപറയാവുന്ന രചയാണ് കെ.യു. അബ്ദുൾ ഖാദറിന്റെ 'ആരോ ഒരാളെപ്പറ്റി'. മൂന്നോനാലോ വയസ്സുള്ള ഒരു കൊച്ചുപെൺകുട്ടിയുടെ കാഴ്ചപ്പാടിൽ ആഖ്യാനം ചെയ്തിട്ടുള്ള ആ ചെറുകഥ, എഴുതാപ്പുറങ്ങളിലെ കഥ പറയാതെ പറയുന്ന ശില്പഭദ്രമായ രചനയാണ്.

ഭാഷ അതീവം കാവ്യാത്മകവും ഭാവഭരിതവുമാകുന്ന രചനാരീതിയാണ് കെ.യു.അബ്ദുൾ ഖാദറിന്റേത്. പലപ്പോഴും അത് ഗദ്യത്തിലുള്ള ഭാവഗീതിയായി മാറുന്നു. രണ്ട് സന്ദർഭങ്ങൾ നോക്കുക: "യേശുവിന്റെ മുഖത്തിനു നേരെ ഉയർത്തിയ അവളുടെ കണ്ണുകളിൽ നിഷ്കപടമായ വെളിച്ചം സ്ഫുരിക്കുന്നത് ഞാൻ കണ്ടു. ചക്രം ഘടിപ്പിച്ച കസേരയിൽ നിശ്ചലമായി ഇരുന്ന് വിറയ്ക്കുന്ന ചുണ്ടുകൾ കൊണ്ട് അവളെന്തോ പിറുപിറുത്തു. അവ്യക്തമാണെങ്കിലും വയലിനിൽ അതിമൃദുലമായി സ്പർശിക്കുമ്പോഴുള്ള സ്വരമാധുര്യം എനിക്ക് അനുഭവപ്പെട്ടു. മിശിഹായോട് അവളെന്തോ രഹസ്യം പറയുകയാണ്. അലിവിന്റെ വെളിച്ചമുള്ള മിശിഹായുടെ കണ്ണുകളിൽ നനവൂറുന്നുണ്ടെന്ന് എനിക്കു തോന്നി." (ഒരു പനിനീർപൂവിന്റെ കഥ)

"ഫാക്ടറിയുടെ പടുകൂറ്റൻ പുകക്കുഴലിൽനിന്ന് ഇരുണ്ടു കനത്ത പുകച്ചുരുളുകൾ പുറത്തേക്കു തള്ളിത്തള്ളി വരുന്നതു കണ്ടു. മാളത്തിൽനിന്ന് മെയ്യൂരി വെളുത്ത അന്തരീക്ഷത്തിൽ പിടിച്ചുകയറുന്ന ഒരു മലമ്പാമ്പുപോലെ തോന്നി. ആകാശം നിറയെ അത് വിഷനീലം തുപ്പിക്കൂട്ടുകയാണ്. പുകക്കുഴലിനു മീതേ ഒരു തുളുമ്പുന്ന കരിങ്കൽസ്തംഭംപോലെ അത് നിന്നു

ഞെളിഞ്ഞുപിരിഞ്ഞു. അതിന്റെ തല തുപ്പുന്ന വിഷം ആകാശത്തിൽ അലിഞ്ഞുചേരുന്നു. മേഘങ്ങൾ വിറങ്ങലിച്ചു നിൽക്കുന്നു. അതിന്റെ തുള്ളുന്ന മെയ്യിൽ നോക്കി ഞാൻ സ്തബ്ധനായി നിന്നു." (ജീവിതം നീറിപ്പുകയുകയാണ്.) ഉദ്ധരിക്കാൻ ഏതു കഥയിൽനിന്നും ഭാവവും ഭാഷയും ഇണങ്ങിച്ചേരുന്ന ഇത്തരം ഭാഗങ്ങൾ കണ്ടെത്താൻ കഴിയും.

1968നു ശേഷം ഈ കഥാകൃത്ത് നിശ്ശബ്ദനായത് എന്തുകൊണ്ടാകാം? (സുഹൃത്തുക്കളുടെ നിരന്തര പ്രേരണയ്ക്ക് വഴങ്ങി 1980ലും 1981ലും അദ്ദേഹം ഓരോ കഥകൾ എഴുതിയ കാര്യം ഇവിടെ മറക്കുന്നില്ല) ധൈഷണികജീവിതത്തിൽ, ഈശ്വരാന്വേഷണത്തെ മുൻനിറുത്തിയുള്ള വിപുലമായ ഗ്രന്ഥപാരായണം കൊണ്ടുണ്ടായ പരിവർത്തനത്തെക്കുറിച്ച് കെ.എം.ലെനിൻ നിരീക്ഷിക്കുന്നുണ്ട്. സാഹിത്യചരിത്രപരമായ ഒരു കാരണംകൂടിയുണ്ട് എന്ന് എനിക്കു തോന്നുന്നു. നവോത്ഥാനമൂല്യങ്ങളിൽ അടിയുറച്ചുനിന്ന് ഭാവാത്മകമായ രീതിയിൽ ചെറുകഥകൾ എഴുതിയിരുന്ന ഈ കഥാകൃത്തിന്, 1960കളുടെ മധ്യത്തോടെ മലയാളത്തിൽ ശക്തമായിത്തീർന്ന ആധുനികതാവാദ(Modernism)ത്തിന്റെ ഭാവുകത്വാന്തരീക്ഷത്തോട് ഇണങ്ങാൻ കഴിയാതെ പോയതും ഒരു കാരണമല്ലേ? ആലോചിക്കേണ്ടതാണ്.

ഏതു സാഹിത്യഗണത്തിൽ പ്രവർത്തിക്കുന്ന എഴുത്തുകാരനായാലും നിരന്തരമായി ആ രംഗത്ത് പ്രവർത്തിച്ചുകൊണ്ടിരുന്നാലേ അംഗീകാരം നിലനിറുത്താനാകൂ. 1950കളിലും 60കളിലും ശ്രദ്ധേയനായ ചെറുകഥാകൃത്ത് എന്ന അംഗീകാരം നേടിയിരുന്ന കെ.യു.അബ്ദുൾ ഖാദർ നിശ്ശബ്ദനായതോടെ അദ്ദേഹത്തെ മറികടന്ന് പുതിയ തലമുറയിൽപ്പെട്ട കഥാകൃത്തുകൾ രംഗത്തെത്തി. അതോടെ സഹൃദയലോകം ആ കഥാകാരനെ മറന്നതിൽ അദ്ഭുതമൊന്നുമില്ല. എത്രയോ പ്രതിഭാശാലികൾ ഇങ്ങനെ സാഹചര്യങ്ങൾ സൃഷ്ടിച്ച മറവിയുടെ മാറാലയ്ക്കുള്ളിൽ മങ്ങിപ്പോയിട്ടുണ്ട്. എങ്കിലും ചില സന്ദർഭങ്ങൾ അവരെ വീണ്ടും ഓർമയിലേക്കു വീണ്ടെടുക്കും. കെ. യു. അബ്ദുൾ ഖാദറിന്റെ തിരഞ്ഞെടുത്ത കഥകളുടെ ഈ പ്രസാധനം, ചരമാനന്തരമാണെങ്കിലും ആ എഴുത്തുകാരനെ വീണ്ടും സഹൃദയശ്രദ്ധയിലേക്ക് കൊണ്ടുവരികയും അദ്ദേഹത്തിന്റെ സംഭാവനകളുടെ സവിശേഷതകൾ തിരിച്ചറിയാൻ വഴിയൊരുക്കുകയും ചെയ്യുമെന്ന് ഞാൻ പ്രതീക്ഷിക്കുന്നു.

■

സമ്പാദകന്റെ സാക്ഷിമൊഴി

കാതിയാളം അബൂബക്കർ

അമ്പതുകളിലും അറുപതുകളിലും മലയാള ചെറുകഥാസാഹിത്യത്തിൽ നിറഞ്ഞു നിന്ന കഥാകൃത്താണ് കെ.യു.അബ്ദുൾഖാദർ. അന്നത്തെ മിക്കവാറും പ്രസിദ്ധീകരണങ്ങളിലെല്ലാം (വിശേഷാൽ പ്രതികളടക്കം) കെ.യു.വിന്റെ കഥകൾ പ്രമുഖ സ്ഥാനം നേടി. കെ.യു. അന്ന് നിരന്തരം കഥകൾ എഴുതി. എത്രയെന്ന് ഇന്ന് തിട്ടപ്പെടുത്താൻ വയ്യ. അന്നത്തെ കഥാകൃത്തുക്കളുടെ നഴ്സറിയായിരുന്ന ചെറുകഥ മാസികയിൽ മുതൽ ഉന്നത ശീർഷരായ കഥാകൃത്തുക്കൾക്ക് മാത്രം പ്രവേശനം അനുവദിച്ചിരുന്ന മാതൃഭൂമി ആഴ്ചപതിപ്പിൽ വരെ ധാരാളം കഥകൾ വന്നു. കൗമുദി, ജനയുഗം, നവയുഗം, ജയകേരളം തുടങ്ങിയ ആഴ്ചപതിപ്പുകളിലും പൂമാല, ലോകവാണി, സജിത, യുവകേരളം, സാഹിത്യ പരിഷത്ത് തുടങ്ങിയ മാസികകളിലും കെ.യു. അന്ന് കഥകൾ എഴുതിയിരുന്നു. അറുപതുകളുടെ അവസാനത്തോടെ അദ്ദേഹം കഥയെഴുത്ത് നിർത്തി. പുതിയ കഥകളുടെ സാങ്കേതികവും ആശയപരവുമായ പശ്ചാത്തലവുമായി സമരസപ്പെടാൻ കഴിയാതിരുന്നതാകാം ഒരു കാരണം.

മലയാളത്തിലെ പ്രസിദ്ധനായ ഒരു കഥാകൃത്തിന് എഴുപത്തഞ്ചിൽ മാതൃഭൂമിയിൽ എഴുതിയ ഒരു കഥയെക്കുറിച്ച് ഞാനൊരു കത്തെഴുതിയിരുന്നു. വർഷങ്ങൾക്ക് ശേഷം, കഴിഞ്ഞ വർഷം ഞാൻ ആ കഥാകൃത്തിനെ നേരിൽ കണ്ടു. അപ്പോൾ അദ്ദേഹം എന്നോട് പറഞ്ഞു-എഴുപത്തഞ്ചിൽ നിങ്ങൾ എനിക്കെഴുതിയ കത്ത് ഇപ്പോഴും എന്റെ ഫയലിൽ ഉണ്ട്. ഞാൻ അദ്ഭുതപ്പെട്ടുപോയി. കെ.യു. ആ ജനുസ്സിൽ പെട്ട കഥാകൃത്തായിരുന്നില്ല. അദ്ദേഹം കഥയെഴുത്ത് നിർത്തിയെന്ന് മാത്രമല്ല, തന്റെ കഥയെക്കുറിച്ചുള്ള അഭിപ്രായങ്ങൾ പോകട്ടെ, ഒരു കഥപോലും സൂക്ഷിച്ച് വെച്ചതുമില്ല. തന്റെ കഥയെഴുത്ത് 'വികൃതി'കളെക്കുറിച്ച് പൂർണ്ണമായി മറക്കാനാണ് അദ്ദേഹം ഇഷ്ടപ്പെട്ടത് എന്നു വേണം കരുതാൻ.

ഇപ്പോൾ അദ്ദേഹത്തിന്റെ കഥകൾ ശേഖരിക്കാൻ ശ്രമിക്കുമ്പോഴാണ് ആ ഉദാസീനത എത്ര ഭീകരമായിരുന്നുവെന്ന് നാം മനസ്സിലാക്കുക. അദ്ദേഹത്തിന്റെ എത്രയോ സൃഷ്ടികൾ കാലം അപഹരിച്ചിരിക്കുന്നു! ഇത്തരം ഒരു സാഹചര്യത്തിൽ കെ.യു. അബ്ദുൾഖാദറിന്റെ കഥകളുടെ പൂർണ്ണമായ ഒരു കണ്ടെത്തൽ അസാദ്ധ്യമാണെന്നറിയാമല്ലോ. ഈ ധർമ്മസങ്കടം സമ്പാദകന്റേതു മാത്രമായി അവസാനിക്കുന്നുവോ? 'അബ്ദുറഹിമാൻ കവിതകൾ' സമാഹരിക്കുമ്പോഴും ഈ അസ്വാസ്ഥ്യം അനുഭവിച്ചിരുന്നു. അതുപിന്നെ, അരനൂറ്റാണ്ട് മുമ്പ് കാലയവനികക്കുള്ളിൽ മറഞ്ഞ ഒരു മഹാമനുഷ്യനെക്കുറിച്ചുള്ള കവിതകളുടെ അന്വേഷണമായിരുന്നല്ലോ. ഇതിപ്പോൾ കയ്യെത്തിച്ചാൽ തൊടാവുന്ന അകലത്തിൽ കാലം നിൽക്കുന്നു. എന്നിട്ടും പ്രധാന കഥകൾ പലതും സമ്പാദിക്കാൻ കഴിഞ്ഞില്ല. അന്വേഷണത്തിലെ പോരായ്മകളും ഒരു ഘടകമായിരിക്കാം.

അതിരിക്കട്ടെ. ഇപ്പോഴത്തെ അന്വേഷണത്തിൽ നാല് കഥാസമാഹാരങ്ങളാണ് നമ്മുടെ മുന്നിലുള്ളത്. 'കാട്ടുചോല' (1954, മെയ്), 'കടൽ' (1954), 'നിലാവും പൂക്കളും' (1955, ആഗസ്റ്റ്), 'താജ്മഹൾ' (1957, ഒക്ടോബർ) എന്നിവയാണ് അവ. എന്നാൽ ആദ്യ കൃതി തോമസ് പാപ്പി (ചെറുകഥ മാസിക) പ്രസിദ്ധീകരിച്ച 'വെറുംപെണ്ണ്' ആണെന്നാണ് ഓർമ്മ. അമ്പതുകളുടെ ആദ്യത്തിലായിരിക്കണം അതിന്റെ പ്രസിദ്ധീകരണം. 1954-ൽ രണ്ട് കഥാസമാഹാരങ്ങളും 1955ലും 1957ലും ഓരോ സമാഹാരവും പുറത്തിറങ്ങി. അന്നത്തെ പ്രമുഖരായ മംഗളോദയം, കറന്റ് ബുക്സ് തൃശ്ശൂർ, പ്രഭാത് ബുക്ക് ഹൗസ്, ആമിന ബുക്ക് സ്റ്റാൾ എന്നിവരാണ് പ്രസാധകർ. ചുരുങ്ങിയ കാലത്തിനുള്ളിൽ പ്രമുഖ പ്രസാധകരിലൂടെ പുറത്ത് വന്ന കഥാസമാഹാരങ്ങൾ തന്നെ കഥാകൃത്തിന്റെ പ്രധാന്യത്തിന് സാക്ഷ്യം വഹിക്കുന്നു.

'കാട്ടുചോല' എന്ന സമാഹാരത്തിൽ അഞ്ച് കഥകൾ ('കരളുകൾ നോവുന്നു', 'കടം വീട്ടൽ', 'ഷാപ്പ് ഉടമസ്ഥൻ', 'മാൻകിടാവ്', 'ബനാറിസിന്റെ ഒല്ലി'). 'കടലി'ൽ എട്ട് കഥകൾ ('കടൽ', 'ഖുർആനും ബൈബിളും', 'ഹൂറി', 'മരണക്കറക്കം', 'കള്ളമൂരി', 'പനിനീർപ്പൂക്കൾ', 'മാൻമിഴികൾ', 'ബലിയാട്'). 'നിലാവും പൂക്കളി'ലും അതേപേരുള്ള കഥയടക്കം എട്ട് കഥകൾ ('ജീവിതം നീറിപ്പുകയുകയാണ്', 'പിഴച്ചപെണ്ണ്', 'ചേറിലെ താമര', 'നീരൊഴുക്കിലെ വയ്ക്കോൽപ്പൊടി', 'പുഴുക്കുത്തേറ്റപൂവ്', 'ഏഴാംനമ്പർ മുറി', 'ഒരു പൊൻകിനാവിന്റെ പൊലിയൽ'). 'താജ്മഹൾ' ഉൾപ്പെടെ നാല് കഥകളാണ് ആ സമാഹരത്തിൽ. ('നാളെ അവർ എവിടെയായിരിക്കും', 'പാനപാത്രം തകരുമ്പോൾ', 'ഒരു എസ്ക്കേപ്പിസ്റ്റിന്റെ കഥ').

സമാഹരിക്കപ്പെട്ട കഥകൾക്കു പുറമെ മാതൃഭൂമി ആഴ്ച പതിപ്പിലും പ്രഭാതം, ജനയുഗം വിശേഷാൽ പ്രതികളിലും വന്ന ചില കഥകൾ കൂടിയുണ്ട്. തിരക്കിട്ട അന്വേഷണത്തിൽ കണ്ണിൽ പെടാതെ പോയ കഥകളും ധാരാളം എന്ന് നേരത്തെ സൂചിപ്പിച്ചു. ഡൽഹി പശ്ചാത്തലത്തിൽ എഴുതിയ 'കുത്തബ് മീനാർ', പ്രസിദ്ധ ഗായകൻ കോഴിക്കോട് അബ്ദുൽഖാദറിന്റെ ജീവിത പശ്ചാത്തലം ഓർമ്മിപ്പിക്കുന്ന 'ഗാനം', 'കരളിലെ മനുഷ്യൻ', 'ചുവന്നതൊപ്പി', 'പനിനീർപൂക്കൾ', 'നിന്നെത്തേടി' തുടങ്ങി അക്കാലത്ത് വായന ക്കാരെ ഏറെ ആകർഷിച്ച പല കഥകളും കാണാമറയത്താണ്.

മാതൃഭൂമി ആഴ്ചപതിപ്പിൽ വന്ന കഥകളിൽ ലഭ്യമായവയെല്ലാം ഈ സമാഹാരത്തിൽ ഉൾപ്പെടുത്തുന്നു. 'കാട്ടുചോല'യിൽ നിന്ന് 'കരളുകൾ നോവുന്നു', 'കടലി'ൽ നിന്ന് 'കടലി'നു പുറമെ 'ഹൂറി', 'ഖുർആനും ബൈബിളും', 'കള്ളമൂരി', 'നിലാവും പൂക്കളി'ൽ നിന്നും അതേ കഥയും 'ജീവിതം നീറിപ്പുകയുകയാണ്'. 'പിഴച്ച പെണ്ണ്' എന്നിവയും 'ടാജ്മഹളി'ൽ നിന്ന് 'നാളെ അവർ എവിടെ യായിരിക്കും' എന്നിവയാണ് ഇവിടെ സമാഹരിക്കപ്പെടുന്നത്.

ലഭ്യമായ വിവരങ്ങൾവെച്ച് 1968 ഫെബ്രുവരിയിലാണ് മാതൃഭൂമി ആഴ്ചപതിപ്പിൽ അവസാനത്തെ കഥ വരുന്നത്. അതോടെ കെ.യു. കഥയെഴുത്ത് നിർത്തി എന്നതാണ് സത്യം. കാരണം എന്തുമാകട്ടെ തന്റെ കഥകൾ മലയാളത്തിലെ ഏറ്റവും ശ്രദ്ധേയമായ പ്രസിദ്ധീ കരണങ്ങൾ വരെ പ്രാധാന്യത്തോടെ പ്രസിദ്ധീകരിച്ചുകൊണ്ടിരുന്ന അസുലഭ മുഹൂർത്തത്തിലാണ് കെ.യു. കഥയെഴുത്ത് നിർത്തു ന്നത്. സുഹൃത്തുകളുടെ നിർബ്ബന്ധം ഉണ്ടായിട്ടും പിന്നെ കെ.യു. കഥകളെഴുതാൻ കൂട്ടാക്കിയില്ല.

എന്നാൽ കഥാകൃത്തിനേക്കാൾ മുന്നിലായിരുന്നു എന്നും കെ.യു.വിലെ മനുഷ്യൻ എന്ന് ഞങ്ങൾക്കറിയാമായിരുന്നു. 1980-ൽ ഞങ്ങളുടെ സ്നേഹപൂർവ്വമായ നിരന്തര പ്രേരണയ്ക്ക് കെ.യു. വഴങ്ങി. 1980 മാർച്ചിൽ 'ഗൾഫ്നാദം' മാസികക്കു വേണ്ടി 'മായ' എന്ന കഥയെഴുതി. ഞങ്ങളോടുള്ള സഹോദര തുല്യമായ സ്നേ ഹോദാരത കൊണ്ടുമാത്രമാണ് കെ.യു. ഇങ്ങനെ ഒരു സാഹസം കാണിക്കുന്നത്. പണ്ട് വൈക്കം മുഹമ്മദ് ബഷീറിനെ ഏകാന്ത തടവിലടച്ച് മതിലുകൾ എഴുതിച്ച കെ.ബാലകൃഷ്ണനേയും മതിലുകളുടെ കയ്യെഴുത്ത് പ്രതി വായിച്ച് ബഷീറിനെ കെട്ടിപ്പിടിച്ച് വീർപ്പ് മുട്ടിച്ച ബാലകൃഷ്ണനേയും ദുബായിൽ ഇരുന്ന് ഈ കഥ വായിച്ച ഞാനോർത്തുപോയി. തീർച്ചയായും കെ.യു. അടുത്തുണ്ടാ യിരുന്നെങ്കിൽ ഞാനദ്ദേഹത്തെ ഗാഢം പുണർന്ന് വീർപ്പുമുട്ടി ക്കുമായിരുന്നു. കെ.യു.വിന്റെ ഏറ്റവും നല്ല കഥകളിലൊന്നാണ് 'മായ' എന്നെനിക്ക് തോന്നുന്നു. കൂട്ടത്തിൽ പറയട്ടെ, ഈ കഥ

വായിച്ച് പി.കെ.പാറക്കടവ്, ഇ.എം.ഹാഷിം എന്നീ ദുബായ് സുഹൃത്തുക്കളും കുവൈറ്റിൽ നിന്ന് കെ.ആർ.പ്രസാദും സന്തോഷം കൊണ്ട് എന്നെ വിളിച്ചു. കഥാകൃത്തിനെക്കുറിച്ച് അറിയാൻ; അഭിനന്ദനങ്ങൾ അറിയിക്കാൻ.

ഒരു വർഷത്തിനുള്ളിൽ കെ.യു. വീണ്ടും ഞങ്ങൾക്കുവേണ്ടി കഥയെഴുതി 'പരിണാമം' (1981 ഫെബ്രുവരി). ഒരുപക്ഷേ ഇതായിരിക്കാം കെ.യു.അബ്ദുൾഖാദർ എന്ന കഥാകൃത്തിന്റെ ഏറ്റവും ഒടുവിലത്തെ സംഭാവന.

മലയാള ചെറുകഥയുടെ താഴ്വരകളും ഗിരിശൃംഗങ്ങളും അനായാസം താണ്ടിയ ഡോ.കെ.എസ്.രവികുമാറിന്റെ അവതാരികയും കെ.യു.വിന്റെ അടുത്ത സുഹൃത്തും എഴുത്തുകാരനുമായ ശ്രീ. കെ.എം.ലെനിന്റെ കുറിപ്പും കഥകളിലേക്കും കഥാകൃത്തിലേക്കും ഒരുൾക്കാഴ്ച നൽകാൻ സഹായിക്കുമെന്ന് പ്രതീക്ഷിക്കുന്നു. ഒരു കലക്കവും കൂടാതെ തെളിനീർച്ചാലുപോലെ സുതാര്യമായി ഒഴുകിപ്പോകുന്നവയാണ് കെ.യു.വിന്റെ കഥകൾ. അതുകൊണ്ടു തന്നെ വായനക്കാർക്ക് വിശദീകരണത്തിന്റെയും വ്യാഖ്യാനത്തിന്റെയും ആവശ്യമില്ല. അവർ സ്വയം കഥയോടൊപ്പം സഞ്ചരിച്ചുകൊള്ളും.

ചുരുക്കാം: കെ.യു.അബ്ദുൾഖാദർ എന്ന കഥാകൃത്തിന്റെ ഇവിടെ സമാഹരിക്കപ്പെടുന്ന കഥകളേക്കാൾ മികച്ച കഥകൾ പലയിടത്തുമായി മറഞ്ഞു കിടക്കുന്നു. അദ്ദേഹത്തിന്റെ തിരഞ്ഞെടുക്കപ്പെട്ട ഏറ്റവും നല്ല കഥകളുടെ സമാഹാരമാണ് ഇതെന്ന് ഞങ്ങളും അഭിമാനിക്കുന്നില്ല. എല്ലാ കുറ്റങ്ങളോടും കുറവുകളോടും കൂടിതന്നെ ഞങ്ങളിത് സാദരം സഹൃദയ സമക്ഷം സമർപ്പിക്കുന്നു. വഴിയെ കെ.യു.അബ്ദുൾഖാദറിന്റെ കുറച്ച് കഥകൾ കൂടി സമ്പാദിക്കാനും പ്രകാശിപ്പിക്കാനും കഴിയുമെന്ന് പ്രത്യാശിക്കുന്നു.

ഒടുവിൽ സ്വന്തം കഥകളും കഥാകൃത്തെന്ന പരിവേഷവും സ്വയം ഉപേക്ഷിച്ച് ആത്മീയതയുടെ അനന്ത വിഹായസ്സിലേക്ക് ചിറകുവിരിച്ച പ്രിയ സുഹൃത്തേ ഞങ്ങളുടെ ഈ അവിവേകം സദയം ക്ഷമിക്കുക.

■

തിരഞ്ഞെടുത്ത കഥകൾ
കെ.യു. അബ്ദുൾഖാദർ

കടൽ

"**പൂ**.....പൂ..........ഹെ....."

കടൽപ്പുറത്തെ അന്തരീക്ഷത്തിൽ ആ ശബ്ദം അലകളിളക്കിക്കൊണ്ട് ഊളയിട്ടു. പെട്ടെന്ന് അത് കൂടുതൽ കൂടുതൽ ഉച്ചത്തിലാകാൻ തുടങ്ങി. പല ഭാഗങ്ങളിൽ നിന്നും ഓടിക്കൂടിയ ആളുകൾ ഒന്നിച്ചുകൂടി ആകുന്നത്ര ഉച്ചത്തിൽ ആർപ്പു വിളിച്ചു.

"പൂ........പൂ..........ഹെ....."

"പൂ........പൂ..........ഹെ....."

കൊച്ചുമകന്റെ അരികിൽനിന്നു പിടഞ്ഞെണീറ്റു ബീരാൻ പുറത്തേയ്ക്കൊരു ചാട്ടം ചാടി. അയാൾ പുറത്തു വന്നു നിന്നു ചെവി വട്ടം പിടിച്ചു, ശബ്ദം ഏതു ഭാഗത്തു നിന്നാണ് പുറപ്പെടുന്നതെന്നു ശ്രദ്ധിച്ചു. അയാളുടെ വഞ്ചി പുറപ്പെടുന്ന കടവിൽ നിന്നു തന്നെയാണ്. ബീരാന്റെ സിരകളിലാകെ ഒരു തരിതരിപ്പു കുളുർമ്മയോടെ പാഞ്ഞുകയറി. ഉള്ളം കുളിരിൽ മുങ്ങി മന്ദം അലിഞ്ഞു പോകുന്നതായി തോന്നി. രോമാഞ്ചത്തിന്റെ തേൻതുള്ളികൾ പകർന്നുകൊണ്ടു പിന്നേയും പിന്നേയും ആ ശബ്ദം അലയടിച്ചു:

"പൂ........പൂ..........ഹെ....."

അയാൾ കുടിലിനുള്ളിലേക്കു പാഞ്ഞുകയറി. നൊടിയിടയിൽ അയാളുടെ മുറിക്കയ്യൻ കാക്കിക്കുപ്പായവും തൊപ്പിക്കുടയും എടുത്തു കഴിഞ്ഞു. കാൽ തട്ടി എന്തോ വീണുടഞ്ഞത് അറിഞ്ഞതേയില്ല. പുറത്തേയ്ക്കു പാഞ്ഞുവരുന്നതിനിടയിൽ, അയാൾ മകന്റെ പായക്കരികിൽ മുട്ടിൽ കുനിഞ്ഞുനിന്ന് അവന്റെ നെറ്റിയിൽ തൊട്ടുനോക്കി. കനലിൽ ചുട്ടെടുത്തതുപോലെ പൊള്ളുന്നു! ബീരാന്റെ കണ്ണുകളിൽ നനവു പുരണ്ടു. മകന്റെ നെറ്റിയിൽ ചുണ്ടമർത്തിക്കൊണ്ടയാൾ പറഞ്ഞു: "ബാപ്പ വരുമ്പം മോനിക്കു കഞ്ഞിക്കു ബാറലരീം മരുന്നും കൊണ്ടുവരാം. ഇപ്പോ ബാപ്പ വലേറക്കാൻ പോട്ടെ." ഒന്നുകൂടി അമർത്തി ചുംബിച്ചിട്ട് അയാൾ പുറത്തേക്കോടി മറഞ്ഞു. വാതില്ക്കൽ വന്ന് എത്തിനോക്കിയ ആമിനുമ്മ ഇരുട്ടിൽ നിന്ന് അയാളുടെ മറുവിളിമാത്രം കേട്ടു: "പൂ........ ഹെ....."

കട്ടപിടിച്ച ഇരുട്ടു പ്രഭാതത്തിന്റെ നേരിയ രശ്മികളിൽ അലിഞ്ഞു കൊണ്ടിരിക്കുകയാണ്. തെങ്ങിൻനിരകൾക്കപ്പുറത്തെങ്ങോ സൂര്യൻ മറഞ്ഞുകിടക്കുകയാണ്.

ചെറ്റവാതിലിൽ പറ്റിനിന്ന് ആമിനുമ്മ ഇരുട്ടിലേക്കു തുറിച്ചുനോക്കി. ബീരാൻ ഇരുളിന്റെ ഗർഭത്തിൽ മറഞ്ഞുകഴിഞ്ഞു. അയാൾ ഉൾപ്പുളക പ്പിടച്ചിലോടെ പാഞ്ഞുപോകയായിരിക്കും. എത്ര നാളായി കടലിന്റെ അല തുളുമ്പുന്ന വിരിമാറിൽ ഒന്നു ചാഞ്ചാടിക്കളിച്ചിട്ട്? ഇരുട്ടിലേക്കു തുറിച്ചു നോക്കിക്കൊണ്ട് ആമിനുമ്മ നിന്നപ്പോൾ അകന്നകന്നുപോകുന്ന അയാ ളുടെ നേർത്ത മറുവിളി കേട്ടു:

"പൂ........ഹെ....."

കടലിൽനിന്നു തണുത്ത കാറ്റടിച്ചുകൊണ്ടിരുന്നു. തിരകളുടെ ഗർജ്ജനം അന്തരീക്ഷത്തിൽ അലകളിളക്കിക്കൊണ്ടിരിക്കുകയാണ്. തുറന്ന ചെറ്റവാതിലിലൂടെ കടൽവെള്ളത്തിന്റെ നനവ് പുരണ്ട കാറ്റ് അകത്തേക്കു പാഞ്ഞുകയറി. അത് അവനെ കിടുകിടുപ്പിക്കുകയില്ലേ?

അവൾ ചെറ്റവാതിൽ ചാരിയിട്ട് അവന്റെ അരികിലേക്കു വന്നു. ആ കീറപ്പായയിൽ അവൾ മുട്ടുകുത്തിയിരുന്ന് അവന്റെ മുഖത്തേക്കു കുനിഞ്ഞുനോക്കി. ആ കൊച്ചുകണ്ണുകൾ ആവിയിൽ വെന്തപോലെ വാടിയിരിക്കുന്നു. തുറിച്ച കവിളെല്ലുകൾക്കിടയിൽ അവ ചുഴിഞ്ഞിറങ്ങി യിരിക്കുകയാണ്. അവയിൽ കത്തുന്ന പാരവശ്യം അവളെ എരിപൊരി കൊള്ളിച്ചു. അവൻ കഞ്ഞി കണ്ടിട്ട് ഒന്നുരണ്ടു നാളുകളല്ല കഴിഞ്ഞത്. ഒരു തുള്ളി മരുന്നും അകത്തു ചെന്നിട്ടില്ല. തോലിന്റെ നേരിയ പാടയിൽ പൊതിഞ്ഞ എല്ലുകൾ പാടപൊട്ടിച്ചു പുറത്തുചാടുമാറു തുറിച്ചു നിൽക്കുന്നു. വയർ അസ്ഥിയോടു നന്നേ പറ്റിച്ചേർന്നു കിടക്കുകയാണ്. ഒരു തുള്ളി ചോരയെങ്കിലുമില്ല. വെയിലിൽ വാടിയ ചെമ്പരത്തിപ്പൂപോലെ അവൻ തളർന്നുകിടക്കുകയാണ്.

ആമിനുമ്മ ഉമ്മറിന്റെ നെറ്റിയിൽ കൈവെള്ള പതിച്ചുനോക്കി. തല യോട് ഉരുകുന്ന ചൂടുണ്ട്. അവളുടെ കരൾ പൊള്ളിപ്പോയി. ഈ ചൂട് അവനു സഹിക്കാൻ കഴിയുമോ? അതിന്റെ കാളുന്ന ചൂളയിൽ അവൻ വെന്തുരുകിപ്പോകുകയില്ലേ? അവളുടെ ഇരുട്ടു പാഞ്ഞുകയറിയ കണ്ണു കളിൽ ചൂടുള്ള നീരുറഞ്ഞു. അതു കവിളുകളിലൂടെ നനവിന്റെ പാടു ണ്ടാക്കിക്കൊണ്ട് ഒഴുകി.

പ്രഭാതം വിടർന്നുവരികയാണ്. ചുവന്ന സൂര്യകിരണങ്ങൾ ഉലയുന്ന തെങ്ങിൻതലപ്പുകളിൽ കുങ്കുമം പൂശി. കടലിന്റെ വിരിമാറ് തെളിഞ്ഞു വന്നു. പൊൻപൂശിയ തിരകൾ പടിഞ്ഞാറെ ചക്രവാളത്തിൽനിന്നു തുടുത്തുയർന്നു കരയിലേക്കു കുതിച്ചണയുകയാണ്. അവരുടെ അട ക്കിയ ഗർജ്ജനം വായുവിൽ അലിഞ്ഞുചേർന്നു. കടലിനെ മൂടിയിരുന്ന നേരിയ മൂടൽമഞ്ഞുപടലം വെയിലിൽ അലിഞ്ഞലിഞ്ഞു ഇല്ലാതെയായി. കടലിലാകെ വെളിച്ചം വരുന്നു. പൊന്നുരുകിയപോലെ കടൽ

വെട്ടിതിളങ്ങിയപ്പോൾ അവൾ കണ്ടു, തിരകൾ തുടുത്തുയർന്നതിനപ്പുറം കറുത്ത നീർപ്പക്ഷികൾ പോലെ കടൽവഞ്ചികൾ ഉയർന്നും താഴ്ന്നും കിടക്കുന്നു.

വീണ്ടും അവൾ അവനെ തൊട്ടുനോക്കി. സഹിക്കാൻ വയ്യ. അവന്റെ മെയ്യുരുകുന്ന ചൂടുണ്ട്. അവളുടെ കണ്ണുകളിൽ ചുടുനീർ നിറഞ്ഞു തുളുമ്പി. അവന്റെ എല്ലു മുഴച്ച മാറിൽ അലിവോടെ തടവിക്കൊണ്ടിരുന്നപ്പോൾ വിസ്മൃതിയുടെ മൂടുപടം നീങ്ങി. ഓരോ രംഗങ്ങളും അവളുടെ ഓർമ്മയിൽ കിളിർത്തുവന്നു......

കടൽക്കരയിലെ ഒരു കുടിൽ.

കടൽക്കാറ്റിൽ കിരുകിരുപ്പോടെ ഞെരിഞ്ഞുതകർന്നു ശബ്ദമുണ്ടാക്കുന്ന മേൽപ്പുര. ചുറ്റും നിന്നു കടൽക്കാറ്റിലുലഞ്ഞു തെങ്ങുകൾ നൃത്തം ചെയ്യും. പാഞ്ഞടുക്കുന്ന അലകളുടെ നീരൊലിക്കുന്ന നാവുകൾ കരയെ നക്കിനക്കി അലിയിക്കും. കാറ്റിൽ എപ്പോഴും ഒരു കനത്ത മർമ്മരം ലയിച്ചു ചേർന്നുകൊണ്ടിരിക്കും.

അവൾ യുവതിയും സുന്ദരിയുമാണ്. വിങ്ങുന്ന മാറിടവും തുളുമ്പുന്ന നിതംബവും. ചോരച്ചുവപ്പും കനലിന്റെ എരിവുമുള്ള ചുണ്ടുകളിൽ അരിമുല്ല പൂത്തപോലെ പുഞ്ചിരി.

അയാൾ ദൃഢഗാത്രനാണ്. എണ്ണക്കറുപ്പിൽ കൊഴുത്ത മാംസ പേശികൾ. ഉന്മേഷം തിരളുന്ന കണ്ണുകളും ചുണ്ടുകളും. എന്തിനും അഭയം നൽകാൻ കരുത്തുള്ള വിരിമാറും. ആ പുഞ്ചിരി വിരിഞ്ഞു മിന്നുന്ന ചുണ്ടും കണ്ണും അവളെ കുളിരണിയിക്കും. ആ വിരിമാറിൽ അമർന്നു ഞെരിയുമ്പോൾ അവൾ പ്രപഞ്ചത്തെയാകെ മറന്നുപോകുന്ന ഒരനുഭൂതിയിൽ ലയിച്ചുപോകും. അങ്ങനെ മാറിലണച്ചു പിടിച്ചു, പൂവിന്റെ മൃദുലതയും കാന്താരിമുളകിന്റെ എരിവുമുള്ള ചുണ്ടിൽ ചുണ്ടു ചേർത്ത് അയാൾ അവളെ വിളിക്കും.

“കണ്ണേ!”

ആനന്ദത്തിന്റെ ഉന്നതമേഖലകളിലേക്കു പറന്നുയരുന്നതായി അവൾക്കനുഭവപ്പെടുമ്പോൾ ഹൃദയത്തിന്റെ അഗാധതയിൽനിന്ന് ആ ശബ്ദം കുമിളയിട്ടുയർന്നുപോകും:

“പൊന്നേ!”

കാട്ടുതേൻ തുളുമ്പുന്ന തടാകത്തിൽ പൊൻതോണിയേറിപ്പോകുന്നപോലെ സ്വപ്നസുന്ദരമായ ദിവസങ്ങൾ. പ്രപഞ്ചമാകെ മധുരിക്കുന്നതായി തോന്നി.

“താമരപ്പൂങ്കാവനത്തില് താമസിക്കുന്നോളെ.......”

അവളുടെ കണ്ണുകളിലേക്കു നോക്കി ആനന്ദകരമായ വിസ്മൃതിയിൽ ആണ്ടുപോകുന്ന അയാളുടെ പാട്ടാണിത്. അവൾ പുളകംകൊണ്ടു, കരളിൽ മഞ്ഞുതുള്ളികൾ ഇറ്റിറ്റായി പൊഴിഞ്ഞുവീഴുന്നപോലെ.

എങ്കിലും അവളുടെ സ്ത്രീത്വം പുഷ്പിച്ചില്ല. എത്രയേറെ കൊതിച്ചിട്ടും ഒരു കുഞ്ഞിന്റെ കിളിക്കൊഞ്ചൽ കേൾക്കാൻ അവൾക്കു കഴിഞ്ഞില്ല.

"പെണ്ണേ!"

രാവിന്റെ മരവിച്ച നിശ്ശബ്ദതയിൽ അയാളുടെ വിരിമാറിലമർന്നു ചൂടേറ്റു കിടക്കുമ്പോൾ അവൾ ആ മൃദുവായ വിളി കേട്ടു. അവൾ കണ്ണുകൾ വിരിയിച്ചു നോക്കി. ഇതളിൽ അവ മുത്തുകൾപോലെ തിളങ്ങി. ഇണ മെയ്യുരുമ്മുമ്പോൾ പുളകംകൊള്ളുന്ന അരിപ്രാവിന്റെ കൂജനം പോലെ മൃദുവായി അവൾ വിളികേട്ടു:

"ഓ!"

ചുരുളുചുരുളായി തഴച്ചു വളർന്ന മുടിയിൽ അയാൾ തഴമ്പിച്ച വിരൽ കോർത്തു വലിച്ചു. പിന്നെ അയാൾ അവളുടെ മൃദുവായ ചുണ്ടിൽ തടവി. പിന്നെ, നിലാവു മുത്തിയ വെള്ളത്തിൽ ചുഴി വിരിഞ്ഞപോലെ സുന്ദരമായ ആ കവിൾത്തടത്തിൽ ചുണ്ടു ചേർത്തുകൊണ്ട് അയാൾ പതുക്കെ ചോദിച്ചു:

"എന്താണിത്?"

"ഹേത്?"

"ഏത്ന്ന? എന്തേ നിനക്കൊരു കൊച്ചുമോൻ.......?"

എത്ര നാളായി ചോദിക്കുന്നു. പിന്നെയും അതുതന്നെ. അതു കേൾക്കുമ്പോൾ ഉള്ളം നോവും. ഒന്നു ചോദിക്കാതിരുന്നു കൂടേ? എങ്കിലും അവൾക്കത് ഇടയ്ക്കിടയ്ക്ക് കേൾക്കണം. എന്നിട്ടു മറുപടിയായി തേങ്ങിക്കരയണം. അവൾ ആ മാറിന്റെ വിരിവിൽ മുഖം നന്നേ ചേർത്തമർത്തി തേങ്ങിത്തേങ്ങിക്കരഞ്ഞു. കവിളുകളിലൂടെ ഒഴുകിവീണ കണ്ണീരിൽ അയാളുടെ മാറിടം മുങ്ങി. എന്നിട്ടും അവൾക്കു കരച്ചിൽ നിർത്താൻ കഴിഞ്ഞില്ല.

"എന്തേ കരയണ്?"

"ഹോ, എന്റള്ളാ!"

"എന്താണാമിനുമ്മാ?"

"അള്ളാ! ഞാമ്മരിച്ചെങ്കി......"

"എന്താണെന്ന് പറ പൊന്നേ!"

അവൾ അയാളെ മുറുകെ കെട്ടിപ്പിടിച്ചു. കവിളും മാറുമെല്ലാം കണ്ണീരിൽ മുക്കി. ഏങ്ങലിലൂടെ അവൾ ചോദിച്ചു:

"ങളെന്തിന് ഒരു പെറാത്ത പെണ്ണിനെ കെട്ടാമ്പോയി?"

അയാൾ അവളെ ജീവനേക്കാളധികം സ്നേഹിക്കുന്നു. അവളും അങ്ങനെതന്നെ. എങ്കിലും ജീവിതത്തിന് ഒരു പൂർണ്ണതയില്ല, ഒരു വലിയ

കുറവുള്ളതുപോലെ. അവളുടെ മുഖത്തെ ഭംഗിയേറിയ പ്രസാദഭാവം മന്ദം മാഞ്ഞുമാഞ്ഞ് ഇല്ലാതായി. അവിടെ കനത്ത നിഴൽ വീണു. ശരീരം ശോഷിച്ചുവരുന്നു. അയാൾക്കും പേടിയായി: "എന്താണള്ളാ, ഇത്?"

പ്രഭാതം വിരിയുന്നതിനുമുമ്പ് അയാൾ കടലിലേക്കു പോകും. തിരിച്ചുവരുന്നത് ഒട്ടുവളരെ കഴിഞ്ഞിട്ടാണ്. ചിലപ്പോൾ സന്ധ്യയ്ക്ക്. ദൂരദിക്കുകളിൽ വഞ്ചിയേറി പോകുമ്പോൾ തിരിച്ചുവരാൻ കുറെ വൈകും. വരുമ്പോൾ അയാൾക്കെന്തെങ്കിലും പറയാനുണ്ടാകും.

"ഞമ്മട കുഞ്ഞിയിറോസിന്റെ പെണ്ണ് ഒരൊന്നാന്തരം ആങ്കുട്ടീനെ പെറ്റു."

"ഇബ്രായിങ്കുട്ടിട കെട്ട്യോൾക്ക് ഡാക്കിടറെ കൊണ്ടോയിരിക്കണ്!"

"അദ്രമാന്റെ പെണ്ണ് പെറ്റത് പെങ്കട്ട്യാണെങ്കിലെന്തേയ്? വെല്ല മോശോംണ്ടാ?"

ഉള്ളിലേക്കു നോവു തിരിച്ചുകയറുന്നു. സഹിക്കാൻ വയ്യ. തല ചുറ്റി വീണുപോകുമെന്ന് ആമിനുമ്മയ്ക്കു തോന്നും. കണ്ണുകളിൽ തിളച്ച കണ്ണീർ ഊറിനിറയും. വേദന വിങ്ങുന്ന ഒരു തേങ്ങലോടെ അവൾ പറയും: "എല്ലാം ഞമ്മട യോഗം!"

'അവൾ നേർച്ചകൾ നേർന്നു. പള്ളിയിലേക്ക് ഒരു നല്ല തുക കൊടുക്കും. അവിടെ പരിശുദ്ധനബിയുടെ അനുയായികളെ അടക്കം ചെയ്ത 'ഖബറുക'ളുണ്ട്. ഒരു ദിവ്യനായ മുസലിയാരെക്കൊണ്ട് അവൾ ഉറുക്കെഴുതിച്ചു കുടിച്ചു. അറബിഭാഷയിൽ ദിവ്യസൂക്തങ്ങൾ 'പിഞ്ഞാണം എയ്തി' കുടിക്കുകയും ചെയ്തു. എങ്കിലും......'

അയാൾ കുപ്പായം പൊക്കി വയർ തടവി നോക്കിയപ്പോൾ അവൾ പിന്നേയും തേങ്ങിക്കരഞ്ഞു.

"ഒരു ഞണ്ടുകാലൻ കൊച്ചിനേങ്കിലും അള്ള ഞമ്മക്ക് തരൂലാന്ന് വാശി പിടിച്ചിരിക്കേണ്."

ഒടുവിൽ....ഒട്ടുനാൾ കഴിഞ്ഞപ്പോൾ....അവളുടെ ചുണ്ടിൽ പൊഴിഞ്ഞു പോയ പുഞ്ചിരി വീണ്ടും വിരിഞ്ഞു. മുമ്പത്തേക്കാൾ വെളിച്ചമുള്ള പുഞ്ചിരി.

"എന്തേ പെണ്ണേ?"

അവൾ കൂടുതൽ മധുരമായി പുഞ്ചിരി തൂകിക്കൊണ്ടു മെയ്യുരുമ്മി നിന്നു. മിണ്ടിയില്ല.

"എന്താണിത്ര അവസ്സ, പെണ്ണേ?"

അവൾ പൊട്ടിച്ചിരിച്ചുപോയി. എന്നിട്ട്, പൊട്ടു പിടിച്ച മാതിരി ഇരിക്കുന്ന അയാൾക്ക്, വളരെ ലജ്ജയോടെ അവൾ കുപ്പായത്തിന്റെ കീഴ്ഭാഗം ഉയർത്തിക്കാണിച്ചു.

അവിടെ തുടുപ്പുകൾ കിളിർക്കുന്നു!

കുറെ നാളുകൾക്കുശേഷം.......ആനന്ദകരമായ ഒരു വേദന കഴിഞ്ഞപ്പോൾ അവൾ അവന്റെ കരച്ചിൽ കേട്ടു. ഉള്ളമാകെ മധുരിച്ചു.

ബീരാൻ ഒരു പുതിയ സാൽവ തലയിൽ ചുറ്റിക്കെട്ടി പേറ്റുമുറിയുടെ വാതില്ക്കൽ വന്നു നിന്നു ലജ്ജയോടെ പറഞ്ഞത് അവൾ ഇപ്പോഴും ഓർക്കുന്നു:

"ചെക്കന്റെ പേര് ഉമ്മറ്ന്ന്"

"ഹ് ഓ ഠാാാ...............ഉമ്മാ!"

പെട്ടെന്ന് അവൾ പകൽക്കിനാവുകളിൽ നിന്നും ഞെട്ടിയുണർന്നു. അവൻ തീരെ അവശനായി ഞരങ്ങുകയാണ്.

"ന്തായി മോനെ?" അവൾ അവന്റെ ചൂടുള്ള നെറ്റിയിൽ കുനിഞ്ഞു ചുംബിച്ചു. എന്തു ഭയങ്കരമായ പൊള്ളലാണ്! അവനു ഞരങ്ങാൻപോലും ശക്തിയില്ല. കരിഞ്ഞ പൂവിതൾപോലെ. അവളുടെ കണ്ണിൽ വീണ്ടും നീരുറഞ്ഞു.

"ഇനിക്ക്.......ബേജാറിടുക്ക്ണ്....."

അവൻ ഞാഞ്ഞൂൾപോലെ പുളഞ്ഞു. അവൾ കണ്ണുകൾ ഇറുകെ അടച്ചുകളഞ്ഞു കാണാൻ വയ്യ. കരൾ ഉരുകുന്നു. തീരെ സഹിക്കാൻ വയ്യ. വേദനകൊണ്ടാണോ അവൻ അങ്ങനെ ഞരങ്ങുന്നത്? പൊള്ളൽ കൊണ്ടാണോ?

ആമിനുമ്മ കണ്ണു തുറന്നു. ഗർജ്ജിക്കുന്ന കടലിലേക്കു നോക്കി. ചീറിയടുക്കുന്ന തിരമാലകൾ കിളുർക്കുന്നതിനപ്പുറത്തേക്ക് അവൾ നോക്കി. അവിടെ ഒന്നുമില്ല. കറുത്ത പുള്ളിപോലുമില്ല. എല്ലാം അകലെയെങ്ങോ മറഞ്ഞുപോയോ? സഹിക്കാനാവാത്ത വേദനയോടെ അവൾ പറഞ്ഞു: "ന്റ മോനേ? നീയ്യൊന്നടങ്ങിക്കെടക്ക്! ബാപ്പ ഇപ്പവരും. എന്നിട്ടെന്റെ പൊന്നുമോനു മരുന്നും കഞ്ഞീം ഒക്ക......" ഗദ്ഗദംകൊണ്ടു വാക്കുകൾ അവളുടെ തൊണ്ടയിൽ തങ്ങിപ്പോയി..............

ഉന്മേഷമുള്ള ഒരു കൊച്ചുകുട്ടി. അവനു മാംസക്കൊഴുപ്പുള്ള സുന്ദരമായ ദേഹമുണ്ട്. ഇളംതുടുപ്പുള്ള കവിളുകളിൽ നുണക്കുഴികൾ. ബാപ്പയുടെ കയ്യിൽനിന്നു താഴെ അവൻ ഇറങ്ങാറില്ലെന്ന മട്ടാണ്. അയാൾക്ക് അവനെ ഇറക്കാനും മനസ്സില്ല.

"ഇവനെന്റെ മോനാണ്."

"എന്റ മോന? പത്തുമാസം ചോന്നു പെറ്റപ്പ ഒരാളവകാശത്തിനു വന്നേക്കണ്!"

"ഞാനിവനെ നിനക്കു തന്നെങ്കിലല്ലേ?"

"ഇനിക്കു തട്ടിപ്പറിച്ചെടുക്കാൻ കയ്യുണ്ടല്ലോ!"

അയാളുടെ ജീവിതത്തിന് ഒരുദ്ദേശ്യവും ലക്ഷ്യവുമുണ്ടായി. ഒരു പ്രിയപ്പെട്ട ജീവിയെ പോറ്റി വളർത്താനുണ്ട്. ചുമ്മാ ഇരുന്നാൽ പറ്റുകയില്ല.

നേരം തെളിഞ്ഞു വരികയായിരിക്കും. എങ്കിലും അയാൾ കണ്ണു തിരുമ്മി എഴുന്നേറ്റുകൊണ്ടു പറയും: "വെല്ലതുംണ്ടെങ്കിലിങ്ങട് താ!"

അവൾ എണീറ്റുചെന്നു തണുത്ത കഞ്ഞിയും കറിയും വിളമ്പിക്കൊടുക്കും. അതു കഴിഞ്ഞാൽ ഒരു നിമിഷം അയാൾ കാക്കുകയില്ല. തൊപ്പിക്കുടയും കാക്കിക്കുപ്പായവും ആറേഴു ബീഡിയുമെടുത്ത് ഇരുട്ടിലേയ്ക്ക് ഇറങ്ങി മറയും. പിന്നെ തിരിച്ചുവരവ് എപ്പോഴെങ്കിലുമാണ്. ആണ്ടി അരയന്റെ വഞ്ചിയിൽ അയാൾ മീൻപിടിക്കാൻ തുടങ്ങിയിട്ടു കൊല്ലങ്ങൾ കുറെയായി. എല്ലാവർക്കും കൊടുക്കുന്ന വീതം അയാൾക്കും കിട്ടും. ഇരുട്ടിൽ നിന്ന് അയാൾ കയറിവരുമ്പോൾ കിഴിയിൽ അരിയുണ്ടാകും. കൂടാതെ ചെറിയ പൊതികളിൽ ഉപ്പും മുളകും മകന്റെ ചുണ്ടുകളിൽ തിരുകിവെച്ചു കൊടുക്കാൻ മുഠായികളും.....

അവൻ വേഗം വളർന്നു, വസന്തത്തിലെ പൂമൊട്ടു വിരിയുന്നപോലെ. അഴകും ആരോഗ്യവുമുള്ള ഒരു ബാലൻ. കടപ്പുറത്തെ മറ്റു കുട്ടികളുടേതുപോലെ അവന്റെ തലമുടി ചെമ്പിച്ചതല്ല; കറുത്തു മിനുമിനുത്താണ്. കൊഴുത്ത അംഗങ്ങളുമുണ്ട്; അവൻ മെയ്യോടുരുമ്മി നില്ക്കുമ്പോൾ അവളുടെ ഉള്ളം കോരിത്തരിക്കും; അവന്റെ ചുണ്ടിലും കവിളിലും എത്ര മുത്തിയാലും അവൾക്കു തൃപ്തിയാവില്ല.

"ഉമ്മാട മോനങ്ങട് വളർന്നുപോയല്ല?"

കടപ്പുറത്തെ തരിമണലിൽ നിറയെ ചിപ്പികളുണ്ട്; മണൽവാരി കളിക്കാൻ അവനു കൊതിയുണ്ട്; അവൾ വിടുകയില്ല.

"കടലാണത്, ചെക്കാ! നീ പോണ്ട."

"എന്തേ പോയാല്?"

"കടലാണ്ന്ന്! തെര വന്നു മിണുങ്ങിക്കളേം!"

ബാപ്പ വരുമ്പോൾ അവനു നുണഞ്ഞിറക്കാൻ എന്തെങ്കിലും കരുതിയിരിക്കും. ഉമിനീരിൽ അലിഞ്ഞുപോകുന്ന മധുരസാധനങ്ങൾ ഓരോന്നോരോന്നായി എടുത്തു വായിൽവെച്ചു കൊടുത്തുകൊണ്ട് അവർ പറയും:

"മോനു മദിരം ഇച്ചിരിക്കൂട ബേണം, അല്ലേ?"

അവനെ ഒറ്റയ്ക്കു കിടത്തുകയില്ല. അവരുടെ നടുവിലാണ് അവന്റെ കിടപ്പ്. പാതിരയ്ക്കു ഭർത്താവു ചോദിക്കും:

"പെണ്ണേ, നീയ്യൊറങ്ങീലേ?"

"എന്തേ ചോദിച്ചത്?"

"അല്ല ഞാനോർക്കേണ്, ഇവന്റെ കാലത്തെപ്പറ്റി. ഇവൻ വെറും ഒരു കടലിപ്പോക്കു കാരനാവാമ്പാടുണ്ടോ?"

"പിന്നാരാവാനാണ്?"

"ചോയിക്കണെത് കേക്ക് പിന്നാരാവാണാന്ന്! ഉമ്മറിനു സ്വന്തം പറമ്പും പെരേംണ്ടാവും. നീ നോക്കിക്കോ!"

അവളുടെ ചുണ്ടിൽ ഇരുട്ടിൽ വെളിച്ചംചൊരിയുന്ന പുഞ്ചിരി വിരിഞ്ഞു. സ്വന്തം സ്ഥലവും വീടുമുള്ള സുന്ദരനായ ഒരു തരുണൻ!.....

കിട്ടുന്നതെല്ലാം മകനുവേണ്ടിയാണ്. അവനു പട്ടുടുപ്പുകൾതന്നെ വേണമെന്നു നിർബ്ബന്ധമുണ്ട്. ഇഷ്ടപ്പെട്ട ഭക്ഷണം കൊടുക്കുകയും വേണം. അവനെ പോറ്റാൻ തക്ക വരവില്ല. എങ്കിലും അവൾ ഒരുവിധം എല്ലാം സാധിച്ചുപോന്നു. ഒരു ചൊറിപോലും അവനു വരാൻ പാടില്ല. അവന് അസ്വസ്ഥത കണ്ടാൽ അന്നൊരു സമാധാനമില്ല.

"എന്തേ ചെക്കനൊറാങ്ങാത്തത്?"

"കണ്ണു തട്ടീരിക്കും. ചേർത്ത് കെടത്ത്."

കടൽപ്പുറത്തെ തരിമണലിൽ പൂനിലാവു അലയായി പെയ്യുമ്പോൾ അവർ മുറ്റത്തു വന്നിരിക്കും. ഹൃദയത്തിൽ ആനന്ദമാണ്. പൊൻകിനാക്കൾ വിരിഞ്ഞു നിറഞ്ഞു ഹൃദയം വിങ്ങും.

ഉമ്മ മകനെ ചുംബിച്ചുകൊണ്ട് അഭിമാനത്തോടെ പറയുകയാണ്:

"ന്റ മോന് ഇച്ചിരീം മീൻ നാറ്റംല്ല. അവനു നല്ല മണം!"

"കടലു കാണാത്ത ചെക്കനാണ്."

"അവൻ കടലീ പോവൂലേ?"

"ഇല്ല. അവനെന്തിനു കടലീ പോണ്? അവന് എല്ലാത്തിനും ഞാനുണ്ട്." അയാൾ വിരിഞ്ഞ മാറു തൊട്ടുകാണിച്ചു. അവൾ മകനെ മാറോടു ചേർത്തു മുറുക്കിപ്പിടിച്ചു. മുഖമാകെ ചുംബനങ്ങൾകൊണ്ടു മൂടി.....

അവൾ വീണ്ടും കിനാവുകളുടെ ലോകത്തുനിന്ന് ഇറങ്ങിവന്നു. അവൻ മന്ദം ഞരങ്ങിയെന്ന് അവൾക്ക് തോന്നി. അവൾ അവനെ തുറിച്ച കണ്ണുകളാൽ നോക്കി. വല്ലാതെ വിളർത്തിരിക്കുന്നു. നിമിഷംതോറും ശോഷിച്ചു ശോഷിച്ചുവരികയാണോ? അവസാനത്തെ ചോരത്തുള്ളികളും ആവിയായി പോകുകയാണോ? അവൾ നെടുവീർപ്പിട്ടപ്പോൾ, തിരമാലകൾ വന്നലച്ചപോലെ, മാറിടം ഉയർന്നമർന്നു.

ആമിനുമ്മ സായാഹ്നത്തിലെ വെയിലിൽ മുങ്ങിയ കടലിലേക്കു നോക്കി. അകലെ അകലെയായി ചില കരിംപുള്ളികൾ കാണുന്നുണ്ടെന്നു തോന്നി. അത്രമാത്രം ഉയരുകയും താഴുകയും ചെയ്യുന്ന തിരമാലകൾക്കപ്പുറം അവ മറയുകയും വീണ്ടും കാണപ്പെടുകയും ചെയ്തു.

അവൾ വീണ്ടും മുഖം തിരിച്ച് അവനെ നോക്കി. അവനു ഞരങ്ങാൻ പോലും ശക്തിയില്ല. ദേഹമാകെ പതയ്ക്കുന്നു. ചൂളയിൽ വേവുന്ന പോലെ. എല്ലും ഉരുകിപ്പോകും. അവൾ എരിപൊരികൊണ്ടു. എത്രനേരം കാത്തിരിക്കും? കൂടിക്കൊണ്ടിരിക്കുന്ന ചൂടിൽ അവൻ പൊരിയുകയാണ്. മിണ്ടാൻപോലും വയ്യ. അടുത്തിരുന്നാൽ പൊള്ളും.

അവളുടെ കണ്ണുകളിൽ ചുടുനീരുറഞ്ഞു. അതിൽ നിന്നു ചാലുകൾ കവിളുകളിലൂടെ പൊട്ടിയൊഴുകി.....

ഇളകിമറിഞ്ഞു ഗർജ്ജിക്കുന്ന കടൽ.

തിരമാലകൾ പർവ്വതാകൃതി പൂണ്ടു. ചക്രവാളത്തിൽ നിന്നു ക്രുദ്ധിച്ച മദയാനകളെപ്പോലെ തിരകൾ ഇളകിമറിഞ്ഞു പാഞ്ഞുവന്നു. തിരകൾ പൊട്ടിച്ചിതറിയുണ്ടായ നീർത്തുള്ളികൾ കടലിനു മീതെ തങ്ങിനിന്ന് ഒരു കനത്ത മൂടലുണ്ടാക്കി. വൃക്ഷങ്ങളെ ഞെരിച്ചുകൊണ്ട് കാറ്റു ചീറിയടിച്ചു. അന്തരീക്ഷം പ്രകാശിച്ചുകൊണ്ടിരിക്കുമെങ്കിലും, പെട്ടെന്നു കാർമേഘങ്ങളെ ഊതിപ്പറപ്പിച്ചുകൊണ്ടു കാറ്റു വീശും. പിന്നെ വലിയ അലർച്ചയോടെ മഴയും. കറുത്ത ആകാശവും കാറ്റും എല്ലാംകൂടി കടലിനെ ഇളക്കിമറിച്ചു. ചീറിയണഞ്ഞു തല്ലിച്ചിതറുന്ന തിരകളിൽ കര അലിഞ്ഞു പോയി.

എല്ലാ വഞ്ചികളും കരയിൽ കയറ്റി കമഴ്ത്തിയിട്ടു. ആരും കടലിലിറങ്ങിയില്ല. നോക്കുന്നിടങ്ങളിലെല്ലാം അലറിക്കുതിച്ചുവരുന്ന തിരമാലകൾ. കടലിനുമീതെ പുകപടലംപോലെ നീരാവി തങ്ങിനില്ക്കുന്നു. എല്ലാവരും കുടിലുകളിൽ കൂനിപ്പിടിച്ചിരുന്നു. വിറകുപൊടിയിൽ തീയിട്ടു ചൂടേൽക്കും. തണുത്ത കാറ്റും മഴയും ചീറിയടുക്കുമ്പോൾ രക്ഷപ്പെടാൻ അതേ ഒരു വഴിയുള്ളൂ. കടൽവെള്ളം തേട്ടിത്തേട്ടി കരയിലേയ്ക്ക് ഇരച്ചുകയറി. കുടിലിന്റെ തിണ്ണ അതിന്റെ നനവു തട്ടി അളിഞ്ഞു പോകും.

ഒന്നു രണ്ടാഴ്ചകളായിട്ടും കടൽ ശാന്തമായില്ല. ദൂരേയെങ്ങോ ശാന്തമായെന്നു കേട്ടു. ചിലർ വഞ്ചിയേറിപ്പോയി. മൂന്നാമത്തെ ദിവസം അമരക്കാരന്റെ ശവം കരയ്ക്കടിയുകയും ചെയ്തു. കടൽ ഉഗ്രമായ കോപത്തോടെ നാവുനീട്ടി കരയെ നക്കിനക്കിത്തീർക്കുകയാണ്.

ആദ്യത്തെ മൂന്നുനാലു ദിവസങ്ങളിൽ ബീരാൻ കടം വാങ്ങി പട്ടിണി കൂടാതെ കഴിച്ചു. പിന്നെ അതിനും വയ്യാതായി. കടൽക്കരയിലെ ഒരു കുടിലിലും കടൽ ഇളകിക്കിടക്കുമ്പോൾ തീപ്പുക കാണാറില്ല. എല്ലാവർക്കും വഞ്ചിയിറക്കിയില്ലെങ്കിൽ മുഴുപ്പട്ടിണിയാണ്. പിന്നെ ആരിൽ നിന്നാണ് കടം വാങ്ങുക? വഞ്ചിയുടമസ്ഥനിൽനിന്നു വലിയൊരു തുക മുമ്പേ പറ്റിയിരിക്കും.

ഉമ്മയും ബാപ്പയും മകനും കൂടി വിറകുകൊള്ളിക്കു തീ പറ്റിച്ചു ചുടേറ്റുകൊണ്ടു കൂനിക്കൂടിയിരുന്നു. ഉള്ളമാകെ കോച്ചി വിറയ്ക്കുകയാണ്. വയറ്റിൽ വിശപ്പിന്റെ മുരൾച്ചയും. അലറുന്ന കടലിന്റെ നേരിയ പ്രതിദ്ധ്വനിപോലെ. ചോരപോലും തണുപ്പിൽ കട്ടിയാകുന്നപോലെ അനുഭവപ്പെട്ടു. കുറെ നേരമിരുന്നു മരവിക്കുമ്പോൾ അയാൾ മൂടിപ്പുതച്ചു പുറത്തേയ്ക്കിറങ്ങും. കടലിലേക്കു നോക്കി ഏറെ നേരം നില്ക്കും. പിന്നേയും കുടിലിലേക്കുതന്നെ തിരിച്ചു വരും.

അടുപ്പിൽ കലം കയറ്റിയിട്ടു ദിവസങ്ങൾ കുറെയായി. ഉമ്മറിന്റെ ദേഹം ഉടയുന്നതു നെഞ്ചിടിപ്പോടെ അവൾ കണ്ടു. ചോര വറ്റുന്നു. കൊഴുത്ത അംഗങ്ങൾ എല്ലിക്കുന്നു.

"കഞ്ഞി താ, ബാപ്പാ?"

അവൻ ശാഠ്യംപിടിച്ചു. അവന് അങ്ങനെ മുമ്പു ശാഠ്യംപിടിക്കേണ്ടി വന്നിട്ടില്ല. അയാൾ അലറുന്ന കടലിലേക്കു നോക്കി. അതു തിളച്ചു മറിയുകയാണ്.

"മോനേ, കടലീ ചായി വീയട്ടെ."

കരയുടെ കുറെ ഭാഗം കടൽ നക്കിനക്കിത്തീർത്തു. തെങ്ങുകൾ കട പറിഞ്ഞു വീണു. പിന്നെയും വീണുകൊണ്ടിരിക്കുന്നു. കുടിലുകൾ നിന്നിരുന്നിടങ്ങളിൽ കടൽ കയറിനിന്ന് അലറുകയാണ്. അതു മറ്റു കുടിലുകളുടെ നേരെ അലറിക്കൊണ്ടു മുന്നോട്ടായുകയാണ്. ചിലപ്പോൾ ചീറിയടിക്കുന്ന കാറ്റിൽ കുടിലിന്റെ നുറുങ്ങിയ മേൽപ്പുര കരിയിലപോലെ പറന്നുപോകും.

ഉമ്മറിന്റെ മാറിൽ എല്ലുകൾ തുറിച്ചു. കവിളുകളിലെ തുടുപ്പ് ഒട്ടിമയർന്നു. അവിടെ കൂർത്ത എല്ലുകൾ ഉയർന്നു വന്നു. കണ്ണിലെ തിളക്കം മാഞ്ഞ് അവിടെ കനത്ത നിഴൽ വീണു.

"കഞ്ഞി താ! ല്ലേങ്കി പിടിച്ചു കടലിലെറിഞ്ഞേയ്ക്ക്."

അവൻ തേങ്ങിക്കരഞ്ഞു. അവർക്കു മിണ്ടാൻ കഴിഞ്ഞില്ല. നെടുവീർപ്പിൽ മാറ് ഉയർന്നമർന്നു. ബാപ്പ പിന്നെയും പറഞ്ഞു.

"മോനേ! കടലീ ചായി വീയട്ടെ."

പിന്നെയും ചൂടും പുകയുമില്ലാത്ത ദിവസങ്ങൾ. കടൽ ശാന്തമായില്ല. കരുതലില്ലാതെ വഞ്ചിയിറക്കിയ പലരുടേയും ശവങ്ങൾ ഒരു പ്രഭാതത്തിൽ കരയിൽ അടിഞ്ഞുകിടപ്പുണ്ടാകും. അയാൾ ചിലപ്പോൾ അഴുക്കുപുരണ്ട മേൽമുണ്ടു പുതച്ചു പുറത്തേയ്ക്കിറങ്ങും.

"ഞാനൊന്നെറങ്ങിട്ടു വരട്ടെ. വല്ലോരും രണ്ടു മുക്കാലു കടം തന്നെങ്കില്?"

പക്ഷേ തിരിച്ചുവരവ് ഒഴിഞ്ഞ കയ്യോടെയാണ്. മകൻ കഞ്ഞിക്കു വേണ്ടി വാവിട്ടു കരയുമ്പോൾ ഉമ്മ കമിഴ്ന്നുകിടന്ന് ഏങ്ങലടിക്കും; അയാൾ കടലിലേക്കു നോക്കിനിന്നു നെടുവീർപ്പു വിടും, വീണ്ടും നെടുവീർപ്പു വിടും.

മഴ പെയ്യുമ്പോൾ കുടിലിന്റെ മേൽക്കൂരയിലൂടെ വെള്ളം അകത്തേയ്ക്കു ചോർന്നുവീഴും.

അല്പംകൂടി കഴിഞ്ഞപ്പോൾ അവൻ കിടക്കുന്ന കീറപ്പായയിൽനിന്ന് എഴുന്നേൽക്കുന്നില്ല. ഉമ്മ തൊട്ടുനോക്കി; പിന്നെ ബാപ്പയും. കനലിന്റെ

ചൂടും വലിയ കിതപ്പുമുണ്ട്. കണ്ണുകളിൽനിന്നുപോലും ചൂട് പറക്കുന്നു.

രണ്ടുമൂന്നു ദിവസങ്ങൾ പനിച്ചുകിടന്നു. ഉമ്മയും ബാപ്പയും അവൻ കിടക്കുന്ന പായയിൽനിന്നും നീങ്ങിയില്ല. കടൽവെള്ളം കുടിലിന്റെ നേരെ തേട്ടിത്തേട്ടിവരുന്നു. ഒരു തുള്ളി മരുന്നും അവനു കിട്ടിയില്ല. മൂന്നാമത്തെ ദിവസം ഉമ്മ പൊയിലിനക്കരെയുള്ള ഏതോ വീട്ടിൽനിന്നു കഞ്ഞിവെള്ളം വാങ്ങിക്കൊണ്ടുവന്നുകൊടുത്തു, അത്രമാത്രം. പനി നിമിഷംതോറുമെന്നോണം ഏറിക്കൊണ്ടിരിക്കുന്നു. അയാൾ ഒരെത്തും പിടിയും കിട്ടാത്ത മട്ടിൽ കടലിന്റെ വിശാലതയിലേക്കു നോക്കി. അതിനി ശാന്തമാകുകയില്ലേ?

കടലിന്റെ കോപം ശമിച്ചില്ല. തെങ്ങുകൾ കടപറിഞ്ഞു പിന്നെയും വീണു. കുടിലുകൾ കടലിൽ ആണ്ടുപോയി. കര പിന്നെയും തേഞ്ഞു തേഞ്ഞുവരികയാണ്.

അവന്റെ ദേഹത്തിൽനിന്നു ചോര വറ്റി വറ്റി എല്ലുകൾ പുറത്തേക്കു മുനനീട്ടി; ദഹിപ്പിക്കുന്ന ചൂടുണ്ട്. മിണ്ടാനും അനങ്ങാനും ശേഷിയില്ല, നാവു തളർന്നു കുഴഞ്ഞുപോയി. വയർ അസ്ഥിയിൽ പറ്റിപിടിച്ചിരിക്കുകയാണ്. തുറിച്ചുവരുന്ന എല്ലുകൾ തോലു പൊട്ടിച്ചു പുറത്തു ചാടുമെന്നു തോന്നി.

"അതിന്റെ കരളുരുകുന്നതും നോക്കിയിരിക്കേയാണ്?" തേങ്ങിക്കരഞ്ഞുകൊണ്ട് അവൾ ചോദിച്ചു. അയാൾ അവളുടെ മുഖത്തേക്കു നോക്കി നെടുവീർപ്പിട്ടു. അയാളെന്തു ചെയ്യാനാണ്? കടത്തിനുവേണ്ടി അയാൾ പരക്കംപാഞ്ഞു. പക്ഷേ ആരുടെ പക്കലും കാശില്ല. എല്ലാവർക്കും പട്ടിണിയും കടവുമുണ്ട്.

മീൻപിടുത്തക്കാർ സംഘംചേർന്നു 'റാത്തീബ്' ചൊല്ലി. പള്ളിയിലേയ്ക്ക് ഒരു വലിയ സംഖ്യ നേർച്ച നേരുകയും ചെയ്തു. എങ്കിലും കടൽ അലറിക്കൊണ്ടേയിരുന്നു. കുടിലുകളിൽനിന്നു പുകച്ചുരുളുകൾ ഉയർന്നില്ല. അടുപ്പുകൾ കടൽവെള്ളം കയറി ചുളിഞ്ഞുകിടന്നു.

ഉമ്മറിനു കൂടക്കൂടെ ബോധക്കേടുണ്ട്. കണ്ണുകൾ ഉരുണ്ടുരുണ്ടു തലയോട്ടിയിലേക്കു നൂണു പോകുന്നതായി തോന്നും. നാവനങ്ങുകയില്ല.

എല്ലാവരും പായയിൽ ചുരുണ്ടുകൂടി തളർന്നുകിടന്നു കടലിന്റെ ഭ്രാന്തുപിടിപ്പിക്കുന്ന അലർച്ച പിന്നെയും മുഴങ്ങി.

"മോനേ!" രാത്രിയുടെ മദ്ധ്യത്തിൽ ഉമ്മ മകനെ വിളിച്ചു. അവൻ മിണ്ടിയില്ല, അനങ്ങിയുമില്ല. ദേഹത്തിന് എരിയുന്ന കനലിന്റെ ചൂടുണ്ട്. ശക്തിയേറിയ കിതപ്പും. കണ്ണുകൾ മുക്കാലും അടഞ്ഞു കിടക്കുന്നു. അവൻ എരിഞ്ഞെരിഞ്ഞു ചാമ്പലാകുമോ? അവളും അയാളും ഉറങ്ങാതെ

കാത്തിരുന്നു. അവൾ അവന്റെ പൊള്ളുന്ന മെയ്യിൽ അലച്ചു വീണ് ഏങ്ങലടിച്ചു.

"മോനേ! നീ മുണ്ടാത്തതെന്തേ?"

ബാപ്പ മൂകമായി നോക്കിയിരുന്നു, അയാളുടെ കണ്ണുകളിൽ കണ്ണീർ ഉറവ പൊട്ടി, പാതിരാ കഴിഞ്ഞു. കോഴി കൂകി. എന്നിട്ടും അവനു ബോധം വീണില്ല. കണ്ണീർ ചളിഞ്ഞ തിണ്ണയിൽ ഉരുണ്ടുരുണ്ടു വീണു, അങ്ങനെ പാതിരാവിനെ പകലാക്കി ഇരിക്കുമ്പോൾ......കടപ്പുറത്തെ അന്തരീക്ഷമാകെ വിറകൊള്ളുമാറ് നീണ്ടുനിന്ന ആ ആർപ്പുവിളി കേട്ടു.

"പൂ........പൂ..........ഹെ....."

ആമിനുമ്മ മകനെ വീണ്ടും വീണ്ടും തൊട്ടുനോക്കി. തൊടാൻ വയ്യ, തൊടുമ്പോൾ ഞരമ്പുകളിലൂടെ ഇരുമ്പുരുക്കിയ നീർപോലെ എന്തോ ഇരച്ചൊഴുകുന്നു. തേൾക്കുത്തേറ്റപോലെ ഒരസ്വസ്ഥതയും.

"മോനേ!"

ശബ്ദമില്ല. കണ്ണുകൾ മുക്കാലും കൂമ്പിയിരിക്കുന്നു. കൂടുകൂട്ടിയ നെഞ്ച് ഉലപോലെ കിതയ്ക്കുന്നു.

കടൽപ്പുറത്ത് എന്തോ ശബ്ദങ്ങൾ കേട്ടു. വഞ്ചികൾ കരയ്ക്കണഞ്ഞോ? ആഹ്ലാദകരമായ ശബ്ദം പിന്നെയും ഉറക്കെയുറക്കെ കേട്ടു. ഇരുട്ടിന്റെ മൂടുപടം ഇറങ്ങിവരികയാണ്. കനത്ത ഇരുട്ടിലേയ്ക്ക് അവൾ തുറിച്ചുനോക്കി.

അവൾ പായിൽ കമിഴ്ന്നുവീണു മകനെ വീണ്ടു കുലുക്കിവിളിച്ചു:

"മോനേ! നീ മുണ്ടാത്തതെന്തേ?"

കനത്ത ഇരുട്ടിൽനിന്നു കൊടുങ്കാറ്റുപോലെ ബീരാൻ കുടിലിനുള്ളിലേയ്ക്കു പാഞ്ഞുകയറി.

വിയർപ്പുതുള്ളികൾ പൊട്ടിപ്പൊതിഞ്ഞ തലയിൽ വലിയ ഒരു മുണ്ടിൻകിഴിയുണ്ട്. അതിൽ അരിയും ഉപ്പും മുളകും കറിക്കുള്ള മീൻപൊതിയുമുണ്ട്. കയ്യിൽ ഒരു കൊച്ചു മരുന്നുകുപ്പിയും. ബാർലിയുടെ ഒരു പൊതി കക്ഷത്തിൽ തിരുകിയിരിക്കുന്നു.

മുറിയിൽ വെളിച്ചമില്ല. അയാൾ ഞെട്ടലോടെ കട്ടപിടിച്ച ഇരുട്ടിൽ തുറിച്ചുനോക്കി. എന്നിട്ടു പാഞ്ഞുചെന്നു തകരച്ചിമ്മിനി തപ്പിപ്പിടിച്ചു. മടിയിൽനിന്നു തീപ്പെട്ടിയെടുത്തുരച്ചു തീകൊളുത്തി.

പുറത്തു ചാടുമാറു തുറിച്ച കണ്ണുകൾകൊണ്ട് അയാൾ നോക്കി. ഉള്ളിൽനിന്ന് എന്തെല്ലാമോ കത്തിയെരിഞ്ഞ തീനാളങ്ങൾ മേലോട്ടുയരുന്നപോലെ തോന്നി. കരളിൽ പഴുത്ത കൂരമ്പുകൾ കുത്തിത്തറയ്ക്കുന്നപോലെയും.

ബോധശൂന്യയായി കമിഴ്ന്നു കിടക്കുന്ന ഉമ്മ ഒരു വശത്ത്; അരികെ മകൻ......

അയാൾ ഒരലർച്ചയോടെ പായിൽ അലച്ചു വീണു. അവനെ തിരിച്ചും മറിച്ചും നോക്കി.

മുക്കാലും കൂമ്പിയ ആ കൊച്ചുമിഴികളിലൂടെ എറുമ്പുകൾ ചാലിട്ടിരിക്കുന്നു. പിളർന്ന കൊച്ചുവായിലൂടെ കടൽപ്പതപോലെ എന്തോ പുറത്തേക്കുറഞ്ഞുകൂടിയിരിക്കുന്നു. എല്ലുകൾ തുറിച്ചുനിൽക്കുന്ന ദേഹം മഞ്ഞുകട്ടപോലെ...........

"മോനേ! നീ ചതിച്ച?"

അപ്പുറം അറ്റമില്ലാതെ പരന്നുകിടക്കുന്ന കടൽ അലകളുടെ അമ്മാനമാടിക്കൊണ്ട് ആർത്തുചിരിച്ചു.

■

ഖുർആനും ബൈബിളും

മിനുമിനുപ്പുള്ള ചുരുളുകൾ വടിവിൽ ചീകി കെട്ടിവെച്ച തലമുടിയും അതിൽ പുഞ്ചിരിതൂകുന്ന വെള്ളറോസാപ്പൂവും......നിലാവിന്റെ നിറമുള്ള കവിളുകളിൽ മഴവില്ലുപോലെ പൊട്ടിവിരിയുന്ന നുണക്കുഴികൾ...... ചോരതുടിച്ചുവരുന്ന ചുണ്ടുകളിലും നീലമിഴികളിലും ഉദിച്ചുനില്ക്കുന്ന പൂനിലാവ്.....നെടുവീർപ്പു വിടുമ്പോൾ സംഭ്രമം കൊള്ളുന്ന വിങ്ങി ത്തുടുത്ത മാറിടം........

വലത്തുവശത്തെ കസേരയിലേക്ക് ചരിഞ്ഞുനോക്കി അങ്ങനെ ഇരിക്കുമ്പോൾ ജബ്ബാർ സകലതും മറവിയിലാഴ്ത്തുന്ന ഒരാനന്ദത്തിൽ ലയിച്ചുപോകും. താൻ പകൽക്കിനാവു കാണുകയാണോ? കരൾമിടിപ്പിനു വേഗമേറും. ആ ഇളംനീലസ്സാരിയിലെ പുള്ളികൾക്കുപോലും എന്തൊരു വശ്യമായ അഴകാണ്! കാറ്റു തട്ടുമ്പോൾ വിറകൊള്ളുന്ന തലമുടി ചുരുളു കളിൽനിന്നു നല്ലൊരു വാസന പുറപ്പെടുന്നു. അതയാൾ വിടർന്ന മൂക്കു കൊണ്ട് ഊറ്റിയൂറ്റി കുടിച്ചു.

മുമ്പൊരു ദിവസം ഹെഡ് ക്ലാർക്ക് പറഞ്ഞത് അയാൾ ഓർത്തു: "പുതിയ ഒരു കൃസ്ത്യൻ ലേഡിക്ലാർക്കിനെ ഇവിടെ നിയമിച്ചിട്ടുണ്ട്. മാർച്ച് ഒന്നുമുതൽ. സലീന എന്നാണത്രേ പേര്!"

അന്നയാൾ അതു തെല്ലും കാര്യമാക്കിയില്ല. വലതു വശത്തെ കസേര യിൽ പല ക്ലാർക്കുകളും വന്നിരുന്നു യന്ത്രം പോലെ ജോലിചെയ്തിട്ടുണ്ട്. അതിൽ സ്ത്രീകളും ചിലപ്പോഴൊക്കെ ഇരുന്നിട്ടുണ്ട്. ഒരു സലീനകൂടി വരുന്നെങ്കിൽ അതിനിത്ര പ്രത്യേകതയെന്താണ്?

മാർച്ച് ഒന്നാംതീയതി ചുണ്ടിലും കണ്ണിലും പൂനിലാവുമായി സലീന വന്നു. ജബ്ബാറിന്റെ വലതുവശത്തുള്ള കസേരയിൽ അവൾ ഇരുന്നു. ചുരുളുചുരുളായി ചീകി കെട്ടിവെച്ച ഇരുണ്ടു മിനുത്ത തലമുടിയും അതിൽ നിന്നു പരിമളം തൂകുന്ന വെള്ളറോസാപ്പൂവും......കവിളിൽ നിലാവു മുകർന്ന ഒഴുക്കുവെള്ളത്തിന്റെ രോമാഞ്ചംപോലെ അഴകുള്ള നുണക്കുഴി കൾ.....നീലമിഴികളുടെ കോണുകളിൽ പൊൻകിനാവ് ഉമ്മ വെയ്ക്കുന്നു.

മാർച്ച് ഒന്നാം തീയതി മുതലാണ്, വലതുവശത്തെ കസേരയിൽ പൊട്ടി വിരിഞ്ഞ ആ മഴവില്ലിനെ ഒളിഞ്ഞു നോക്കുന്ന രോഗം അയാളെ

ബാധിച്ചത്. കണ്ണെടുക്കാൻ സാദ്ധ്യമാകുന്നില്ല. തുടിച്ചുയരുന്ന കരൾ അടക്കിയിട്ടും അടങ്ങുന്നില്ല. അങ്ങനെ നോക്കിയിരിക്കുമ്പോൾ അയാൾ എല്ലാംതന്നെ മറന്നുപോകും. മേലാകെ രോമാഞ്ചമണിയുന്നു.

വലിയ നാണക്കാരിയാണ്. തൊഴിലിൽ വലിയ പരിചയമില്ല. ആദ്യമായി പ്രവേശിച്ചതാണ്. നിവർത്തിവെച്ച തടിയൻ പുസ്തകത്തിൽ ചുമ്മാ കുനിഞ്ഞുനോക്കി ഒന്നും ചെയ്യാനറിയാതെ പേനയുടെ കട കടിച്ചുകൊണ്ടുള്ള ആ ഇരുപ്പ് അയാളെ രസംപിടിപ്പിച്ചു. എത്ര നേരം ഇരിക്കുമെന്നറിയാമല്ലോ! പക്ഷേ ആൾ വലിയ ലജ്ജാശീലയാണെങ്കിൽക്കൂടി, അയാളുടെ നേരെ ചരിഞ്ഞുനോക്കി മടിച്ചു മടിച്ചു മൃദുസ്വരത്തിൽ ചോദിച്ചു: "ഇതെങ്ങനെ ഫയലിൽ ചേർക്കണമെന്ന് ഒന്നു പറഞ്ഞു തരാമോ?"

ചുണ്ടുപൊട്ടിവിരിയാൻ വെമ്പുന്ന ആഹ്ലാദം കടിച്ചമർത്തി നിർത്തിക്കൊണ്ട് അയാൾ സാവധാനം വിവരിച്ചുകൊടുത്തു. മൂളി മൂളി അവൾ കേട്ടു. അവൾക്കൊന്നും അറിഞ്ഞുകൂടാത്തതുകൊണ്ടു പഠിപ്പിച്ചേ അടങ്ങു എന്ന ശാഠ്യമുള്ളപോലെ അയാൾ പിന്നെയും പ്രവർത്തനരീതി വിവരിച്ചുകൊടുത്തു. അവസാനം തെളിഞ്ഞുവന്ന മന്ദഹാസത്തോടെ അവൾ ചുണ്ടനക്കി: "വളരെ നന്ദി!"

പിന്നെ പലപ്പോഴും അവൾ അയാളുടെ സഹായം തേടിയിട്ടുണ്ട്. ഒരിക്കൽ പറഞ്ഞാൽ മനസ്സിലാകുന്ന സ്വഭാവക്കാരിയാണെങ്കിലും പുതിയതരം ജോലികൾ മുമ്പിൽ വന്നുകൂടുമ്പോൾ തെല്ലു വൈമനസ്യത്തോടെ പറയാതിരിക്കുകയില്ല: "ദേ, ഇതുകൂടി ഒന്നു പറഞ്ഞുതന്ന് ഉപദ്രവമൊഴിച്ചേക്കൂ!"

അയാൾക്കതു കേൾക്കൽ ആഹ്ലാദകരമാണ്. അങ്ങനെ തിരിഞ്ഞുനോക്കി പറയുമ്പോൾ ആ നീലമിഴികളിൽ പ്രകാശമുദിക്കും. നിലാവുമുകർന്ന നീലക്കടൽപോലെ തോന്നും. കാട്ടുപനിനീർപ്പൂവിതളിന്റെ അഴകും മാർദ്ദവവുമുള്ള കവിളുകളിൽ നുണക്കുഴികൾ പൊട്ടിവിരിയും. ഇരുണ്ട ചുരുൾമുടിക്കെട്ടു മന്ദം ഉലഞ്ഞു വാസനയുതിരും. കരൾമിടിപ്പിന് ഇമ്പവും വേഗവും കൂട്ടുന്ന ആനന്ദകരമായ ഒരു വിസ്മൃതിയിൽ അയാൾ ലയിക്കുകയും ചെയ്യും.

ഒരു ദിവസം വൈകുന്നേരം ജോലിതീർന്നു പോകുമ്പോൾ അയാൾ ചോദിച്ചു: "സ്വദേശം ഏതാണ്?"

ചിരിച്ചുകൊണ്ട് അവൾ നാടിന്റെ പേർ പറഞ്ഞു.

"ഓ! അമ്പതോളം നാഴിക ദൂരമുണ്ടല്ലോ! ഇവിടെ.....?"

"ഒരു പരിചയക്കാരിയുടെ കൂടെയാണ്. മൂന്നു നാഴിക ദൂരെ."

ശമ്പളം കുറച്ചേയുള്ളൂ. അതിൽ വലിയൊരു പങ്കു ഭക്ഷണത്തിനും മറ്റുമായി താമസിക്കുന്ന വീട്ടിൽ കൊടുക്കണം. ബാക്കിയുള്ള ചെറിയ

സംഖ്യ പിടുങ്ങിയാണ് വീട്ടിലേക്കയയ്ക്കാറ്. അവിടെ മൂന്നു അനുജത്തിമാരും സ്കൂളിൽ പഠിക്കുന്ന രണ്ടു ചെറിയ സഹോദരന്മാരും അപ്പനും അമ്മയുമുണ്ട്. അവളുടെ ജോലിയിൽനിന്നുള്ള ആദായത്തെ ആശ്രയിച്ചു വേണം അവർക്കു ജീവിക്കാൻ. മാസത്തിൽ ഒരിക്കൽ അവൾ നാട്ടിൽ പോകും.

ഒരു ദിവസം അവൾ പറഞ്ഞു: "നിങ്ങളോട് എനിക്കുള്ള കടപ്പാടു തീർത്താൽ തീരാത്തതാണ്. ഞാനതു മറക്കില്ല. ജോലിയിൽ എനിക്കൊരു പരിചയവുമില്ലായിരുന്നു."

ചിരിച്ചുകൊണ്ട് അയാൾ ചോദിച്ചു: "കടം വീട്ടാൻ ഭാവമുണ്ടോ?"

"വീട്ടിത്തീർക്കാനാകാത്ത കടമല്ലേ?"

അവളും അയാളും ചിരിച്ചു. അവളുടെ തുടുത്ത ചുണ്ടുകളിൽ നിലാവുദിച്ചപോലെ തോന്നി; കവിളിൽ മഴവില്ലും.

അവൾ ഇതറിയുന്നുണ്ടോ?

ജബ്ബാറിന്റെ കരൾത്തുടിപ്പുകൾക്കു പിന്നെയും ഇമ്പവും വേഗവും കൂടുകയാണ്. എപ്പോഴും വിഷാദാത്മകമായ ഒരു മൗനഭാവം. കിനാവു കാണുന്നപോലെ. വലതു വശത്തെ കസേരയിലേക്ക് ഒളിഞ്ഞു നോക്കാതെ ഒന്നും ചെയ്യാൻ വയ്യ. എന്നാലും അവൾ നോക്കുന്നില്ല. അവൾക്കു നോക്കിയാലെന്താണ്? എപ്പോഴും ആ നല്ല കണ്ണുകൾ മലർന്നിരിക്കുന്ന തടിയൻ പുസ്തകങ്ങളിലാണ്. എങ്കിലും ഇടയ്ക്കു കണ്ണുകൾ തമ്മിലിടയാറുണ്ട്. ആ നീലിമ പുരണ്ട മിഴികളിലേക്ക് അയാൾ നോക്കും. ഒരു നിമിഷംമാത്രം അവൾ ലജ്ജയുടെ പുളകത്തോടെ വെട്ടിത്തിരിഞ്ഞുകളയും. കൺകോണുകളിലൂടെ അയാൾ നല്കിയ സന്ദേശം അവൾ ഗ്രഹിച്ചിരിക്കുമോ?

മനസ്സ് ഉൽക്കണ്ഠാകുലമായി. നേരിയ വേദന.

ആരുമാരുമായി കൂട്ടുകൂടി നടക്കുന്ന ശീലമല്ല അവളുടേത്. ജോലി കഴിഞ്ഞാൽ ഉടൻ പോകും. മൂന്നു നാഴിക നടക്കാൻ ഇത്ര ധൃതിയിൽ പോകേണ്ടതില്ലെന്നു തെല്ല് ഈർഷ്യയോടെ അയാൾ മനസ്സിൽ കരുതി. സ്ത്രീകളായാലും മനുഷ്യനുമായി കുറച്ചൊക്കെ ഇടപെടണം. ആപ്പീസിൽ ജോലി ചെയ്യുമ്പോൾ എങ്ങനെയാണ് വല്ലതും പറയുക? ആരെങ്കിലും ശങ്കിക്കുകയില്ലേ?

സഹിക്കാൻ കഴിയാതായപ്പോൾ എല്ലാം ഒതുക്കിവെയ്ക്കുന്നതും തീരെ പ്രയാസമായി അയാൾക്കു തോന്നി.

ജോലി കഴിഞ്ഞ് ഒരുമിച്ചാണ് അല്പദൂരം പോവുക. അധികം സംസാരിക്കുകയില്ല. പിരിയുമ്പോൾ അവൾ മന്ദഹസിച്ചുകൊണ്ടു ചോദിക്കും: "പോകട്ടെ?"

അന്നു രണ്ടുപേരും ഒരുമിച്ചു നടന്നു. അയാൾ ഒന്നും മിണ്ടിയില്ല. അവൾ ഒരു ഇംഗ്ലീഷു ചിത്രവാരിക മറിച്ചു നോക്കിക്കൊണ്ടു നടന്നു. എങ്കിലും മിണ്ടിക്കൂടെന്നുണ്ടോ? അയാൾ മുഖം വീർപ്പിച്ച് ഒരക്ഷരം മിണ്ടാതെ നടന്നു. പിരിഞ്ഞു പോകണ്ട ദിക്കിലെത്തിയപ്പോൾ അവൾ ചോദിക്കുകയാണ്: "പോകട്ടെ?"

എത്ര ശ്രമിച്ചിട്ടും ഈർഷ്യ അടക്കാൻ കഴിഞ്ഞില്ല. നിവർന്നുനിന്നു തുറിച്ചുനോക്കിക്കൊണ്ട് കോപത്തോടെ അയാൾ വിളിച്ചു: "സലീന!"

ഇംഗ്ലീഷ്വാരിക അടച്ചിട്ട് അവൾ അയാളെ പരിഭ്രമത്തോടെ നോക്കി. ഈ തരംമാറ്റത്തിന് അവൾ എന്തു ചെയ്തു?

മറ്റൊരിടത്തേക്ക് നോക്കിക്കൊണ്ട് അയാൾ പറഞ്ഞു: "പുറത്തു വെച്ചും സ്ത്രീകൾ പുരുഷന്മാരോടു മിണ്ടാറൊക്കെയുണ്ട്. ആരും വിലക്കിയിട്ടില്ല."

ആദ്യം അവൾ കുറച്ച് അമ്പരന്നു. പിന്നെ, ചുണ്ടുകളിൽ പുഞ്ചിരി വിരിഞ്ഞുവരുന്നതു കണ്ടു. അവൾ ചോദിച്ചു: "ഞാനെന്തു മിണ്ടണം?"

"ഒന്നും മിണ്ടാനില്ലാതായോ?"

"ചിലരുടെ മുമ്പിൽ മിണ്ടാൻ കഴിയാതെ വരുന്നു."

ഉള്ളു കുളിരുന്നപോലെ അയാൾക്കു തോന്നി എങ്കിലും കോപം നടിച്ചുകൊണ്ടു തുറിച്ചുനോക്കി. എന്നിട്ടു പറഞ്ഞു: "സ്ത്രീകളും പാർക്കിൽ വരാറുണ്ട്. ഒരാളെമാത്രം കാണാറില്ല....."

"ആരാണ്?"

"പേരു സലീന എന്നാണ്. മനസ്സിലായോ?"

ഊറിവന്ന ചിരിയോടെ അവൾ ചോദിച്ചു: "ഞാൻ വരണോ?"

അയാൾ മിണ്ടാതെ അകലേക്കു നോക്കിനിന്നു. അവളും മിണ്ടിയില്ല. തെല്ലുകഴിഞ്ഞ് അയാൾ ചോദിച്ചു: "നാളെ പാർക്കിൽ വരുമോ?"

"പെണ്ണുങ്ങൾ ലേഡീസ്പാർക്കിലല്ലേ പോകാറ്?"

"ലേഡീസ്പാർക്ക്? പോയിത്തുലയട്ടെ! സലീന വരുമോ?"

അയാളുടെ മുഖത്തേക്കു നോക്കി ചിരിച്ചുകൊണ്ട് അവൾ ചോദിച്ചു: "എന്തിന്?"

"കാര്യമുണ്ട്."

"പാർക്കിൽ തമാശയല്ലേയുള്ളൂ?"

"കളി കളയൂ, വരുമോ?"

"ഞാൻ വരണോ?"

"വേണം! ഞാൻ കാത്തിരിക്കും."

അവൾ ചിരിച്ചു; അയാളും. അപ്പോൾ അവൾ പറഞ്ഞു: "കോപിക്കാൻ വശമില്ല?"

"ഒരാളോടുമാത്രം"

അയാൾ ചിരിച്ചുകൊണ്ട് അവളുടെ കണ്ണുകളിലേക്കു നോക്കി. അവൾ മുഖം തിരിച്ചുകളഞ്ഞു. എങ്കിലും കണ്ണുകൾ പ്രകാശിക്കുന്നത് അയാൾ കണ്ടു. നക്ഷത്രങ്ങൾപോലെ.

കുറെ കഴിഞ്ഞ് അവൾ ചോദിച്ചു: "പോകട്ടെ?"

"സമ്മതമില്ല. എങ്കിലും....."

"ചിരിയോ?"

"ഓ!"

അവൾ പാർക്കിൽ വന്നു.

വലിയ അമ്പരപ്പുണ്ട്. വിലക്കപ്പെട്ട പ്രവൃത്തി ചെയ്യുന്ന ഭാവമാണ്. അപരിചിതയെപ്പോലെ ഇരുന്നുകൊണ്ടു മുഖത്തിനെതിരെ നിവർത്തിപ്പിടിച്ച ഒരു ചിത്രവാരികയിൽ നോക്കുന്നതായി നടിച്ചു. അയാൾക്കു ചിരി വന്നു. എത്ര നേരമായി ഒരുചിത്രത്തിൽതന്നെ നോക്കിക്കൊണ്ടിരിക്കുന്നു!

"വളരെ ധൃതഗതിയിലാണല്ലോ?" അയാൾ ചിരിച്ചുകൊണ്ടു പറഞ്ഞു.

അവൾ ഒളിഞ്ഞുനോക്കി പതുക്കെ പറഞ്ഞു: "അല്ലാതെങ്ങനെയാണ്? ആളുകൾ കുശുകുശുത്തുതുടങ്ങും."

"പേടിയാണോ?"

"പിന്നില്ലേ?"

എന്നിട്ട് അവൾ ചിരിച്ചു; അയാളും.

"ഞാൻ വലിയ ധീരനാണ്. അതുകൊണ്ട്......"

"ഞാൻ പേടിക്കണ്ട എന്നായിരിക്കും?"

"മേലിൽ ഞാൻ പകുതിയേ പറയുകയുള്ളൂ."

"അതെന്താണ്?"

"പകുതി ശരിയായി ഊഹിച്ചെടുക്കാൻ ആളുണ്ടല്ലോ?"

അവൾ പൊട്ടിച്ചിരിച്ചു. ചെറിയ പളുങ്കുമണികൾ ഉതിർന്നു വീഴുന്ന പോലെ ഇമ്പമായി.

ആരും സംസാരം കേൾക്കരുതെന്ന് അവൾക്കു നിർബ്ബന്ധമുണ്ട്. ഹാന്റ്ബാഗും ക്യാമറയുമൊക്കെ തൂക്കിയിട്ട് സൊള്ളിക്കൊണ്ട് ഓരോരുത്തർ അടുത്തുവരുന്നതു കാണുമ്പോൾ അവൾ പറയും: "നമുക്കു തെല്ലു നീങ്ങിയിരിക്കാം."

"നല്ല സ്ഥലം ഇതല്ലേ?"

"ഇതു വേണ്ട. ചുറ്റും ആൾക്കാർ വന്നു നിറയും. അങ്ങോട്ടു നീങ്ങിയിരുന്നാലെന്താണ്?"

"വലിയ ചിന്താശീലയാണ് അല്ലേ?"

അവൾ ഒഴിഞ്ഞ സ്ഥലത്തേയ്ക്കു മാറിയിരിക്കും. അവൾ അധികമായി മിണ്ടാറില്ല. എപ്പോഴും ശങ്കയാണ്. മധുരവും വ്യസനം കലർന്നതുമായ മൃദുസ്വരത്തിൽ അയാൾ പാടും. അവൾ അലസയായി അതു ശ്രദ്ധിച്ചുകൊണ്ടിരിക്കും.

കായലിനപ്പുറം അസ്തമനം കണ്ടുതുടങ്ങും. ശീതളമായ കാറ്റടിക്കുന്നു. അതിൽ കാറ്റാടിമരവും കൊന്നയും തകരുന്ന ശബ്ദം കേൾക്കാം. കായലിലെ ഓളങ്ങളിൽ പൊൻനിറം കലരുമ്പോൾ അവൾ മടിയോടെ ചേദിക്കും: "ഇനി ഞാൻ പോകട്ടെ?"

"അല്പംകൂടി ഇരിക്കൂന്ന്?"

അവൾ ഇരിക്കും. അയാൾ പിന്നെയും പാട്ടുപാടും. മധുരവും ശോകാത്മകവുമായ മൃദുസ്വരത്തിൽ. സന്ധ്യ പകലിന്റെ പ്രകാശത്തിൽ മങ്ങൽ കലർത്തും. ഇരുളിൽ വിളക്കുകൾ തെളിയുമ്പോൾ അവൾ ഉൽകണ്ഠയോടെ ചോദിക്കും: "ഇനിയെങ്കിലും വിട്ടുകൂടേ?"

"ധൃതിയെന്താണ്?" അയാൾ തിളങ്ങുന്ന കണ്ണുകളിലേക്കു നോക്കിക്കൊണ്ടു ചോദിക്കും. അവയിൽനിന്നു കിരണങ്ങൾ പ്രസരിക്കുന്നു.

"ചെല്ലുമ്പോൾ അവിടെയുള്ളവർ ചോദിക്കില്ലേ. 'നീ എവിടെ ആയിരുന്നെടീ?' എന്ന്?"

"നേരു പറഞ്ഞേയ്ക്കൂ"

"അതുവേണ്ട. പോകട്ടെ?"

എഴുന്നേറ്റുതുടങ്ങുകയാണ്. രണ്ടുപേരും ഒരുമിച്ചു നടക്കും. അവൾ കുറച്ചേ സംസാരിക്കുകയുള്ളൂ. എപ്പോഴും വ്യസനകരമായ ഭാവമാണ്. പിരിഞ്ഞുപോകേണ്ട ദിക്കിൽ വെച്ചു മടിയോടെ അവൾ ചോദിക്കും:

"പോകട്ടെ?"

"നാളെ നേരത്തെ വരുമോ?"

"പിന്നെ വേണ്ടേ?"

അവസാനം നടക്കുകയാണ്: "ചിരിയോ?"

"ഓ!"

അവൾ മുടങ്ങാതെ വന്നുകൊണ്ടിരിക്കും.

അവളുടെ കണ്ണുകളിൽ വ്യസനത്തിന്റെ നേരിയ മങ്ങൽ കലർന്നു വരുന്നതായി അയാൾക്കു തോന്നി. പുഞ്ചിരിയിൽ ശോകം നിഴൽവീശുന്നു. വളരെ വിരളമായേ അവൾ സംസാരിക്കുകയുള്ളൂ. അതും ശോകാർദ്രമായ മൃദുസ്വരത്തിൽ. വാക്കുകൾക്ക് ഇത്ര പിശുക്കുണ്ടോ? അയാൾ പ്രസന്നമായി സംസാരിക്കുമ്പോൾ അവൾ അധികവും മൂളുകമാത്രം ചെയ്യും. ഇടയ്ക്കിടയ്ക്ക് അയാളുടെ കണ്ണുകളിലേക്കു തന്നെ ഏറെ

നേരം നോക്കിയിരിക്കും. അപ്പോൾ ഹൃദയം നൊന്തുവിങ്ങുന്നപോലെ അവളിൽനിന്നു നെടുവീർപ്പുകൾ പൊട്ടിപ്പുറപ്പെടും.

ശോകമധുരമായ ഒരു ഗാനം ഉച്ചഭാഷിണിയിലൂടെ ഒഴുകിവന്നു. അന്തരീക്ഷം രോമാഞ്ചംകൊള്ളുന്നപോലെ തോന്നി. ഹൃദയം ഗാനത്തിൽ അലിയിച്ചുകൊണ്ട് അവൾ എല്ലാം മറന്നപോലെ ഇരുന്നു. കായൽവെള്ളം തഴുകി വരുന്ന കാറ്റിൽ തലമുടിച്ചുരുളുകൾ പിടഞ്ഞുകൊണ്ടിരുന്നു.

പാട്ടുതീർന്നപ്പോൾ അയാൾ ചോദിച്ചു: "അർത്ഥം അറിയാമോ?"

"ഹിന്ദി വശമില്ല?"

അവളുടെ മിഴികളിലേക്കുതന്നെ നോക്കിക്കൊണ്ട് അയാൾ പറഞ്ഞു: "എന്നാൽ കേട്ടോളൂ! കാമുകൻ പാടുകയാണ്; 'പ്രേമമയിയായ ദേവതേ, കരൾ നോവുന്നു. ഞാൻ നിന്നിൽ അലിഞ്ഞുപോയി. നീ ഇനിയും എന്റെ വേദന അറിയുന്നില്ലേ? അജ്ഞാതമായ എവിടേയ്ക്കെങ്കിലും നീ എന്റെകൂടെ വരികയില്ലേ?' "

അവളുടെ കയ്യിൽ നിന്ന് പുസ്തകം താഴെ വീണപ്പോൾ അയാൾ നിറുത്തി. എന്തു പറ്റി?

അവൾ അയാളെത്തന്നെ നോക്കി ഇരിക്കുകയാണ്. പുഞ്ചിരി മാഞ്ഞു പോയി. മിഴികൾ നനഞ്ഞു. ചുണ്ടുകൾ കടിച്ചമർത്തുന്നു. ഗദ്ഗദം പൊട്ടാൻ വെമ്പുകയാണ്.

പരിഭ്രമത്തോടെ അയാൾ വിളിച്ചു: "സലീന!"

"ഊം?"

"എന്താണെപ്പോഴും ഇങ്ങനെ.......ഒരു സഹിക്കാനാകാത്ത മട്ടിൽ?"

അവൾ മിണ്ടിയില്ല. അയാൾ ഉറ്റുനോക്കിക്കൊണ്ടിരുന്നു.

കുറെ കഴിഞ്ഞു കണ്ണുകൾ തുടച്ചുകൊണ്ട് അവൾ പറഞ്ഞു: "സഹിക്കാനാവുന്നില്ല."

"എന്ത്?"

"നമ്മെപ്പറ്റിയുള്ള ചിന്തകൾ. ഇന്നു തുടങ്ങിയതല്ല. ഈ വേദന. നാളെയെപ്പറ്റി ഓർക്കുമ്പോൾ പേടിയാവുന്നു. ഞാനിതു കരുതിയിരുന്നില്ല."

"എന്ത്?"

"നാം തമ്മിൽ കണ്ടെത്തുമെന്ന്."

അയാൾ മിണ്ടിയില്ല. കരളിൽ വേദന തോന്നി. ഗദ്ഗദം നാവും ചുണ്ടും വിറകൊള്ളിച്ചു. അവളുടെ ആർദ്രമായ മിഴികൾ കായലിനപ്പുറം അണഞ്ഞുകൊണ്ടിരിക്കുന്ന സൂര്യനിലാണ്. അവയിൽ നീരുറഞ്ഞുകൊണ്ടിരിക്കുന്നു. പൂവിന്റെ നീലദളങ്ങളിൽ മഞ്ഞു മുകർന്നപോലെ. നെടുവീർപ്പിൽ മാറിടം മന്ദം ഉയർന്നുതാണു.

സന്ധ്യയായിട്ടും അവൾ പോകാനൊരുങ്ങിയില്ല. ഓളങ്ങൾ തുടിക്കുന്ന കായലിലേക്ക് അവൾ നോക്കി ഇരുന്നു. തണുത്ത കാറ്റിൽ തലമുടി കിടന്നു പുളഞ്ഞു. കവിളിലും നെറ്റിയിലുമൊക്കെ അളകങ്ങൾ ഇഴഞ്ഞു. മൂകയായി ഇരിക്കുകയാണ്. അകം നോവിക്കുന്ന ശോകാത്മകമായ മൂകത

രാത്രി പിന്നെയും നീണ്ടു. അയാൾ പതുക്കെ ചോദിച്ചു: "പോകുന്നില്ലേ?"

അവൾ മന്ദം എണീറ്റു. മുഖം താണുപോയി. ഇടറുന്ന പാദങ്ങൾ നീക്കി നടന്നു. പിരിയേണ്ട ദിക്കിലെത്തി. പോകാൻ തോന്നാത്ത മട്ടിൽ അവൾ അയാളെ നോക്കി നിന്നു. കണ്ണുകൾ കണ്ണുകളിൽ തങ്ങി. ഹൃദയം വിങ്ങി നൊന്തു. അവസാനം അവൾ തിരിഞ്ഞു നടന്നു. സാരിയുടെ തുമ്പുയർത്തി നിറഞ്ഞ മിഴികൾ ഒപ്പുന്നതു കണ്ടു.

അവൾ എല്ലാം അറിഞ്ഞിട്ടുണ്ടാകുമോ?

അയാൾക്കു സംശയം തോന്നി. ആരും ഒന്നും തുറന്നു പറഞ്ഞിട്ടില്ല. അവളുടെ ഹൃദയവും അയാളുടേതുപോലെ സ്നേഹനിർഭരമായി തുടിക്കുന്നുണ്ടാകുമോ? അയാൾ സ്വപ്നം കാണുന്നപോലെ അവളും.....

ജോലി കഴിഞ്ഞു പോകുമ്പോൾ അയാൾ അവളെ വിളിച്ചു: "സലീന!"

അവൾ അയാളെ നോക്കി.

"ഇന്ന് എന്റെ ലാഡ്ജിൽ വരുമോ?"

അവൾ തെല്ല് അമ്പരന്നു: "ഞാൻ പാർക്കിൽ വരുമല്ലോ"

"അതുപോരാ. എന്റെ ലാഡ്ജിൽ വരൂ! ഞാൻ തനിച്ചേ ഉള്ളൂ."

"എപ്പോൾ?"

"സന്ധ്യയ്ക്ക്."

അവൾ അയാളെ പകച്ചുനോക്കി: "എന്താണ്?"

"സ്വകാര്യമായി എനിക്കു ചിലതു പറയാനുണ്ട്."

അല്പനിമിഷങ്ങളോളം അവൾ സംശയഭാവത്തിൽ നോക്കി നിന്നു. പിന്നെ പറഞ്ഞു: "വരാം."

സന്ധ്യയ്ക്ക് അക്ഷമനായി അയാൾ അവളേയും കാത്തു ഇരുന്നു.

വാതിൽ കടന്ന് അവൾ മുറിക്കുള്ളിൽ കയറി. അയാൾക്കെതിരെയുള്ള കസേരയിൽ അവൾ ഇരുന്നു. രണ്ടുപേരുടേയും കണ്ണുകൾ തമ്മിലിടഞ്ഞു. നോട്ടം നീണ്ടുനിന്നു. കണ്ണെടുക്കാൻ തോന്നുന്നില്ല. അവളുടേതിൽ നനവൂറിവരുന്നതായി തോന്നി. ചുണ്ടുകൾ വ്യസനം കൊണ്ടു വിറകൊള്ളുന്നു. വികാരങ്ങൾകൊണ്ട് ഹൃദയം വീർപ്പുമുട്ടി. അവളുടെ കടക്കണ്ണിൽ പറ്റിനില്ക്കുന്ന ദുഃഖത്തെ ചുണ്ടുകൾ കൊണ്ട് ഒപ്പിയെടുക്കാൻ

തോന്നി. അവളെ അണച്ചുപിടിച്ചു ചെവിയിൽ ചുണ്ടുചേർത്ത് ഇങ്ങനെ മന്ത്രിക്കാൻ തോന്നി: "സലീന! ഞാൻ നിന്നെ സ്നേഹിക്കുന്നു."

തുടിക്കുന്ന ഹൃദയത്തെ അടക്കിനിറുത്താൻ പണിപ്പെട്ടുകൊണ്ട് അയാൾ വിളിച്ചു: "സലീന!"

"ഊം." അവൾ വിരിഞ്ഞ മിഴികളോടെ നോക്കി.

പിന്നെ മിണ്ടാൻ കഴിഞ്ഞില്ല. അവൾ ഉറ്റുനോക്കി ഇരുന്നു. നനവൂറുന്ന നീലമിഴികൾ.....കദനം പറ്റിനില്ക്കുന്ന കൺകോണുകൾ.

ഞരമ്പുകൾ തളരുന്നതുപോലെ തോന്നി. ഹൃദയം കുതിക്കുന്നു. അടക്കാൻ കഴിയുന്നില്ല.

അയാൾ എണീറ്റു ചെന്ന് അവളുടെ മുമ്പിൽ നിന്നു. മന്ദം കുനിഞ്ഞ് അവളുടെ കവിളുകളിൽ കൈവെള്ളകൾ അമർത്തി മുഖം പിടിച്ചുയർത്തി. നീരൂറുന്ന കണ്ണുകളിലേക്കുതന്നെ അയാൾ നോക്കിനിന്നു. മുഖം നന്നെ അടുപ്പിച്ചു പിടിച്ചിട്ട് വളരെ പതുക്കെ അയാൾ പറഞ്ഞു: "സലീന! ഞാൻ നിന്നെ സ്നേഹിക്കുന്നു! എന്റെ ജീവനിൽ അധികമായി.....നീയില്ലെങ്കിൽ എന്റെ ജീവിതം......"

ചുണ്ടുകളിൽ മന്ദഹാസം ഉദിച്ചുവന്നില്ല. കണ്ണുകൾ നിറയുന്നത് അയാൾ കണ്ടു. പൊട്ടാൻ വെമ്പുന്ന കരച്ചിൽ കടിച്ചമർത്തുകയാണ്. ചുണ്ടുകൾ കമ്പിതമാകുന്നു. അവൾ വാക്കുകൾക്കുവേണ്ടി വേദന കൊള്ളുന്ന ആത്മാവിന്റെ അഗാധതലങ്ങളിൽ തപ്പുകയാണോ? കൺപോളകൾ പൂട്ടിയപ്പോൾ നീർ തുളുമ്പിവന്നു......ഞെരുങ്ങിക്കൂമ്പിയ പൂവിൽനിന്നു മധുകണങ്ങൾപോലെ.

കുനിഞ്ഞുനിന്ന് അയാൾ അവളുടെ ചുണ്ടുകളിൽ ചുംബിച്ചു. ചുണ്ടെടുക്കാൻ തോന്നിയില്ല. പിന്നേയും ചുംബിച്ചു. പിന്നേയും.......

പിടഞ്ഞെണീറ്റ് അവൾ കുതറി മാറിനിന്നു. അയാളിൽനിന്നു മുഖം മറച്ച് അവൾ കരഞ്ഞു. അടക്കാൻ കഴിയാതെ കരഞ്ഞു. മാറിടം ഉയരുകയും താഴുകയും ചെയ്തു.

ഗദ്ഗദത്തോടെ അവൾ പറഞ്ഞു: "നാം തമ്മിൽ കാണേണ്ടായിരുന്നു. ഇതു സഹിക്കാൻ വയ്യ. രണ്ടു മതക്കാർ. ഓർക്കുമ്പോൾ ഭ്രാന്തു പിടിക്കുന്നു."

അയാൾക്കും കരയണമെന്നു തോന്നി. എങ്കിലും നീർ തുളുമ്പിവന്നില്ല. അടുത്ത് ചെന്ന് അവളുടെ കവിളിൽനിന്നു ഷർട്ടിന്റെ തുമ്പുയർത്തി ചൂടുള്ള കണ്ണീർത്തുള്ളികൾ ഒപ്പിക്കളഞ്ഞു. എന്നിട്ട് അവിടെ ചുംബിച്ചു. പിന്നെ കണ്ണിലും. വളരെ പതുക്കെ അയാൾ പറഞ്ഞു: "ഞാൻ നിന്നെ സ്നേഹിക്കുന്നു. ജീവനിലധികമായി. നീയെന്റെ കര......"

ആരും മിണ്ടിയില്ല. ഒട്ടുനേരം അങ്ങിനെ നിന്നു. മരവിപ്പിക്കുന്ന മൂകത. രാവു നീണ്ടുകൊണ്ടിരിക്കുകയാണ്.

ഒടുവിൽ അയാൾ മന്ദം വിളിച്ചു: "സലീന!"

അവൾ മുഖമുയർത്തി നോക്കി. നനഞ്ഞ കണ്ണുകൾ, വിറകൊള്ളുന്ന ചുണ്ടുകൾ. വിറകലർന്ന സ്വരത്തിൽ അവൾ പറഞ്ഞു: "ഞാൻ ഓർക്കുമ്പോൾ നടുങ്ങുന്നു. ക്രിസ്ത്യാനിയും മുസൽമാനും..... നമ്മുടെ ആശകൾ...... നാം ഒരിക്കലും സ്നേഹിക്കാൻ പാടില്ലായിരുന്നു. കാണരുതായിരുന്നു......."

അയാൾക്കു മിണ്ടാൻ കഴിഞ്ഞില്ല. നാവു മരവിച്ചു. ദുഃഖം കരളിൽ കാർന്നുകൊണ്ടിരിക്കുകയാണ്. സഹിക്കാനാകുന്നില്ല.

ഒടുവിൽ അവൾ പോകാനായി ഭാവിച്ചുകൊണ്ടു ചോദിച്ചു: "പോകട്ടെ?"

അയാൾ മിണ്ടിയില്ല. അവൾ അടുത്തു ചെന്നു. അയാളുടെ ചുരുണ്ട തലമുടിയിൽ അവൾ പതുക്കെ തലോടി. അവിടം രോമാഞ്ചം കൊള്ളുന്ന പോലെ തോന്നി. അയാളുടെ കൈയെടുത്തു ചുണ്ടിൽ ചേർത്തുകൊണ്ട് ഇടർച്ചയോടെ അവൾ പറഞ്ഞു: ''മുസ്ലീമും ക്രിസ്ത്യാനിയും.....എന്തു വേദനയാണ്!"

കണ്ണു പൊത്തിക്കൊണ്ട് അവൾ വാതിൽ കടന്നു പുറത്തേക്കു പോയി.

അടുത്ത ദിവസം വലതുവശത്തെ കസേര ഒഴിഞ്ഞു കിടന്നിരുന്നു.

ജോലിയൊന്നും ശരിയായില്ല. സകലതിനോടും ദേഷ്യം തോന്നി. അവൾ വരാത്തതെന്താണ്? വൈകുന്നേരം പാർക്കിൽ അയാൾ കാത്തു നിന്നു. രാത്രിയായിട്ടും പോകാൻ തോന്നിയില്ല. പക്ഷേ അവൾ വന്നില്ല.

അടുത്ത രണ്ടു ദിവസങ്ങളിലും വലതുവശത്തെ കസേര ഒഴിവായിരുന്നു.

അയാൾ അസ്വസ്ഥനായി. ജോലിചെയ്യാൻ വിരലുകൾ ചലിച്ചില്ല. അയാൾ പേനയുടെ കട കടിച്ചുകൊണ്ടിരുന്നു. വൈകുന്നേരം പാർക്കിൽ കാത്തു. കൂടക്കൂടെ അകലേക്കു നോക്കി: അവൾ വരുന്നുണ്ടോ? അവസാനത്തെ ആളും പിരിഞ്ഞുപോകുന്നതുവരെ കാത്തു. എങ്കിലും അവൾ വരികയുണ്ടായില്ല.

അടുത്ത ദിവസം വൈകുന്നരം ലാഡ്ജിന്റെ വാതിൽ തള്ളിത്തുറന്ന് അവൾ അകത്തേക്കു കടന്നുവന്നു. നിറഞ്ഞ കണ്ണുകളും അടക്കിയ കരച്ചിലിന്റെ സമ്മർദ്ദത്തിൽ വിറകൊള്ളുന്ന കവിളും ചുണ്ടും.......

"സലീന!" അയാൾ അവളെ തുറിച്ചുനോക്കി വിളിച്ചു. ഓടിവന്ന് അവൾ അയാളുടെ കൈയെടുത്ത് അതിൽ ചുണ്ടു ചേർത്തു. ഉള്ളംകൈ നിറയെ ചുംബിച്ചു. തലമുടി കെട്ടഴിഞ്ഞ് അയാളുടെ മാറിൽ വീണു; കണ്ണീർക്കണങ്ങൾ കൈയിലും.

ഗദ്ഗദത്തോടെ അവൾ പറഞ്ഞു: "ഞാൻ അകലാൻ ശ്രമിക്കയായിരുന്നു. ഹൃദയം മരവിപ്പിക്കാൻ......"

അവൾ കസേരയിലേക്കു കുഴഞ്ഞു വീണു. അയാൾ പരിഭ്രമത്തോടെ തുറിച്ചുനോക്കി.

വിറകലർന്ന സ്വരത്തിൽ അവൾ പറഞ്ഞു. "നാം തമ്മിൽ കാണേണ്ടായിരുന്നുവെന്ന് എനിക്കു തോന്നി. ക്രിസ്ത്യാനിയും മുസൽമാനും..... അതു നടക്കുമോ? ഓർത്തോർത്തു ഞാൻ ഉരുകുകയാണ്. കഴിഞ്ഞ ദിവസങ്ങളിലാകെ ഞാൻ വീട്ടിൽത്തന്നെ അടച്ചിട്ടു കിടക്കുകയായിരുന്നു. നാം തമ്മിൽ ഇനിയും കാണാൻ പാടില്ലെന്നു ശാഠ്യം പിടിച്ചു. ആപ്പീസിൽ വന്നുമില്ല. മിണ്ടരുതെന്നു ശപഥവും ചെയ്തു. തമ്മിൽ കാണുമ്പോൾ ശത്രുഭാവത്തിൽ മുഖം തിരിച്ചുകളയണം. എങ്കിലും കഴിഞ്ഞില്ല. കാണാൻ വേണ്ടി ഇറങ്ങി നടക്കും; മടങ്ങും. പാർക്കിൽ കാത്തുനില്ക്കുമെന്നെനിക്കറിയാം. അതോർക്കുമ്പോൾ പിന്നെയും ഇറങ്ങി നടക്കും. പിന്നെയും മടങ്ങും. ഒടുവിൽ സഹിക്കാൻ വയ്യാതായപ്പോൾ ഞാനിങ്ങു പോന്നു."

മതിവരാത്തപോലെ അവൾ അയാളെ നോക്കി. അപ്പോഴും വിറകലർന്ന മൃദുസ്വരത്തിൽ അവൾ പറഞ്ഞു: "നാം ഒരിക്കലും കാണരുതായിരുന്നു!"

തുടർച്ചയായി ഒരാഴ്ച വലതുവശത്തെ കസേരയിൽ അവളെ കണ്ടില്ല. ഭ്രാന്തുപിടിച്ച മാതിരിയാണയാൾ. ആരോടും മിണ്ടാൻ തോന്നുന്നില്ല. പാർക്കിൽ ചെന്ന് അവളെയും കാത്ത് ഇരുന്നു. അവസാനത്തെ ആളും ഒഴിയുന്നതു വരെ ഇരുന്നു. പക്ഷേ അവൾ വരികയുണ്ടായില്ല. ഹൃദയം വേദനകൊണ്ടു വിങ്ങുകയാണ്. ക്ഷണംക്ഷണമായി അതു നുറുങ്ങിപ്പോകുമെന്നു തോന്നി. ഹൃദയത്തിന്റെ കഠിനവേദനയെപ്പറ്റി അവൾ ഇനിയും മനസ്സിലാക്കിയിട്ടില്ലേ?

അവസാനത്തെ ദിവസം നേരം പുലരുന്നതിനുമുമ്പ് അവൾ വന്നു. അടഞ്ഞ വാതിലിൽ പതുക്കെ മുട്ടി വിളിച്ചു. അയാൾ കുതിക്കുന്ന ഹൃദയത്തെ അടക്കിക്കൊണ്ടു ചെന്നു വാതിൽ തുറന്നുകൊടുത്തു. ദുഃഖം കൊടുമ്പിരിക്കൊണ്ടതുപോലെ അവൾ നില്ക്കുന്നു. കരഞ്ഞു വീർത്ത കണ്ണുകളും മുഖവും ഒരു കൊച്ചുസഞ്ചി തുടിക്കുന്ന മാറിൽ അമർത്തിപ്പിടിച്ചിരിക്കുന്നു.

അകത്തേയ്ക്കു കയറി അയാളുടെ കണ്ണുകളിലേക്കു നോക്കിക്കൊണ്ട് അവൾ നിന്നു. ചുണ്ടും കവിളും വിറച്ചു. കരച്ചിൽ പൊട്ടാൻ വരുന്നപോലെ. അവൾ നെടുവീർപ്പുവിട്ടു. അതിൽ മാറിടം ഉയർന്നു താണു. രണ്ടുപേരും വാചാലമായ മിഴികളോടെ നോക്കി നിന്നു.

അവസാനം കരയാൻ പോകുന്നപോലെ വിറപൂണ്ടസ്വരത്തിൽ അവൾ പറഞ്ഞു: "നാം പിരിയാൻപോകുകയാണ്. എന്നന്നേക്കും........"

ഹൃദയം പൊട്ടുമെന്ന് അയാൾക്കു തോന്നി എന്താണ് കേൾക്കുന്നത്? ചുറ്റും കറങ്ങിക്കൊണ്ടിരിക്കയാണോ? തുറിച്ച കണ്ണുകളാൽ അയാൾ അവളെ നോക്കിനിന്നു. ഹൃദയം അകത്തുകിടന്നു കുതിച്ചു.

നടുങ്ങിക്കൊണ്ട് അയാൾ വിളിച്ചു: "സലീന!"

മിഴികൾ നനയാൻ തുടങ്ങി. തുകൽസഞ്ചി താഴെവെച്ചിട്ട് അവൾ അയാളുടെ മുമ്പിലേക്കു നീങ്ങിനിന്നു. മിഴികളുയർത്തി അയാളുടെ കണ്ണുകളിലേക്കുതന്നെ നോക്കി. നിറയാൻ പോകുന്ന നീലമിഴികൾ.

ഹൃദയം പറിയാൻ പോകുന്ന വേദനയോടെ അവൾ പറഞ്ഞു: "നമ്മുടെ ബന്ധം ഇനിയും വളരാൻ പാടില്ല. എല്ലാം നമുക്കെതിരാണ്. ആശകൾ എരിഞ്ഞു ചാമ്പാലായിപ്പോകും. ക്രിസ്ത്യാനിയും മുസൽമാനും! സാദ്ധ്യമാണോ അത്?"

മിഴികൾ നിറഞ്ഞു. കോണുകളിലൂടെ ചൂടുപിടിച്ച് ആവി പറക്കുന്ന കണ്ണീർത്തുള്ളികൾ ഇറ്റിറ്റായി വീണു. അയാൾക്കും കരയാൻ തോന്നി. സകലതും കറങ്ങുന്നു. വിറകൊള്ളുന്നു. ഭ്രാന്തു പിടിക്കാൻ പോകുന്നോ?

"സലീന!"

"വിളിക്കേണ്ട! എന്നെ മറന്നേക്കൂ! കഴിഞ്ഞതെല്ലാംതന്നെ മറന്നേക്കൂ! നമ്മുടെ ബന്ധം ഇനിയും തുടരാൻ പാടില്ല. ഞാനെന്തിനു മറ്റൊരു ജീവിതംകൂടി ചാമ്പലാക്കണം? ദയവുചെയ്ത് എന്നെ മറന്നേക്കൂ."

ഏങ്ങലിൽപ്പെട്ട് അവളുടെ മാറിടം ഉയർന്നമർന്നു. കവിളും ചുണ്ടും വിറപൂണ്ടു. കാറ്റിലെ പൂവിതൾപോലെ. നിറഞ്ഞ കണ്ണുകളിൽനിന്നു ദുഃഖത്തിന്റെ മുത്തുമാലകൾ ഊർന്നുവീണു.

അകലെയെങ്ങോ നോക്കിക്കൊണ്ടു ഗദ്ഗദത്തോടെ അവൾ പറഞ്ഞു: "ഞാൻ ജോലി രാജി കൊടുത്തു. ഇവിടെ നിന്നാൽ നാം ഇനിയും കാണും. ഇനിയൊരിക്കലും നാം തമ്മിൽ കാണരുത്. അതപകടമാണ്."

അവളുടെ തോളുകളിൽ കൈ വെച്ചു നിറഞ്ഞ കണ്ണുകളിലേക്കു നോക്കി അയാൾ പറഞ്ഞു: "സലീന! നിന്നെ ഞാൻ സ്നേഹിക്കുന്നു- ജീവനിലധികമായി. എനിക്കു നിന്നെ പിരിയാൻ......"

"എനിക്കും. പക്ഷേ നാമൊരിക്കലും സ്നേഹിക്കാൻ പാടില്ലായിരുന്നു." അവൾ നിറഞ്ഞ മിഴികൾ സാരിത്തുമ്പുകൊണ്ട് ഒപ്പി. പിന്നെയും ഒഴുകുകയാണ്.

നിലത്തുനിന്നു തുകൽസഞ്ചിയെടുത്തു മാറിലടുക്കിപ്പിടിച്ചുകൊണ്ട് അവൾ അയാളെ നോക്കി. കണ്ണുകൾ പിന്നെയും നിറഞ്ഞു. മാറിടം ഉയർന്നുതാണു. കരളിൽ ചുരമാന്തുന്ന വേദനയോടെ അവൾ ചോദിച്ചു: "പോകട്ടെ?"

അയാൾ മിണ്ടിയില്ല. ഹൃദയം മരവിക്കുന്നു. നാവ് എവിടെയോ ആണ്ടുപോയി. കാഴ്ച മങ്ങുന്നപോലെ തോന്നി.

അവൾ മുഖം തിരിച്ചു. വളരെ വളരെ ക്ഷീണമായ സ്വരത്തിൽ ഇടർച്ചയോടെ അവൾ പറഞ്ഞു: “നാം പിരിയാൻ പോകയാണ്. എന്നെന്നേക്കും. എന്നെ മറന്നേക്കൂ!”

തുകൽസഞ്ചി മാറിലടുക്കിപ്പിടിച്ചുകൊണ്ട് അവൾ ഇടറുന്ന കാൽവെപ്പുകളോടെ നീങ്ങി. ഖേദഭാരംകൊണ്ടു കുനിഞ്ഞ ശിരസ്സും ഉയർന്നമർന്ന മാറിടവും. നിറഞ്ഞുകവിയുന്ന കണ്ണുകൾ സാരിത്തുമ്പുയർത്തിഒപ്പിക്കൊണ്ട് അവൾ വാതിൽ കടന്നു പുറത്തേക്കു പോയി.

കണ്ണുകൾ തുറിച്ചു. അക്ഷരങ്ങൾ പിടഞ്ഞു പിടഞ്ഞു തൊണ്ടയിലോളം എത്തി: “സലീ.....ന!” പക്ഷേ പുറത്തേക്കുവന്നില്ല. കണ്ണിനു മുമ്പിൽ സകലതും അതിവേഗം കറങ്ങിക്കൊണ്ടിരിക്കയാണ്. നീറിപ്പതയ്ക്കുന്ന കരൾ കുതിച്ചു കുതിച്ചു പുറത്തു ചാടുമോ?

■

ഹൂറി

അന്നു ഞാൻ ശുണ്ഠിയും കുസൃതിയുമുള്ള ഒരു കൊഴുത്തുരുണ്ട കുട്ടിയായിരുന്നു.

ചെറുപ്പത്തിൽ എന്റെ താമസം നാട്ടിൽനിന്നു കുറെ അകലെയുള്ള അമ്മാവന്റെ വീട്ടിലായിരുന്നു.. അവർക്ക് ആൺകുട്ടികളില്ല. ഒട്ടധികം നേർച്ചകളും അന്നദാനവും കഴിഞ്ഞിട്ടും ഒരാൺകുട്ടി പിറവിയെടുത്തില്ല പോലും! ചെറുപ്പക്കാരനും മഹാകുസൃതിയുമായ എന്റെ അമ്മാവൻ വളരെ യാത്രകൾ ചെയ്ത്, ആവശ്യപ്പെട്ടിട്ടാണ് വീട്ടുകാർ ശുണ്ഠിക്കാരനായ എന്നെ അങ്ങോട്ടയച്ചത്. പട്ടണത്തിലെ സ്കൂളിൽ പഠിക്കുകയും ചെയ്യാമല്ലോ! അതും കാറിൽ പോകയും ചെയ്യാം. എന്തു സുഖകരമായ രസികൻ ജീവിതം!

പട്ടണത്തിൽനിന്ന് അല്പം അകലെ സുന്ദരമായ ഒരു ഭാഗത്താണ് അമ്മാവന്റെ വീട്. വെളുവെളുത്ത ഒരു കൂറ്റൻമതിൽക്കെട്ട് ആദ്യം കാണാം. അതിനുള്ളിലാണ് സൂര്യനോടൊപ്പം വെട്ടിത്തിളങ്ങുന്ന ചില്ലുജാലകങ്ങളുള്ള വലിയ മാളിക. മാളികയ്ക്കു പുറമേ കുളിപ്പുര, കളപ്പുര, അറപ്പുര തുടങ്ങി വേറെ പല കെട്ടിടങ്ങളുമുണ്ട്. കാലിത്തൊഴുത്തുപോലും അതിവിശേഷം. അമ്മാവനെ കാണാൻ വരുന്ന മാന്യന്മാരെ സൽക്കരിക്കാനായി ഒരു പ്രത്യേക കെട്ടിടമുണ്ട്. അതിൽ നിറയെ കണ്ണാടിപോലെ മിനുമിനുത്ത മാർബിൾ മേശകളും ചായമിട്ടു മിനുക്കിയ കസേരകളുമാണ്. ചുവരുകളിൽ നാണമില്ലാത്ത കുറെ പെണ്ണുങ്ങളുടെ ചിത്രങ്ങളടക്കം പലതും ചില്ലിട്ടു തൂക്കിയിരിക്കുന്നു. ചരൽവിരിച്ച വെൺമുറ്റത്തു മനോഹരമായ ഒരു കൊച്ചുപൂന്തോട്ടം തന്നെയുണ്ട്. അതു നിറയെ പൂക്കളുടെ രോമാഞ്ചമണിഞ്ഞു പുഞ്ചിരിതൂകുന്ന ചെടികൾ ഇടതിങ്ങി നിൽക്കുന്നു. ചെറിയ കാറ്റടിച്ചാൽപോലും പനിനീർ നുരഞ്ഞു പ്രവഹിക്കുന്നപോലെ സൗരഭ്യം വീശും. റോഡിൽനിന്ന് അതിഥി സൽക്കാരമുറിവരെയുള്ള വഴിക്ക് ഇരുപുറവുമായി പീലിവിരുത്തിയാടുന്ന മയിലുകൾപോലെ കാറ്റാടിമരങ്ങൾ നിരന്നു നില്ക്കുന്നു. വീണുരുണ്ടു കളിക്കാൻ തോന്നുന്ന ആനന്ദകരമായ സ്ഥലംതന്നെ.

അവിടെവെച്ചാണ് ഞാനെന്റെ പ്രിയപ്പെട്ട ഇയ്യയെ സ്നേഹിക്കാൻ തുടങ്ങിയത്.

താരാട്ടി വളർത്തുകയും ശുശ്രൂഷിക്കുകയും ചെയ്യുന്ന മുസ്ലിംവേലക്കാരികളെ ഞങ്ങൾ കൊച്ചുകുട്ടികൾ 'ഇയ്യ' എന്ന തേൻവഴിയുന്ന പേർകൊണ്ടാണ് വിളിക്കാറ്. കുട്ടികളെ എടുത്തു വളർത്തിയ കനത്ത തഴമ്പ് അവരുടെ പാർശ്വഭാഗങ്ങളിൽ കാണാമത്രേ? അമ്മാവന്റെ വീട്ടിലെ ഇയ്യ മറ്റു നോക്കുകാരികളെപ്പോലെയല്ല. അവർ യുവതിയാണ്. അരണ്ട പൂനിലാവിന്റെ നിറമുള്ള സുന്ദരിയുമാണ്. ചിരിക്കുമ്പോൾ തേനിന്റെ നിറമുള്ള ചുണ്ടുകളിൽ നിന്ന് അരിമുല്ലക്കുലകൾ അടർന്നുവീഴുന്ന പോലെ തോന്നും. അവരുടെ ഇടത്തെ കവിളിൽ ഒരു കരിംപുള്ളിയുണ്ടെങ്കിൽത്തന്നെയെന്താണ്? അത് അവരുടെ അഴകിനു ചാന്തുപൊട്ടിടുന്നതേയുള്ളൂ!

ഞാൻ ഒരിക്കലും അടങ്ങാത്ത വലിയ ശുണ്ഠിക്കാരനാണ്. സദാസമയവും ബഹളംകൂട്ടിയില്ലെങ്കിൽ യാതൊരു തൃപ്തിയുമില്ല. ഉറക്കെ അലറി കരയുകയും വേണം. എന്തെങ്കിലും പറ്റിയില്ലെങ്കിൽ അന്നവിടെ വലിയ കുഴപ്പങ്ങളുണ്ടാകാതിരിക്കാൻ സാദ്ധ്യമല്ല. 'ടോയ്' കാറിൽനിന്നു മറിഞ്ഞുവീണെന്നിരിക്കട്ടെ. ചുരുങ്ങിയതു മൂന്നു പളുങ്കുപാത്രങ്ങൾ എറിഞ്ഞുടയ്ക്കുകയും സകലവേലക്കാരികളെയും ഇടിക്കുകയും വേണം. മുഖം വീർപ്പിച്ച് ഒരു പട്ടിണിയിരിപ്പും ശക്തിയുള്ള ഒരു കരച്ചിലും കഴിക്കും. തീൻപാത്രങ്ങൾ തട്ടിക്കളയുകയും നിലത്തു കിടന്നുരുളുകയും ചെയ്യും. പൊന്നിന്റെ തോരണവും അത്തറിന്റെ മണവുമായി അമ്മായി വന്നിരുന്നു കൊഞ്ചാൻ തുടങ്ങും: "അയ്യേ! അഞ്ചഞ്ചരവയസ്സൊള്ള ഒരാങ്കുട്ട്യല്ലേ കെടന്നീ കരയണത്. നാണമില്ലല്ലോ?" എണീറ്റുനിന്ന് അമ്മായിയുടെ പേരയ്ക്കാമൂക്കിന് അസ്സലൊരു കടി സമ്മാനിച്ചിട്ടു ഞാൻ വീണ്ടും മെഴുമെഴുപ്പുള്ള തിണ്ണയിൽ കിടന്നുരുളാൻതുടങ്ങും. രണ്ടാമത്തെ തവണ കൊണ്ടുവന്ന തീൻപാത്രങ്ങളും തട്ടിയെറിഞ്ഞിരിക്കുകയാണ്.

ഒടുവിൽ ചുണ്ടിൽ മുല്ലച്ചെണ്ടുമായി എന്റെ പ്രിയപ്പെട്ട ഇയ്യ ഓടിയെത്തും. അണഞ്ഞിരുന്നു കിടന്നുപിടയ്ക്കുന്ന എന്നെ വാരിയെടുത്തു മെയ്യിലെ പൊടി തൂത്തുകളഞ്ഞു മാറോടണച്ചുനിർത്തിയിട്ട് അലിവൂറുന്ന മൃദുസ്വരത്തിൽ അവൾ ചോദിക്കും:

"മോൻ ഇയ്യോടും പെണക്കോണ?"

"ഹതേ!" എന്നു പറയാൻ തോന്നുമെങ്കിലും ആ വെളിച്ചംപരന്ന കണ്ണുകളിലേക്കു നോക്കി അങ്ങനെ പറയാമോ? അവർ എന്നെ തുളുമ്പുന്ന മാറിൽ അണച്ചുപിടിച്ചു നീർതുളുമ്പുന്ന മിഴികളിലേക്കു നോക്കി പുഞ്ചിരിതൂകും. പിടിച്ചുകുലുക്കിക്കൊണ്ട് അവർ ചോദിക്കുകയാണ്: "ഇയ്യ മോന് എന്തു ചെയ്ത്?"

"ങ്ഹും" അവരുടെ കവിളിലെ കറുത്ത പുള്ളിയിൽ കടിച്ചുനോവിക്കാൻ തോന്നുമെങ്കിലും ചുണ്ടുകൾ വിടരുകയില്ല. അവർ എന്റെ

നീരൊഴുകുന്ന കവിളുകളിൽ തേൻ തുളുമ്പുന്ന ചുണ്ടമർത്തി ചുംബിക്കും. അപ്പോൾ കോപംകൊണ്ടു ചൂടുപിടിച്ച എന്റെ കരൾ 'ശീ' എന്നു കുളിർത്തു പോകും.

"മോൻ ചോറുതിന്നോ! ഇയ്യാടെ കരളല്ലേ!"

അവർ ചോറു കുഴച്ചു കൊച്ചുകൊച്ചു ഗോളങ്ങളാക്കി എന്റെ ചുണ്ടുകളിൽ വെച്ചുതരും. അവ കുളിരോടെ തൊണ്ടയിലൂടെ ഇറങ്ങി മറയുകയും ചെയ്യും. എന്റെ ശുണ്ഠി അവരുടെ അലിവു പുരട്ടുന്ന തഴുകലിൽ മന്ദം അലിഞ്ഞു തീരെ ഇല്ലാതെയാകും. ഇയ്യയുടെ തഴമ്പിച്ച കൈകൊണ്ടു തഴുകിയാൽ ആർക്കാണ് കുളിരുണ്ടാകാതിരിക്കുക?

അവർക്ക് ഒരുപാടു ജോലികൾ തനിച്ചു ചെയ്തുതീർക്കാനുണ്ട്. ജോലിയിൽനിന്നൊഴിഞ്ഞ് ഒരു നിമിഷവും അവരുമായി കളിക്കാൻ പറ്റുകയില്ല. അമ്മായിയും അമ്മാവനും കൊതുവലയ്ക്കുള്ളിലെ മൃദുവായ മെത്തകളിൽനിന്നെഴുന്നേല്ക്കുന്നതിനു വളരെ മുമ്പേ അവർ എഴുന്നേറ്റുചെന്നു വേല തുടങ്ങിക്കൊള്ളണം. കിണറ്റിൽനിന്നു വെള്ളം വലിച്ചുകയറ്റി പാത്രങ്ങൾ കഴുകി ശുദ്ധിയാക്കണം. ഇയ്യയുടെ വിരൽ തട്ടിയ പാത്രത്തിൽ ഒരു കരടുപോലും കാണുകയില്ല. പ്രാതലിനു വിറകു കീറലും അവർതന്നെയാണ്. അതോടൊപ്പം കൊഴുത്തുതടിച്ച കന്നുകാലികൾക്കു വെള്ളവും തീറ്റിയും കൊടുക്കണം. അമ്മാവനു കുളിക്കാൻ പാകത്തിൽ വെള്ളം കോരി ഹൃദ്യമായി ചൂടു പിടിപ്പിച്ചിടണം. ഉച്ചഭക്ഷണം രണ്ടു മൂന്ന് അടുപ്പുകളിൽ കിടന്നു വേവുമ്പോൾ അമ്മായിയുടെ ഇമ്പമുള്ള ശബ്ദം കേൾക്കാം: "എടീ ഐശാ! ചെന്നീ തുണിയൊക്കെ സോപ്പു തേച്ചു തിരുമ്മിട്!" പുകഞ്ഞ കണ്ണുകൾ തിരുമ്മിക്കൊണ്ടു വന്നു നോക്കുമ്പോൾ അഴുക്കുവസ്ത്രങ്ങളുടെ ഒരു വലിയ കൂമ്പാരം! കിണറ്റുവക്കിലെ കല്ലിനുമീതെ കുനിഞ്ഞുനിന്ന് അവർ ഉടുപ്പുകൾ അലക്കി ശുദ്ധമാക്കാൻ തുടങ്ങും. പെട്ടെന്നൊന്നും അവസാനിക്കുന്ന തൊഴിലല്ല അത്. കുനിഞ്ഞുനിന്ന് അവർ ആഞ്ഞാഞ്ഞു മുണ്ടടിക്കുമ്പോൾ മർദ്ദനമേറ്റു കരിങ്കല്ലു നുറുങ്ങുമെന്നു തോന്നും. നട്ടെല്ലു കഷണമാകുകയില്ലേ? ഞാൻ ശുണ്ഠിയെടുത്തു ചോദിക്കും: "ഇയ്യ അതവട വലിച്ചെറിഞ്ഞട്ടിങ്ങട് വരണുണ്ടോ?"

"മോനെന്താണ് വേണ്ടത്? ഇയ്യ ഇതൊന്നലക്കിത്തീർന്നിട്ട് ദേ വരണ്." കുതിർന്നു വീർത്ത അമ്മായിയുടെ നിസ്ക്കാര കുപ്പായം കല്ലിൽ ആഞ്ഞടിച്ചുകൊണ്ട് അവർ പറയും.

"ഇങ്ങനെ പണ്യെടുത്തു ചാവണ്ട. മതി വന്നാട്ടെ!"

അവർ പുഞ്ചിരിതൂകിക്കൊണ്ടു പിന്നെയും അലക്കാൻ തുടങ്ങും. വേലകൾ ഇനിയും കാത്തിരിക്കുകയല്ലേ?

പാതിരയോടടുക്കുമ്പോൾ, അമ്മായിയുടെ കാൽ തിരുമ്മിക്കഴിഞ്ഞ് അവർ കിടക്കാൻ വരും. അവർ തനിച്ചു കിടക്കാൻ ഞാൻ സമ്മതിക്കുകയില്ല. ഞാൻ കിടക്കുന്ന മുറിയിൽ അവരും കീറപ്പായ വിരിച്ചു കിടക്കും.

വേലക്കാരികളെ കട്ടിലിൽ തൊടാൻപോലും സമ്മതിക്കരുതെന്നാണ് അമ്മായിയുടെ കല്പന. പായയിൽ അർദ്ധമയക്കത്തിൽ ലയിച്ചുകിടന്ന് ഇയ്യ കഥകൾ പറയാൻ തുടങ്ങും. അതിവിശേഷമായ കഥകൾ. എന്റെ കുഞ്ഞുഹൃദയം അവരുടെ മൃദുശബ്ദത്തിലൂടെ ഇറങ്ങിവരുന്ന മായാ ലോകത്തിൽ മന്ദം ലയിച്ചുപോകും.

"ഇയ്യാക്ക് ബാപ്പേം ഉമ്മേം ഇല്ലേ?" പാതി മയങ്ങിക്കിടക്കുന്ന അവരോട് ഒരിക്കൽ ഞാൻ ചോദിച്ചു.

"ഇല്ലല്ലോ മോനേ!"

"മരിച്ചുപോയ?"

"അള്ള ബിളിച്ചാ പൂവ്വാതൊക്കാ?" അവരുടെ മൃദുസ്വരത്തിൽ വേദന യുടെ ഇടർച്ച കലർന്നു.

"ഇയ്യ ഇവിടെ നിക്കാൻ തൊടങ്ങ്യേതെന്ന്?"

"മോനക്കാട്ടീം കൊച്ചായിരുന്നപ്പ."

"ഓ! ഒരുപാടു പണ്ണ്യെടുത്തില്ലേ?"

അവരാണ് എനിക്ക് അള്ളായുടെ മഹാശക്തി വിവരിച്ചുതന്നത്. ചുമലിലിരന്നു നന്മതിന്മകളുടെ കണക്കുകൾ മുറതെറ്റാതെ എഴുതുന്ന അദൃശ്യരായ 'മലക്കു'കളെപ്പറ്റി അവർ പറയുമ്പോൾ ഏതു വീരനാണ് പേടിക്കാത്തത്? 'മലക്കു'കൾക്കു തീനും കുടിയുമൊന്നും ഇല്ലപോലും! 'കിയാമ'ത്തിനുശേഷം മൃതദേഹങ്ങൾ ഉയിർത്തെഴുന്നേല്ക്കുമ്പോൾ നീതിമാനായ അള്ളാഹു കണക്കുപുസ്തകങ്ങളുടെ തൂക്കം നോക്കി ശിക്ഷ വിധിക്കും. തിന്മയുടെ കണക്കുപുസ്തകത്തിനാണ് തൂക്കം അധികമെങ്കിൽ വിറകും എണ്ണയുമില്ലാതെ തീകാളുന്ന നരകത്തിൽ എന്നും കിടന്നുകൊള്ളണം. എത്ര വെന്തുകരിഞ്ഞാലും മരിക്കുകയില്ല. എല്ലാവരുടേയും തിന്മയുടെ പുസ്തകത്തിനാണ് തൂക്കം അധികമുണ്ടാ വുക. 'ഖബറി'ലെ ഘോരാനുഭവങ്ങൾ പറയുമ്പോളും 'ജിബ്രീൽ' എന്ന മഹാശക്തനായ 'മലക്കി'ന്റെ കാലദണ്ഡുകൊണ്ടുള്ള പ്രഹരം വിവരിക്കു മ്പോളും ഞാൻ പേടികൊണ്ടു വിറച്ചുപോകും.

"ഇയ്യാ! എനിക്ക് പേട്യാവണ്!"

"മോനെന്തേ പേടിക്കണ്? ഇയ്യല്ലേ ചേരത്തെന്ന കെടക്കണെത്?"

"പോര! ഞാനും എറങ്ങിവന്നു കെടക്കും!"

റോസാപ്പൂവിതളുകളുടെ മാർദ്ദവമുള്ള കിടക്കയിൽനിന്നു ഞാൻ ഇറങ്ങി ഇയ്യയുടെ അഴുക്കുപുരണ്ട കീറപ്പായയിൽ കിടക്കും. മാർദ്ദവം തുളുമ്പുന്ന മാറിടത്തിന്റെ മിടിപ്പോട് അവർ എന്നെ ചേർത്തുപിടിച്ചു ശ്വാസത്തിന്റെ ചൂടേല്പ്പിച്ചുകിടത്തും. ആ തേൻ ചുണ്ടുകൾ എന്റെ തുടുത്ത കവിളിൽ വിശ്രമിക്കുമ്പോൾ എന്തൊരു സംതൃപ്തിയാണ്!

സ്വർഗ്ഗത്തിലെ സുന്ദരിമാരായ 'ഹൂറി'കളുടെ അദ്ഭുതകഥകൾ അവർ പറയുമ്പോൾ ആനന്ദംകൊണ്ട് എന്റെ ഇളയ ഹൃദയം തുടിക്കും. ഹൂറികൾ

അതിസുന്ദരികളാണ്. ഇരുളിൽ അവർ പുഞ്ചിരിച്ചാൽ അവിടമാകെ പൂനിലാവു പരന്നപോലെയാണ്. എഴുപതു വസ്ത്രങ്ങൾ ഒന്നിനുമീതെ ഒന്നായി അണിഞ്ഞാലും വർണ്ണരശ്മികൾ പുറത്തേക്കു പ്രസരിച്ചു കൊണ്ടിരിക്കും. കണ്ണുകൾ നീലനക്ഷത്രങ്ങളാണ്. മാറിൽ ഇളർന്നീർ ക്കുടങ്ങൾ തുളുമ്പിക്കൊണ്ടിരിക്കും. 'ദുനിയാ'വിൽ വിശുദ്ധകർമ്മങ്ങൾ ചെയ്യുന്ന എല്ലാ മുസ്ലിംപെണ്ണുങ്ങളും സ്വർഗ്ഗത്തിലെ പൂന്തോട്ടങ്ങളിൽ ഹൂറികളായി ഉയിർത്തെഴുന്നേല്ക്കപ്പെടും.

"എന്റെ ഇയ്യ ഹൂറിനപ്പോലേണ്, അല്ലേ?" നുണക്കുഴികൾ വിരിഞ്ഞ അവരുടെ കവിളിൽ ചെറുവിരലിളക്കിക്കൊണ്ടു നിഷ്കളങ്കതയോടെ ഞാൻ ചോദിച്ചു.

അവർ എന്നെ ചുംബിച്ചു: "ദുനിയാവില് അള്ള പറേണത് കേട്ട് നടന്നാലേ ഹൂർലിങ്ങളാവൊള്ളൂ."

"നല്ല ശീലമൊള്ള പെണ്ണിനായിക്കൂടേ?"

"പിന്നെ! അവരല്ലേ ഹൂർലീങ്ങള്!"

"ആരേം കുറ്റം പറയാത്തോരിക്കും?"

"ഓഹോ!"

"നല്ല ഈമാനൊള്ളോരിക്ക്?"

"അവരും ഹൂർലീങ്ങളീപ്പെടും."

ഞാനവരെ കെട്ടിപ്പിടിച്ചു. പുകപുരണ്ട ആ ഇടതൂർന്ന തലമുടിയിൽ മൂക്കും കവിളും പൂഴ്ത്തിക്കൊണ്ടു ഞാൻ പൂർണ്ണ നിഷ്കളങ്കതയോടെ പറഞ്ഞു: "എന്റെ ഇയ്യ അസ്സലൊര് ഹൂറിയാവും. അള്ളാണേ നേര്!"

അവർക്കു വയസ്സ് പതിനേഴാണ്. വെളുത്തവാവിലെ അമ്പിളിപോലെ അഴകൊഴുകുന്ന മുഖം. എന്റെ ഇയ്യ അഴകിന്റെ ഉച്ചിയിലെത്തിയിരി ക്കയാണ്. വല്ലാതെ നാണക്കാരിയാണ്. തേൻപൊട്ടാറായ ചുണ്ടുകളിൽ നിന്നു പൂനിലാവ് ഒഴുകിക്കൊണ്ടിരിക്കും.

അമ്മാവന്റെ മുമ്പിൽ അവർ പോകുകയില്ല. ലജ്ജയോ പേടിയോ ഒക്കെക്കൂടി അവരെ പിന്നോട്ടു പിടിച്ചുവലിക്കുന്നു. അമ്മാവന്റെ കട കത്തുന്ന കണ്ണുകൾ അവരിൽ പാറിക്കളിക്കുമ്പോൾ ഇയ്യ അമ്പുകൊണ്ട പോലെ പിടഞ്ഞുമാറും.

ഞാൻ ചോദിച്ചു: "എന്താണിത്ര പേടിക്കാൻ? മാമ ഇയ്യാന തിന്ന് കളയോ?"

അവർ ചിരിക്കാൻ ശ്രമിച്ചു. പക്ഷേ ചുണ്ടിൽ ചിരി പൊട്ടിയില്ല. ശബ്ദം അല്പം പതറിയിരുന്നു. "ഹറാമാണ് മോനേ! പെണ്ണുങ്ങ ആണുങ്ങടനുമ്പീ പോയാ അള്ള പൊറുക്കൂല."

ചുണ്ടിലെ മലർക്കുലകൾക്കു വാട്ടംതട്ടിയപോലെ തോന്നി. അവർക്കു മിക്കപ്പോഴും ഏതോ കിനാവിൽ ലയിച്ചിരിക്കണം......എന്താണിത്ര

നോവുന്ന ചിന്തകൾ? നെല്ലുകുത്തി നടുവൊടിയുമ്പോഴും എന്തോ നോവുന്ന തപ്തചിന്തകളിൽ മുഴുകി അവർ നില്ക്കുന്നതു കാണാം. അവരുടെ പ്രസാദം മന്ദം മാഞ്ഞുവരികയാണ്. ഇത്ര അഴകുണ്ടായിട്ടും എന്റെ പ്രിയപ്പെട്ട ഇയ്യക്ക് എന്താണിത്ര ഖേദിക്കാൻ? പാതിരാവിന്റെ നിശ്ശബ്ദതതിൽ രോമാഞ്ചം പകർന്നുകൊണ്ട് അവർ എന്റെ ചെവിയിൽ കഥകൾ പറയുമ്പോൾ അവരുടെ മൃദുശബ്ദം വല്ലാതെ ഇടറുന്നു.

ഒരു ദിവസം പാതിരയ്ക്ക് കിടപ്പുമുറിയുടെ വാതിൽക്കൽ ചെരിപ്പിന്റെ വളരെ പതിഞ്ഞ ശബ്ദംകേട്ടു. മാത്രമല്ല എന്തോ കുശുകുശുക്കലുമുണ്ട്.

"എന്താണിയ്യാ അത്?"

"പട്ടാണ്യാണ്. മോൻ മുണ്ടാതെ കെടന്നേ!" അവരുടെ ശബ്ദം പതറി. അവർ കരയാൻ പോകുന്നപോലെ തോന്നി. ഇയ്യയ്ക്കും പേടിയുണ്ടോ?

കുളക്കരയിൽനിന്ന് അവർ കുളിക്കാൻ ഇറങ്ങിയപ്പോൾ മഹാ കുസൃതിയായ അമ്മാവൻ ഇയ്യയെ നോക്കി. അതിവനർ പല്ലു ഞെരിച്ചു കൊണ്ട് കുളിക്കാതെ കയറിപ്പോകുന്നതെന്തിന്?

പാതിരാവിന്റെ നിശ്ശബ്ദതയിൽ ഞങ്ങളുടെ കിടപ്പുമുറിക്കരികെ ചെരിപ്പിന്റെ പതിഞ്ഞ ശബ്ദം പിന്നെയും കേട്ടു. വാതിൽപഴുതിൽ ചുണ്ടു ചേർത്ത് ആരോ കുശുകുശുക്കുന്നപോലെ. അപ്പോഴെല്ലാം ഇയ്യയുടെ നെഞ്ച് പുലിക്കൂട്ടിൽപ്പെട്ട മാൻകിടാവിന്റേതുപോലെ മിടിക്കും. വലിയ വർക്കും പേടിയുണ്ടെന്നോ?

അവരുടെ നീലക്കണ്ണിണകളിൽനിന്നു കിരണങ്ങൾ പൊലിഞ്ഞു പോയി. അവിടെ നിഴൽ വീണു.

"അള്ളാനെയോർത്ത് ഇങ്ങനെ വരല്ലേ! ഒരു പാവത്തിനെ ഇങ്ങനെ മുക്കിക്കൊല്ലല്ലേ!" പാതിരയ്ക്ക് ഇയ്യ ഒറ്റയ്ക്കു കിടന്ന് തേങ്ങുന്നത് കേട്ടാണ് ഞാനുണർന്നത്. വാതില്ക്കൽ കുശുകുശുക്കലും ചെരുപ്പിന്റെ കിറുക്കവും.

"റബ്ബിനെ വിചാരിച്ച് ഒന്നു പോ. ആരും നോക്കാനില്ലാത്ത ഒരു പൊട്ട പ്പെണ്ണിനെ നരകത്തിലാക്കല്ലേ!" ഇയ്യ പൊട്ടിക്കരഞ്ഞു. ഹൃദയത്തിൽ ഈർച്ചവാളിട്ടു വലിക്കുന്ന വേദനയിൽനിന്ന് ഉയരുന്ന പൊട്ടിക്കരച്ചിൽ.

ചെരിപ്പിന്റെ കിറുക്കം മന്ദം അകന്നു!

"എന്താണിയ്യാ, അത്?" പേടികൊണ്ട് കിടുകിടുക്കുന്ന ഹൃദയത്തിൽ കയ്യമർത്തിപ്പിടച്ചു ഞാൻ ചോദിച്ചു.

"മുണ്ടാണ്ട് കെടക്ക്? മോൻ കിനാവുകണ്ടതാണ്."

പക്ഷേ ഇയ്യയുടെ കവിളിൽ ഞാൻ തൊട്ടപ്പോൾ അവിടെ ചൂടാറാത്ത കണ്ണീരുണ്ടായിരുന്നു. അതും കിനാവാണോ?

അവർക്കൊരു ഉന്മേഷവുമില്ല. ചുണ്ടിൽനിന്നു മുല്ലച്ചെണ്ടുകൾ ഉതിർന്നു വീഴാറില്ല. ചിരിക്കാറേ ഇല്ല. എപ്പോഴും അവർ നെടുവീർപ്പു

വിട്ടുകൊണ്ടിരിക്കും. വേദനയുടെ അദൃശ്യമായ കുമിളകൾ പൊട്ടിച്ചാടുന്നതായി തോന്നും. അവർ എന്നെ പാട്ടുപാടികേൾപ്പിക്കാറില്ല. കഥകൾ തന്നെ ഒരുവിധം മുക്കി മൂളി പുറത്താക്കുകയേയുള്ളു. എന്നാലും അവരെ സ്നേഹിക്കാതിരിക്കാൻ ആർക്കാണ് കഴിയുക?

ഒരു പാതിരാവിൽ ഞാൻ ഉണർന്നപ്പോൾ അരികെ ഇയ്യയുടെ പൊടിപോലും കാണാനില്ല. പേടിയോടെ ഞാൻ വിളിച്ചു:

"ഇയ്യാ!"

മറുപടിയില്ല. അല്പം കഴിഞ്ഞിട്ടും മറുപടിയോ അനക്കമോ കേൾക്കാനില്ല. പേടികൊണ്ടു ഞാൻ വിറച്ചുപോയി. കുറെ കഴിഞ്ഞപ്പോൾ വാതിൽ പുറത്തുനിന്നു കരുതലോടെ തുറന്ന് ആരോ അകത്തു കടന്നു.

"ഇയ്യാ!"

അവർ ഞെട്ടി. പതറിയ സ്വരത്തിൽ അവർ പതുക്കെ ചോദിച്ചു: "എന്തായി മോനെ?"

"എവിടെപ്പോയിരുന്നു. എന്നെ ഒറ്റയ്ക്കിട്ടിട്ട്? ഞാൻ പേടിച്ചു പോയില്ലേ?" ഞാൻ വിതുമ്മിക്കരയുമെന്നു തോന്നി. അവർ എന്നെ ഒറ്റയ്ക്കിട്ടു പോയിരിക്കുന്നു!

"ഇയ്യ എങ്ങും പോയില്ലല്ലോ മോനേ!"

"പോയില്ലേ? പിന്നെ ഇപ്പ വന്നതെവടന്ന്?"

"മുണ്ടാതെ കെടക്ക്!" അവർ മന്ത്രിച്ചു. എന്താണ് മിണ്ടിയാൽ? അവർ പായയിൽ കമഴ്ന്നുകിടന്നു പൊട്ടിക്കരയുകയാണ്. തലമുടി പാറിക്കിടക്കുന്നു.

"എന്തേ കരയണിയ്യാ?" അമ്പരപ്പോടെ ഞാൻ ചോദിച്ചു.

അവർ എന്റെ വായ പൊത്തിപ്പിടിച്ചു: "അമ്മായി കേക്കും. മോനും ഇയ്യാനെ കൊല്ലിക്കല്ലേ!" അവർ ഏങ്ങിയേങ്ങി കരയുകയാണ്. മാറിടം ഉയരുകയും താഴുകയും ചെയ്തു. തിരമാലയിൽപ്പെട്ട ഇളന്നീർക്കുടങ്ങൾ പോലെ.

രണ്ടുമൂന്നു രാത്രികളിൽ അതാവർത്തിച്ചു. ശബ്ദം കേട്ടു ഞെട്ടിയുണരുമ്പോൾ വളരെ കരുതലോടെ പുറത്തുനിന്നു കതകുതുറന്നു ഇയ്യ കടന്നുവരും. ഹൃദയം ഉറക്കെയുറക്കെ മിടിക്കുന്നതു കേൾക്കാം. തലമുടി കെട്ടുപിണഞ്ഞു പാറിക്കിടക്കുകയായിരിക്കും. പായിൽ തളർന്നുവീണ് അവർ ഏങ്ങിയേങ്ങി കരയും.

"ഇയ്യ കരയണതെന്തേ?" ചുടുനീർ ഒലിക്കുന്ന കവിളിൽ കവിൾ ചേർത്തുകൊണ്ടു ഞാൻ ചോദിച്ചു.

"മുണ്ടല്ലേ! അമ്മായി കേട്ടാ ഇയ്യാന കൊല്ലും!"

അവർ ചിലപ്പോൾ യാതൊരു കാരണവുമില്ലാതെ പൊട്ടിക്കരയും. കിണറ്റുവക്കിൽ വളരെ നേരം നിന്നു തേങ്ങും. അവർ രാത്രി തീരെ

ഉറങ്ങാറില്ല. പായയിൽ കിടന്നരുണ്ടു കരയും. ഇടയ്ക്കിടയ്ക്കു വാതില്ക്കൽ ചെരുപ്പിന്റെ ശബ്ദവും കുശുകുശുക്കലും കേൾക്കാം.

ഒരു ദിവസം പ്രഭാതത്തിൽ ഇയ്യ തൂണിൽ ചാരി തല ചായ്ച്ചുനിന്ന് ഏങ്ങിയേങ്ങിക്കരയുമ്പോൾ ആഭരണങ്ങൾ കിലുക്കിക്കൊണ്ട് അമ്മായി എത്തി. തെല്ലു കോപത്തോടെ അവർ ചോദിച്ചു: "എന്തേടീ കരയണ്?"

ഇയ്യ മിണ്ടിയില്ല. മുഖം തൂണിലമർത്തി ശക്തിയായി ഏങ്ങലടിച്ചു.

അമ്മായി വായ ഗുഹപോലെ പിളർത്തിയിട്ട് അടുത്തു ചെന്നു. ഇയ്യയുടെ കുപ്പായം ചുരുട്ടിക്കയറ്റിനോക്കി എന്നിട്ടു വലിയ ഒരലർച്ച: "യാ അർറഹമുർറാഹിമീനായ റബ്ബേ! ഇതെന്താണീ കാണണത്?"

ഭ്രാന്തുപിടിച്ചപോലെ അമ്മായി തേങ്ങയുടെ തൊണ്ടടർത്തുന്ന പാറക്കോലെടുത്ത് ഇയ്യയെ ആഞ്ഞാഞ്ഞു പ്രഹരിച്ചു. അവർ തടുക്കുകയോ മാറിനില്ക്കുകയോ ചെയ്തില്ല. പ്രഹരമേറ്റ് അവർ പിടഞ്ഞുപോയി. ഇയ്യ സഹിക്കാനാവാത്ത വേദനയോടെ പുളഞ്ഞു. അന്ന് അവരുടെ കണ്ണുകൾ തോർന്നില്ല.

അമ്മായി മൂന്നു ദിവസം ഉപവാസവും ബഹളവുമായി കഴിഞ്ഞു. അമ്മാവൻ വന്നു താലോലിച്ചിട്ടു വഴങ്ങിയില്ല. ഒടുവിൽ കലിതുള്ളിക്കൊണ്ട് അമ്മായി പറഞ്ഞു: "ഹെന്ന കുടുമ്മത്തു കുണ്ടാക്കീട്ട് ആ ഹറാമ്പറന്നോളായിട്ട് പാർത്തോ!" എന്നിട്ട് അമ്മായി ഇയ്യയുടെ മേൽ ചാടി വീണ് അവരെ കണ്ടമാനം തല്ലി.

ഒരു രാത്രി ഇയ്യയെ കിടക്കാൻ കണ്ടില്ല. അടുത്ത ഒരു മുറിയിൽനിന്നു വെളിച്ചവും അടക്കിയ കരച്ചിലും പുറപ്പെട്ടു. അമ്മായിയുടെ അലർച്ച മൂന്നു പ്രാവശ്യം കേട്ടു: "കുടിക്കെടി തേവിടിശ്ശി." അവസാനം "ഹെന്റള്ളോ!" എന്ന വിലാപത്തോടെ ആരോ തളർന്നു വീഴുന്നു. ഇയ്യയുടെ കരച്ചിലല്ലേ അത്?

പ്രഭാതത്തിൽ മുറിക്കുള്ളിൽ കിടന്ന് ഇയ്യ ഞരങ്ങുന്നതു കേട്ടു. ചാരിയ വാതിലിനരികിലൂടെ പല്ലു കടിച്ചു തലമുടി അള്ളിപ്പറിച്ചുകൊണ്ട് അമ്മായി അങ്ങോട്ടുമിങ്ങോട്ടും നടന്നു. കോപംകൊണ്ട് അവർ എരിയുകയാണ്. മൂന്നുദിവസം അങ്ങനെ ഇയ്യയെ പുറത്തു കണ്ടില്ല. മുറിക്കുള്ളിൽ നിന്നു ഞരക്കം പുറപ്പെട്ടുകൊണ്ടിരുന്നു. കിണറ്റുവക്കിൽ നിന്ന ചില വേലക്കാരികൾ ഇയ്യയുടെ പേർ പറഞ്ഞ് അടക്കിച്ചിരിച്ചു. മുറിയിൽനിന്നു ചോരനിറം പുരണ്ട വസ്ത്രങ്ങൾ പിന്നെയും പിന്നെയും പുറത്തേക്കു കൊണ്ടുപോയി. ആരേയും അകത്തു കയറ്റിയില്ല. ഞാൻപോലും വാതിൽക്കൽ ചെന്നപ്പോൾ അമ്മായി ഒരു തട്ടു തന്നു.

ഒടുവിൽ ഇയ്യ ഇഴഞ്ഞിഴഞ്ഞു പുറത്തു വന്നു. തീയിൽ വീണ പൂപോലെ അവർ വാടിയിട്ടുണ്ട്. ഏങ്ങിയേങ്ങി കരയുകയാണ്. കണ്ണുകളും കവിളെല്ലുകളും തുറിച്ചുവരുന്നു. മാറിടം ഒട്ടിയിട്ടില്ലേ? എഴുന്നേല്ക്കാൻ തീരെ വയ്യ.

"പോടി ഹറാമ്പറന്ന തേവിടിശ്ശി!" അമ്മായി പല്ലുഞെരിച്ചുകൊണ്ട് അലറി. ഇയ്യ അടുക്കള മൂലയിലെ കീറപ്പായയിൽ കുഴഞ്ഞു വീണു കിടന്നു.

"ഇയ്യാ!" കരച്ചിൽ കലർന്ന സ്വരത്തിൽ ഞാൻ വിളിച്ചു.

അവർ വാടിയ മിഴികളുയർത്തി നോക്കി. അവയിൽ നീരുറഞ്ഞുവരുകയാണ് അവർ പായയിൽ മുഖമമർത്തി ഏങ്ങലടിച്ചു: "മോൻ പോയ്ക്കോ. ഇയ്യോടു മുണ്ടണ്ട. ഇഞ്ഞിയ്യാന ഒന്നിനും കൊള്ളൂല. ഒന്നിനും....."

വളരെ ദിവസങ്ങൾ അവർ തളർന്നുകിടന്നു. പിന്നെ സാവധാനം എണീറ്റ് അടുക്കളയുടെ ഇറയത്തു ചെന്നിരുന്നുതുടങ്ങി. കരൾ കാറുന്ന ചിന്തകളിൽ മുഴുകി എപ്പോഴും ആ മരവിച്ച ഇരിപ്പുതന്നെ. എഴുന്നേറ്റു ചെന്നു പണിയെടുക്കാൻ വയ്യ. സിരകളിൽ ചോരയില്ല. ചുണ്ടിലെ മുല്ലപ്പൂക്കൾ തീരെ പൊഴിഞ്ഞുപോയതെങ്ങനെ? അംഗങ്ങൾ ഇങ്ങനെ എല്ലിക്കാൻ കാരണം?

ഇറയത്തേക്കു മൂട്ടിൽ അല്പം വറ്റുള്ള പാത്രം നീക്കി വെച്ചു കൊടുത്തുകൊണ്ട് അമ്മായി പറയും: "വാരിക്കേറ്റടീ! ഇഞ്ഞീം ചോര വെച്ചട്ട് വേണ്ടേ നിന്റെ തൊയില് തൊടങ്ങാൻ?"

കുറേശ്ശെയായി അവർ പണിചെയ്തുതുടങ്ങി. പാത്രങ്ങൾ മുഴുവൻ തനിച്ചു കഴുകി വൃത്തിയാക്കി. അടുക്കളയിലിരുന്നു തീ ഊതി ഭക്ഷണം പാകമാക്കും. വേലയിൽ അലസത കാണുമ്പോൾ അമ്മായി കലി കൊള്ളും: "വെറകുകീറി പാട്ടിന് ചോറു വെയ്ക്കെടീ! നിന്നെ തീറ്റി തന്ന് കെടയ്ക്കേ കേറ്റിക്കെടത്താനിവട ആളില്ല!"

അവർ കുറച്ചു ഭേദപ്പെട്ടു. എല്ലിച്ച അംഗങ്ങൾക്കു കുറേശ്ശെ ശക്തി വീണ്ടുകിട്ടി. അവർ നെല്ലുകുത്തുകയും മുണ്ടലക്കുകയും ചെയ്തു. കുമ്പാരമായി കൂട്ടുന്ന അഴുക്കുവസ്ത്രങ്ങൾ തനിച്ച് അലക്കിവെളുപ്പിച്ചു. പക്ഷേ ആ ചുണ്ടുകളിലെ തേനണിഞ്ഞ മുല്ലമൊട്ടുകൾ പൊഴിഞ്ഞു പോയതെങ്ങനെ?

അവർ അധികമൊന്നും സംസാരിക്കാറില്ല. അരികെയായി ചെന്നു നിൽക്കുമ്പോൾ അവർ വേദനവിങ്ങുന്ന കണ്ണുകൾ തിരിച്ചുകളയും.

"ഇയ്യ എന്നോട് മുണ്ടാത്തതെന്തേ?"

ചോദിച്ചപ്പോൾ എന്റെ ശബ്ദം ഇടറിയിരുന്നു.

അവർ എന്നെ നോക്കി. കണ്ണുകൾ കരയാൻ വെമ്പി. മെയ്യോടു ചേർത്തു പിടിച്ചിട്ടു അവർ പറയുകയാണ്: "ഇയ്യാനെ മാമ കൊന്ന ചേലിനാക്കിയില്ലേ, മോനേ? കരളീ തീ കോരിയിട്ടില്ലേ?"

അമ്മാവൻ കൊല്ലാനാക്കിയെന്നോ? അസ്സലായി.

സിരകളിൽ വീണ്ടും ചോര ഉറഞ്ഞുവന്നു. ദേഹത്തിൽ പിന്നെയും മഴവില്ലു തത്തിക്കളിക്കാൻ തുടങ്ങുന്നപോലെ തോന്നി. എങ്കിലും

അതെന്റെ പണ്ടത്തെ ഇയ്യയല്ല. ആണെങ്കിൽ അവരെന്തേ ഹൂറിമാരുടെ കഥകൾ പറഞ്ഞു കേൾപ്പിക്കാത്തത്?

വേലകൾ തനിയെ ഭംഗിയായി ചെയ്യാൻ അവർ പ്രാപ്തയായി. അറയിലെ നെല്ലു കുത്തി അരിയാക്കാനും മാവുണ്ടാക്കാനും അവർതന്നെ വേണം. അപ്പോൾ നീർവറ്റിയ മാതളനാരങ്ങകൾപോലെ മാറിടം തുളുമ്പും. എങ്കിലും അവരെന്റെ മുമ്പത്തെ ഇയ്യയല്ല. ആണെങ്കിൽ അവർക്കു പാട്ടുപാടി എന്നെ കേൾപ്പിച്ചാലെന്താണ്?

കിടപ്പുമുറിയിലെ കീറപ്പായയിൽ കിടന്നു അവർ നെടുവീർപ്പുവിട്ടു. ഉറക്കമില്ല. എന്നാൽ അവർക്കു കഥ പറഞ്ഞു തന്നുകൂടെന്നുണ്ടോ? അതുമില്ല! അമ്മാവന്റെ മുമ്പിലാണെങ്കിൽ തീരെ പോകുകയുമില്ല. അവരെ എന്റെ അമ്മാവൻ വിഴുങ്ങിക്കളയുമോ?

ഒടുവിൽ കിടപ്പുമുറിയുടെ വാതിൽക്കൽ പിന്നെയും ചെരിപ്പിന്റെ പതിഞ്ഞ ശബ്ദം കേൾക്കാൻതുടങ്ങി; വാതിലിന്റെ വിടവിൽ ചുണ്ടു ചേർത്തു കുശുകുശുക്കുന്ന ശബ്ദവും. പിശാചുക്കൾക്കു നല്ല മനുഷ്യരുടെ ശബ്ദമുണ്ടെന്നോ? ശബ്ദം കേൾക്കുമ്പോൾ ഇയ്യയുടെ ഹൃദയം ഉറക്കെ മിടിക്കും. അവർ മരിച്ചമാതിരി അനക്കമറ്റു കിടക്കും. ഒരിക്കൽ വാതിൽക്കൽ കുശുകുശുക്കൽ മുറുകിയപ്പോൾ കരച്ചിൽ കടിച്ചമർത്തി നിർത്തിക്കൊണ്ട് അവർ പറയുകയാണ്: "വേണെങ്കി കയുത്തങ്ങ് അറുത്തെടുത്തേക്ക്! വെശം തന്നു കൊന്നേക്ക്! എന്നാലും പടച്ചോൻ കൂടി നോക്കാനില്ലാത്ത ഒരു പൊട്ടപ്പെണ്ണിനെ ഹറാമിലേയക്ക് പിടിച്ചി വലിക്കല്ലേ! ഹോ റബ്ബേ!"

പാതിരയോടടുക്കുമ്പോൾ പിന്നെയും പിന്നെയും ചെരുപ്പിന്റെ ശബ്ദം കേൾക്കാൻതുടങ്ങി കുശുകുശുക്കൽ മുറുകുന്നു. ആരോ അരുമയോടെ 'കണ്ണേ!' എന്നു വിളിക്കുകയാണ്. അതോ 'കരളേ!' എന്നോ? അതു കേൾക്കുമ്പോൾ ഇയ്യ ഭ്രാന്തുപിടിച്ചമാതിരി തലമുടി അള്ളിപ്പറിച്ചു കൊണ്ടു തേങ്ങും: "ഹോ റബ്ബേ! ന്റായസ്സിന ചുരുക്ക്! അള്ളാന വിജാരിച്ചി പോ! മലക്കുകള് കണക്കെയ്തൂലേ? ഒരു പാവം പെണ്ണിന കയിത്ത് ഞെക്കി കൊല്ലല്ലേ!" പക്ഷേ ചെരുപ്പിന്റെ കിറുക്കം വിട്ടുമാറിയില്ല. രാത്രിയിൽ രണ്ടും മൂന്നും പ്രാവശ്യം അതു കേൾക്കാം. അമ്മായി ഗർഭിണിയാണ്. ഗർഭണികളുള്ളിടത്തു പിശാചുക്കളുടെ ഉപദ്രവം ഉണ്ടാകാറുണ്ടു പോലും! പക്ഷേ എന്റെ ഇയ്യ ഇത്രമാത്രം പേടിക്കാനും കരയാനും കാരണമെന്താണ്? ഇങ്ങനെ ഭയപ്പെട്ടാലോ?

ഒടുവിൽ ഒരു രാത്രി വളരെ നേരം ചെരുപ്പിന്റെ പതിഞ്ഞ ശബ്ദവും കുശുകുശുക്കലും കേട്ടു. ഇയ്യ എങ്ങിയേങ്ങി കരഞ്ഞെങ്കിലും ശബ്ദം നിലച്ചില്ല. കരൾ പൊട്ടിവന്ന നെടുവീർപ്പോടെ അവസാനം അവർ വാതിൽ തുറന്നു പുറത്തേക്കു പോയി.

ഒട്ടുനേരം കഴിഞ്ഞു കരുതലോടെ വാതിൽ തുറന്ന് അവർ പായയിൽ കമിഴ്ന്നു വീണു കിടന്ന് ഏങ്ങിയേങ്ങി കരയാൻ തുടങ്ങി. നേരം

വെളുക്കുന്നതുവരെ അവർ കരഞ്ഞുകൊണ്ടേയിരുന്നു. രാവിലെ മുഖം വല്ലാതെ വീർത്തു കണ്ടു.

പിന്നെയും പിന്നെയും ചെരുപ്പിന്റെ ശബ്ദം വാതിൽക്കൽ കേട്ടു. തലമുടി അള്ളിപ്പറിച്ചുകൊണ്ട് ഇയ്യ എണീറ്റു പോകും. അല്പം കഴിഞ്ഞു വാതിൽ കരുതലോടെ തുറന്നു പായയിൽ വീണു കിടന്ന് ഏങ്ങിയേങ്ങി കരയാൻ തുടങ്ങും. അവസാനമില്ലാത്ത ഏങ്ങലും നോവുതിന്നലും തന്നെ. ഇതേ തൊഴിലുള്ളുവെന്നോ?

ഒടുവിൽ മുമ്പത്തേതുപോലെ പെണ്ണുങ്ങൾ അവരെ നോക്കി ചിരിക്കാനും കുത്തുവാക്കുകൾ പറയാനും തുടങ്ങി: "അവ്ക്ക് പിന്നേം വയറ്റിലുണ്ടെന്ന്! നാണൂല്ലാത്ത ജന്തു!"

ഒരു പാതിരയ്ക്ക് അടുത്തൊരു മുറിയിൽ വെളിച്ചം കണ്ടു. ഇയ്യ കീറപ്പായയിലില്ല. അമ്മാവൻ അമർത്തിയ സ്വരത്തിൽ പറയുകയാണ് "ഐശാ, ഇതു കുടിക്ക്! ഇത്തറവാട്ടിനു നീ നാണക്കേടു വരുത്തല്ലേ!"

ഹൃദയം തൊണ്ടയിലേക്കു തേട്ടിവരുന്നപോലെ ഇയ്യ ഏങ്ങുന്നു: "ഇക്കാക്ക! ഹെന്ന ബേണേങ്കി കൊന്നേയ്ക്ക്! എന്നാലും ഇതു വേണ്ട! വേണ്ട!"

പിന്നെയും അമ്മാവന്റെ ശബ്ദം-ശുണ്ഠിയെടുത്ത ഒരു ഓമന ക്കുഞ്ഞിനെ വശപ്പെടുത്തുന്നപോലെ. അവസാനം അമ്മായിയുടെ അലർച്ചയാണ്: "കുടിക്കെടീ, ഹറാമ്പറന്നോളേ! അരിഞ്ഞുകളേം നിന്ന! ആരോടാണ്ടീ കളിക്കണെത്?"

'ശുണ്ഠിയെടുത്ത പൈതൽ' വഴങ്ങുന്നില്ല. ആരോ ആഞ്ഞാഞ്ഞു പ്രഹരിക്കുന്ന ശബ്ദം. ഇയ്യയുടെ കരച്ചിൽ. അവസാനം അമ്മായിയുടെ തൊണ്ട പൊട്ടിച്ചാടുന്ന അലർച്ച: "നോക്ക് റബ്ബേ! ചെയ്ത്താന്റെ മോള് കുപ്പി വലിച്ചെറിഞ്ഞി! കൊല്ല് ദെജ്ജാലിന! ചതയ്ക്ക്!" ഹോ! അവരെ മർദ്ദിക്കുകയാണോ? അവർ എന്റെ ഇയ്യയെ കൊല്ലുകയാണോ?

ഇയ്യയുടെ ദേഹമാകെ കുറേശ്ശെ നീരുവന്നു വിങ്ങി.....അവരുടെ കവിളുകൾ ചീർത്തു. നോക്കുമ്പോൾ കരയാൻ പോകുന്നപോലെ ഒരു പാരവശ്യം. എഴുന്നേൽക്കുമ്പോൾ താഴെ വീഴ്ത്തുന്ന തളർച്ച. അടുക്കള യുടെ ചളിഞ്ഞ ഇറയത്തു കീറപ്പായയിൽ ഇയ്യ തളർന്നു വീണുകിടക്കു മ്പോൾ അമ്മായി അലറും: "ദെജ്ജാലേ ഈ നല്ല തറവാട്ടിന്റെ മാനം കെടുത്താണ്ട് നീയൊന്നു പോ!"

ഇയ്യയുടെ വയർ വീർത്തു. അപ്പോൾ ഭർത്താക്കന്മാരില്ലാത്തവർക്കു കുഞ്ഞുണ്ടാകുകയില്ലെന്നു പറയുന്നതു ശുദ്ധ നുണയാണല്ലോ! ഇയ്യ യുടെ കുപ്പായത്തിനുള്ളിൽ വയർ വീർത്തു വിങ്ങിയപ്പോൾ പെണ്ണുങ്ങൾ അവരെ നോക്കി പരിഹസിച്ചു: "അവ്ക്കടെ വെയറ്റില് വളരണ്ണ്ട്. ഇത്ത വണ ഉരുക്കിക്കളയാൻ പറ്റീല. എന്നാലും ഒരു തറവാട്ടുകാരൻ ചെക്കനെ പെറ്റുകിട്ടണതു ചില്ലറ ബാഗ്യോണ?"

ഇയ്യയ്ക്ക് എഴുന്നേല്ക്കാൻപോലും ശേഷിയില്ല. എങ്കിലും അവർ പണിയെടുത്തു. കിതച്ചുകിതച്ചു നെല്ലു കുത്തുമ്പോൾ അമ്മായി അലറും: "പൊയ്ക്കോടീ, ദെജ്ജാലേ! ആരേണ് നിയ്യിങ്ങനെ മാനംകെടുത്താൻ പോണത്?" ഇയ്യ ഏങ്ങിയേങ്ങിക്കരഞ്ഞു. പാവപ്പെട്ടവളേ, അസ്ഥിയിൽ വയർ തൂക്കിയിട്ട് എന്തിനിങ്ങനെ പണിയെടുക്കുന്നു?

അമ്മാവനും അമ്മായിയും ഭ്രാന്തു പിടിച്ചമാതിരിയാണ്. അമ്മായി ഇയ്യയെ പാറക്കോലെടുത്തു പ്രഹരിക്കാത്ത ദിവസമില്ല. അവർ മരിക്കാറായിട്ടും ഇങ്ങനെ അടിക്കാൻ തോന്നുന്നല്ലോ!

ഇരുട്ടിൽ മുങ്ങിയ ഒരു പാതിരാവിൽ, അടുക്കളയുടെ ഇറയത്തെ കീറപ്പായയിൽ കിടന്ന് ഇയ്യ കരളിൽ ഈർച്ചവാൾ പിളർന്നു കടന്ന വേദനയോടെ കരയുന്ന ശബ്ദം കേട്ടു. ഇറയത്തു വെളിച്ചമുണ്ട്. അപസ്മാരബാധയുള്ളതുപോലെ അമ്മായി തലമുടി അള്ളിപ്പറിച്ചുകൊണ്ടു പേപറഞ്ഞു. തെക്കെ അറ്റത്തെ മുറിയിൽ അമ്മാവൻ കൈവിരൽ ഞെരിച്ചുകൊണ്ട് അങ്ങോട്ടുമിങ്ങോട്ടും നടക്കുന്നു, പല്ലു കടിച്ചു ഞെരിക്കുന്നു. ആരെയോ ശപിക്കുന്നുമുണ്ട്.

അമ്മായിയുടെ അപസ്മാരചേഷ്ടകൾ ഏറി. പ്രാണവേദനയോടെ പിടഞ്ഞു. കരളിൽ സിംഹത്തിന്റെ പല്ലുകൾ കാറുന്നപോലെ വേദനയുടെ തേക്കവും. അസ്ഥിയുരുകുന്ന എരിപൊരിക്കൊള്ളൽ. മിന്നലേറ്റ മാൻപേടയെപ്പോലെ ഇയ്യ കിടന്നു പുളഞ്ഞു. ഒരു വേലക്കാരി ചോദിച്ചു: "വെയറ്റാട്ടി വേണ്ടേ?"

അമ്മായി പല്ലു ഞെരിച്ചുകൊണ്ടു ഗർജ്ജിച്ചു: "ദുനിയാവാകെ ചെണ്ട കൊട്ടി നടന്ന് ഈ നല്ല തറവാടിന്റെ മാനം കളയണോടീ, പഹച്ചീ?"

പ്രാണവേദനയോടെ രണ്ടുമൂന്നു ഞരങ്ങൽ-പാതിരയുടെ ഹൃദയത്തിൽ കിടുകിടുപ്പുണ്ടാക്കിക്കൊണ്ട് ഒരു അരുമക്കുഞ്ഞിന്റെ കരച്ചിൽ അലയടിച്ചു.

അമ്മാവനും അമ്മായിയുംകൂടി വളരെനേരം അടക്കം പറഞ്ഞു. കേട്ടാൽ അവർക്കു ശുദ്ധഭ്രാന്താണെന്നു തോന്നും. രണ്ടുപേരും ഇറയത്തേയ്ക്കു വന്നു. ഒരു പുത്തൻനോട്ടെടുത്ത് ഇയ്യയുടെ നേരെ നീട്ടിക്കൊണ്ട് അമ്മായി മൃദുസ്വരത്തിൽ പറയുകയാണ്: "ഐശാ! നിന്റുമ്മേം ബാപ്പേം ഇത്തറവാടിനൊരു മാനക്കേടും വരുത്തീട്ടില്ല. നിയ്യായിട്ടെന്തിന് കുരുത്തക്കേട് കാണിക്കണ്? ദേ! ഈ കായി പിടിച്ചോ! കുട്ടിക്ക് മരുന്നും പാലും മേടിച്ചു കൊടുക്ക്. ഇപ്പത്തന്നെ ഇവടന്നു പോവേണ് നല്ലത്. നേരം വെളുത്ത ആളോളെന്തു പറയും?"

ഇയ്യ എണീറ്റു. പക്ഷങ്ങളറ്റുപോയ പറവയെപ്പോലെ ക്ഷീണമുണ്ട്. ഒരു പഴന്തുണിക്കീറിൽ അവർ അരുമയായ കുഞ്ഞിനെ പൊതിഞ്ഞു. കണ്ണുകളിൽനിന്നു ചൂടുനീർ ഉറവ പൊട്ടിയൊഴുകി.

നോട്ടു നീട്ടിക്കൊണ്ട് അമ്മായി വീണ്ടും പറഞ്ഞു: "കായി പിടിച്ചോ! ഇപ്പച്ചെന്നാ ആദ്യത്തെ കടത്തുവഞ്ചിക്കു പൂവ്വാലോ!"

അവർ നോട്ടു വാങ്ങിയില്ല. വിറകലർന്ന സ്വരത്തിൽ അവർ പറഞ്ഞു: "വേണ്ട ഇത്താത്ത, ഞാനായിട്ട് ഇവ്ടയ്ക്കെന്തിനു നശ്ടം വര്ണ്?" കരൾ തേട്ടിത്തേട്ടി തൊണ്ടയിൽ വന്നമാതിരി ഇയ്യ ഏങ്ങലടിച്ചു കരഞ്ഞു. ഇടറുന്ന കാൽവെപ്പോടെ അവർ ഇരുട്ടിലേക്കു മന്ദം ഇറങ്ങി നടന്നു. പഴന്തുണിയിൽ പൊതിഞ്ഞ കുഞ്ഞ് കൈത്തണ്ടയിൽക്കിടന്ന് ഇരുട്ടു നടുങ്ങുമാറു കരഞ്ഞു. വെണ്ണയുടെ നിറവും മാർദ്ദവവുമുള്ള ഓമനയായ ഒരു പിഞ്ചുപൈതൽ.

കൈത്തണ്ടകളിൽ കരയുന്ന പൈതലുമായി ഏങ്ങിയേങ്ങി കരഞ്ഞുകൊണ്ട്, ഇടറുന്ന കാൽവെപ്പോടെ, അവർ ഇരുട്ടിലേക്കു നടന്നു മറഞ്ഞു.

■

കള്ളമൂരി

പുതിയ വേലക്കാരിപ്പെണ്ണിനെ ഗൃഹനായിക കൗതുകത്തോടെ നോക്കി. ഒമ്പതുവയസ്സു പ്രായമുള്ള ഒരു നല്ല പെൺകുട്ടി. മാംസളമായ അംഗങ്ങളും പ്രകാശിക്കുന്ന കണ്ണുകളും. നോടിയാൽ പൊട്ടുമാറു ചോര വിങ്ങിനില്ക്കുന്ന മാംസക്കൊഴുപ്പുണ്ട്.

"പെണ്ണിന്റെ പേര്?" ഗൃഹനായിക പെൺകുട്ടിയെ ചേർത്തു പിടിച്ചു കൊണ്ട് നില്ക്കുന്ന ഉമ്മയോടു ചോദിച്ചു.

"സെരീഫാന്നാണ് ബിളിക്കണത്." അവർ പറഞ്ഞു. അവരുടെ കുഴിഞ്ഞ കണ്ണുകളിൽ അലിവിന്റെ വെളിച്ചമുദിച്ചു. ചുളിഞ്ഞ കവിളിലേക്കു ചെഞ്ചോര ഉറഞ്ഞുവരുന്നതായി തോന്നി.

ഗൃഹനായികയുടെ ചുണ്ടുകളിൽ പ്രൗഢമായ പുഞ്ചിരി വിരിഞ്ഞു. അവർ കുട്ടിയോടു ചോദിച്ചു "സെരീഫാക്കിവട നിന്നു പണ്യെടുക്കാൻ കയ്യോ? ചമ്പളോം മറ്റും ഇക്കാലത്തു കൊടുക്കാൻ കയ്യൂല. നിന്റെ വെയറ്റീല്ക്ക് ചോറും കഞ്ഞീം തരാം."

സരീഫയുടെ കൊച്ചുകണ്ണുകളിൽ നിലാവു പരന്നു. അവളുടെ കവിളുകളിൽ കുഞ്ഞുനുണക്കുഴികൾ വിരിഞ്ഞു.

കുട്ടിയെ തടവിക്കൊണ്ട് ഉമ്മ പറഞ്ഞു: "അയിനെന്താണ്? ന്റ പുന്നാരമോള് ഇത്തത്താട കൂട നിക്കാനല്ലേ വന്നത്?"

"സരീഫ ഇബട വാ!"

അവൾ മന്ദം മന്ദം നീങ്ങി. ഗൃഹനായികയുടെ മെത്തയ്ക്കരികിൽ ചെന്ന് ഉരുമ്മിനിന്നു. ആ കൊച്ചുകണ്ണുകൾ അപ്പോഴും നക്ഷത്രങ്ങൾ പോലെ പ്രകാശിച്ചു.

എന്തോ അനക്കം കേട്ടു സരീഫ തിരിഞ്ഞുനോക്കി. അവളുടെ ഉമ്മ നടന്നകലുകയാണ്. അവർ കീറിയ കവണിത്തുമ്പുകൊണ്ടു കണ്ണുകൾ ഒപ്പുന്നുമുണ്ട്. പെണ്ണിന്റെ ഇളയ ഹൃദയത്തിൽ ഒരു ചുളുചുളുപ്പൻ വേദന നിറഞ്ഞു വിങ്ങി. അവൾക്ക് വിങ്ങിക്കരയാൻ തോന്നി. അവൾ ഉമ്മയുടെ അരികിലേക്കു കുതിക്കാനായി തിരിഞ്ഞപ്പോൾ ഇത്തത്ത ചിരിച്ചുകൊണ്ട് അവളെ കടന്നുപിടിച്ചു. അപ്പോൾ അവളുടെ കൈ നോവുകയും

ഇത്തത്തയുടെ വെളുവെളുപ്പുള്ള കൈകളിലെ സ്വർണ്ണവളകൾ കിലുങ്ങുകയും ചെയ്തു.

സരീഫയ്ക്ക് അവിടെ ഒരു കൂട്ടുകാരിയെ കിട്ടി. ഇത്തത്തയുടെ ഒരേ ഒരു മകളാണ് സുഹ്റ. പൊന്നിൽ മുങ്ങി പഞ്ചവർണ്ണക്കിളിപോലെ സുന്ദരിയായ ഒരു പെണ്ണ്. ചുമന്ന റോസാപ്പൂവന്റെ ഇതളുകൾപോലെ നിറമാർന്നതും അതിമൃദുവുമായ ആ കവിളുകളിലേക്കും വാടാത്ത പുഞ്ചിരി വിരിഞ്ഞു നില്ക്കുന്ന ചുണ്ടുകളിലേക്കും സരീഫ കൗതുക മൂറുന്ന മിഴികളെറിഞ്ഞുകൊണ്ടു നിന്നു. സുഹ്റയ്ക്കു താങ്ങാനാവാത്ത സ്വർണ്ണാഭരണങ്ങളുണ്ട്. അവൾ പൊട്ടിത്തരിപ്പോടെ നടക്കുമ്പോൾ അവ കിലുങ്ങും. സുഹ്റ സരീഫയെ കൊണ്ടുപോയി അവളുടെ വിലപിടിച്ച പാവകളെ കാണിച്ചുകൊടുത്തു. പാവകൾക്കുപോലുമുണ്ട്, പൊന്നിന്റെ കൊച്ചുപണ്ടങ്ങൾ. സരീഫ അമ്പരന്നുപോയി. സുഹ്റ മെഴുമെഴുപ്പുള്ള കോണിപ്പടികളിലൂടെ തട്ടിൻമുകളിലേക്ക് ഓടിക്കയറി. കണ്ണാടിപോലെ മിനുമിനുത്ത കോണിപ്പടികളിൽ തൊട്ടപ്പോൾ സരീഫയുടെ പാദങ്ങൾ കുളിരിൽ മരവിച്ചുപോയി.

രണ്ടുനിലകളുള്ള മാളിക. ചില്ലുജനാലകളും ചുമരുകളിൽ ചില്ലിട്ട ഭംഗിയുള്ള ചിത്രങ്ങളും. മാർബിൾ മേശ, ഊഞ്ഞാൽ കട്ടിൽ തുടങ്ങി ഒട്ടധികം വസ്തുക്കൾകൊണ്ടു തട്ടുകൾ നിറഞ്ഞിരിക്കുകയാണ്. അദ്ഭുതംകൊണ്ട് അവളുടെ മിഴികൾ പൂർണ്ണമായും വിരിഞ്ഞു. മേശപ്പുറത്തുള്ള പൂക്കൾ നിറഞ്ഞ ഒരു പാത്രത്തിൽ അവൾ പതുക്കെയൊന്നു തൊട്ടപ്പോൾ സുഹ്റ ഗൗരവത്തിൽ പറഞ്ഞു: "നീയങ്ങനെ വേണ്ടാത്ത തുമ്മലൊക്കെ തൊട്ടാലുണ്ടല്ലോ? ബാപ്പ കണ്ടാ നല്ല ചുട്ട പെട തരും!"

പുതിയ ജോലികളുമായി ഗൃഹനായിക അവളെ ബന്ധപ്പെടുത്തിയതുകൊണ്ടു പിന്നെയൊന്നും കാണാൻ കഴിഞ്ഞില്ല. മണികിലുങ്ങുംപോലെ ഇത്തത്ത പറഞ്ഞു: "എടീ! നീ കേക്കണുണ്ടാ, ചെയ്ത്താനേ? നീ ഇബടത്ത ഇത്തത്തേം ഒന്നല്ലട്ടോ! നല്ലോണം പണ്യെടുത്താ നല്ലോണം തിന്നേ. വേണ്ടാത്ത സ്സലങ്ങളിലൊന്നും വേലക്കാര്യേള്ക്ക് കേറണ്ട കാര്യംല്ല, ഉം, ചെല്ല്, അടുക്കളേല്യ്ക്ക് ചെല്ല്!"

ആദ്യം അടുപ്പിൽ തീ കത്തിക്കലായിരുന്നു തൊഴിൽ. ഊതിയൂതി അവളുടെ കൊച്ചുനീലക്കണ്ണുകൾ പുകഞ്ഞു. പുക കണ്ണിലും മൂക്കിലുമൊക്കെ ഇരച്ചുകയറുമ്പോൾ അവൾ ചുമയ്ക്കും. ചുമച്ചുചുമച്ചു വാരിയെല്ലുകൾ പൊട്ടുമാറു വയറും നെഞ്ചും വീർപ്പുമുട്ടും. ഈ നിസ്സാര തൊഴിലുമായി സരീഫ ഇണങ്ങിയിരിക്കുന്നതു കണ്ടപ്പോൾ ഇത്തത്ത കോപിച്ചു: "പെണ്ണിനെ അടുപ്പിന്റരിയത്തു കളിക്കാനിരുത്തിരിക്കേണ്? തരക്കേടില്ലല്ല! ഒന്നു തീയൂതാൻവേണ്ടി ഒരാളെ തീൻ കൊടുത്ത് നിറുത്തണതിക്കാലത്തല്ല. അവ്ക്ക് വേറെം വേല കൊടുക്കാനറിയണ കൂത്തിച്ചികളാരും ഇബിടില്ലേടീ?"

താമസിയാതെതന്നെ സരീഫയുടെ ഇളംകൈകളിൽ രണ്ടു വലിയ ചെമ്പുകുടങ്ങൾ തൂങ്ങിക്കിടന്നു. അവളെ അങ്ങോട്ടും ഇങ്ങോട്ടും വളച്ചൊടിക്കാൻതുടങ്ങി. അടുക്കളയിൽ എത്ര വെള്ളം കിട്ടിയാലും ആവശ്യത്തിനു തികയില്ല. പ്രധാനവേലക്കാരി എപ്പോഴും അലറിക്കൊണ്ടിരിക്കും: "എബടെ ആ ജിന്ന്? ഇബടെ വെള്ളം തീർന്നത് നിയ്യറിഞ്ഞില്ലേടീ?"

അവൾ ചെമ്പുകുടങ്ങളുമായി കിണറ്റുവക്കിലേയ്ക്ക് ആടിയാടി നീങ്ങും. കപ്പിയിലെ കയർ വലിക്കാൻ പോലും അവൾക്കു കരുത്തില്ല. കയറിന്റെ അഗ്രത്തിൽ വെള്ളം നിറഞ്ഞ ബക്കറ്റാണ്. അവൾ രണ്ടു കൈകൾകൊണ്ടും അതു വലിച്ചുയർത്താൻ പാടുപെടുമ്പോൾ ശ്വാസം നിറഞ്ഞ് ഉടൽ വീർപ്പുമുട്ടുകയും കണ്ണുകൾ നിറയുകയും ചെയ്യും. എന്നാലും അവൾ വിട്ടുകൊടുക്കയില്ല. വേറെ ആരാണ് കോരാനുള്ളത്? ചിലപ്പോൾ ഭാരം തുളുമ്പുന്ന ബക്കറ്റ് അവളെ വലിച്ചു കിണറ്റിലിടുമെന്നു തോന്നുമാറു സരീഫ പെരുവിരലിൽ ഉയർന്നുപോകും. എങ്കിലും ഒരു പ്രസവവേദനയ്ക്കുശേഷം അവൾ കുടങ്ങളിൽ വെള്ളം നിറയ്ക്കും. പിന്നെ അടുക്കളവാതിലോളം എത്തിക്കാനാണ് ശ്രമം. അതിനു ശ്രമിക്കുമ്പോൾ അവളുടെ കണ്ണുകൾ നിറയും. കൈകളിൽ മയമുള്ള ചെമ്പുകുടം താങ്ങി മുന്നോട്ടു നീങ്ങുമ്പോൾ അവൾ തൂങ്ങിക്കിടന്നാടുന്ന ഭാരംകൊണ്ട് ഇടത്തോട്ടും വലത്തോട്ടും വളയും–ചുഴലിക്കാറ്റിലെ കതിർപോലെ.

സരീഫയ്ക്കു പിന്നേയും ഒഴിവുസമയമുണ്ടെന്ന് ഇത്തത്ത കണ്ടുപിടിച്ചു. മാത്രമല്ല, അവൾ സുഹ്റയുടെ വിനോദങ്ങളിൽ പങ്കുകൊള്ളുകയും ചെയ്യുന്നു. സുഹ്റ ആഭരണങ്ങൾ അണിഞ്ഞ്, ഗ്രാമഫോണിനരികെ നിന്നു പുതിയ ഗാനങ്ങൾ കേട്ടു ചിരിച്ചുകൊണ്ടിരിക്കുകയാണ്. അഴുക്കുവസ്ത്രങ്ങളിഞ്ഞു ധിക്കാരിയായ പെണ്ണും ചെന്നുനിന്നു പാട്ടു കേൾക്കുകയാണ്. വായിലേയ്ക്കു തേൻധാരയൊഴുകുന്നുണ്ടെന്ന മട്ടിൽ ചുണ്ടു പിളർത്തി, കണ്ണുകൾ വികസിപ്പിച്ച്, കിനാവുകാണുന്നവിധം സരീഫ നില്ക്കുന്നതു കണ്ടപ്പോൾ ഇത്തത്ത പതുക്കെ അടുത്തു ചെന്നു. അവരുടെ ചൂണ്ടുവിരലും തള്ളവിരലും കൂടി അവളുടെ ചെവികളെ ചോര പൊടിയുന്നതുവരെ അമർത്തിക്കശക്കി. പല്ലു ഞെരിച്ചുകൊണ്ട് അവർ പറഞ്ഞു: "ഹമ്പടീ! കൂത്തിച്ചിമോള് പാട്ടു കേക്കേണെല്ലേ? ചെന്നു പണ്യേടുക്കടി, ജിന്നേ! ആരാണീ അടുക്കളേല്? ദേ ഈ ദെജ്ജാലിന് ഒരു കോടാലി കൊട്. വെറു കീറട്ടെ! അത് കയിഞ്ഞാ അരക്കാനൊള്ള സാമാനോം കൊട്."

അവളുടെ കൈകളിൽനിന്ന് ഉലയ്ക്കയും കോടാലിയും ഒഴിയാതെയായി. ഒരുപാടു സാധനങ്ങൾ ഇടിച്ചുപൊടിയാക്കാനുണ്ട്. ഉരലിലെ വായു മൂക്കിലടിച്ചാൽ എരിഞ്ഞു വെള്ളമൊഴുകും. തുമ്മിത്തുമ്മി കണ്ണുകൾ തുറിക്കും. എങ്കിലും കൃത്യസമയത്ത് ഇടിച്ചുതീർന്നില്ലെങ്കിൽ ഇത്തത്തയുടെ വായിൽനിന്നു വളക്കിലുക്കം പുറപ്പെടാതിരിക്കുകയില്ല:

"ഇബ്‌ലീസിന്റെ മോള്! ഒലക്കേം പിടിച്ച് കളിക്കേണല്ലേ? ആരുല്ലെടീ ചൂരലെടുത്ത് രണ്ടു മൂയ്ത്ത് കൊടുക്കാൻ?"

ഇത്തത്തയുടെ കല്പന എന്തുതന്നെയായാലും അനുസരിക്കാൻ അടുക്കളയിൽ ആളുണ്ട്. അവരുടെ പ്രീതിയിൽനിന്നു വയർ നിറയ്ക്കാൻ വേണ്ടി ചുരുങ്ങിയാൽ രണ്ടോ മൂന്നോ നാക്കുകാരികൾ ഉണ്ടാകും. ഇത്തത്തയുടെ ശത്രുക്കളായ പെണ്ണുങ്ങളുടെ ദോഷങ്ങളാണ് പ്രസംഗ വിഷയം. സന്തുഷ്ടയായ ഇത്തത്ത ചോറു കൊടുക്കുകയും ചെയ്യും.

ഇത്തത്തയുടെ കല്പന കിട്ടുന്നതിനു മുമ്പുതന്നെ നാക്കുകാരികൾ ചൂരൽ എടുത്തുകഴിയും. തുടയിലെ കീറത്തുണി പൊക്കിപ്പിടിച്ചു കഴിഞ്ഞാൽ പൊതിരെ അടി വീണുതുടങ്ങും. "ഇഞ്ഞി പണിക്കു മടി കാണിക്ക്വാ? ങ്ഹേ? വെറക് ചൊവ്വിന് കിറ്വാ? ഹും ഓട്! ചെന്ന് വെറുകീറ്. എന്നിട്ടു വേണം തുണി അലക്കാൻ! ചെയ്ത്താന്റെ മോളോട് ഇത്തത്ത തന്ന പറഞ്ഞിട്ട്?"

അടിയേറ്റ് അവൾ തുള്ളിപ്പോകും. ഞരമ്പുകളിലൂടെ വേദന എരിഞ്ഞെരിഞ്ഞു കയറും. ഒരുവിധം പിടഞ്ഞു രക്ഷനേടി മറവിൽ ചെന്നു നിന്നു നോക്കുമ്പോൾ......തുടയിൽ മീൻ വരഞ്ഞപോലെ ചോര പൊടിയുന്ന വടുക്കൾ. അവളുടെ കൊച്ചുകണ്ണുകളിൽ ചൂടുള്ള മുത്തുമണികൾ കിളിർത്തുവരും.

സരീഫയ്ക്ക് ഇടയ്ക്കിടയ്ക്കുമാത്രം അയൽപക്കങ്ങളിൽ പോകാൻ കഴിയാറുണ്ട്. ഇത്തത്തയുടെ കല്പനപ്രകാരം എന്തെങ്കിലും വാങ്ങാനാണ്. അവൾക്ക് അവിടങ്ങളിൽ നിന്ന് പോരാൻ തോന്നുകയില്ല.

"നിനക്കു ബാപ്പയില്ലേ, മോളേ" അയൽക്കാരി അനുകമ്പയോടെ ചോദിച്ചു.

"മരിച്ചിട്ട് കൊല്ലം നാലായി."

"ഇത്തത്ത ചമ്പളം തര്വാ?"

"ഇല്ല ഞങ്ങൾ പാർക്കുന്നത് അവിടത്ത പറമ്പിലാണ്. വിളിച്ചാ പിന്ന പണിക്കു ചെല്ലണ്ടേ? പണിയെടുത്തെടുത്ത് മനിശൻ മരിക്കാറായി. ഒരുപോള കണ്ണടയ്ക്കാൻ പറ്റൂല." അവളുടെ സംസാരം ഇവിടെ എത്തുമ്പോൾ മതിൽക്കെട്ടിനുള്ളിൽനിന്നു നീണ്ട വിളി കേൾക്കാം. "സെരീഫാ! ഹറമ്പറന്നോളേ! ഒന്നിങ്ങ് നിന്നെ കെട്ടിവലിക്ക്!"

വേലയുമായി എത്രനേരം പൊരുതിയാലും കീഴടുങ്ങുകയില്ല. മാത്രമല്ല, പുതിയ പുതിയ വേലകൾ തലപൊക്കുകയും ചെയ്യും. മുണ്ടലക്കുമ്പോൾ തുമ്പപൂപോലെ വെളുക്കണം. ഇല്ലെങ്കിൽ ഇത്തത്തയുടെ വായിൽനിന്നു അരിച്ചിലമ്പൊലി കേൾക്കാം: "ദെജ്ജാല് ഇക്കക്കാക്കുടുക്കണ്ട തുണി അലക്കിരിക്കണ കണ്ടാ! വെളുപ്പിക്കെടീ, നല്ലോണം! ഇല്ലെങ്കി കൊല്ലും ഞാൻ! ഇന്നൊരു മണി വറ്റ് നിനക്കില്ല, പന്നീ!"

സരീഫയ്ക്ക് പുതിയ പേരു വീണത് ഒരു പെരുന്നാൾ സുദിനത്തിലാണ്. എല്ലാവർക്കും പുതിയ പട്ടുവസ്ത്രങ്ങൾ വാങ്ങിയിട്ടുണ്ട്. ഇത്തത്തയുടേയും സുഹ്റയുടേയും പൂവമ്പഴംപോലെ സുന്ദരമായ ദേഹത്തിൽ കാറ്റിലുലഞ്ഞ് അലകൾ തുടുത്തു മിന്നുന്ന സിൽക്കുടുപ്പുകൾ ചുംബിച്ചു. ദേഹമാകെ നക്ഷത്രങ്ങൾ ഉദിച്ചപോലെ ആഭരണങ്ങളുമുണ്ട്. സുഹ്റ പലതരത്തിലുള്ള പടക്കങ്ങൾ പൊട്ടിച്ചു വിനോദിക്കുകയാണ്. തേനുണ്ടു മദിച്ച പൂമ്പാറ്റപോലെ അവൾ ഓടിക്കളിക്കുന്നതു സരീഫ വേദനയോടെ നോക്കിനിന്നു. അവൾക്കു പെരുന്നാളിന്റേതായി ഒന്നുമില്ല. കരിയും അഴുക്കും പുരണ്ടു മുട്ടുമറയാത്ത കീറമുണ്ടും കീറി വലയായ ഒരു നീണ്ട കയ്യുള്ള കുപ്പായവുമുണ്ടവൾക്ക്. ആരും അവ തിരുമ്മി വെളുപ്പിച്ചുകൊടുത്തില്ല. വേലകാരണം അവൾക്കൊന്നിനും നേരവുമില്ല. അയൽ ഗൃഹങ്ങളിൽ അവളുടെ സമപ്രായക്കാരായ കുട്ടികൾ കൈകൊട്ടി പാടുകയാണ്. നൂറുതരം വേലകൾ സരീഫയുടെ മുമ്പിൽ കുന്നുകൂടി കിടക്കുകയാണ്. എത്ര പണിപ്പെട്ടിട്ടും വേലകൾ അവസാനിക്കുന്നില്ല. ഇത്തത്തയ്ക്കു തീപിടിച്ച ദേഷ്യമാണ്. അവർക്ക് ഇനിയും സരീഫയെക്കൊണ്ടു പല ആവശ്യങ്ങളുമുണ്ട്. സരീഫ സുഹ്റയുടെ പട്ടുടുപ്പിൽ അടക്കാനാവാത്ത കൊതിയോടെ കരിപുരണ്ട കൈകൊണ്ടു തൊട്ടതും സുഹ്റ ആഞ്ഞടിച്ചപ്പോൾ പൊട്ടിക്കരഞ്ഞതും ഇത്തത്ത ശ്രദ്ധിച്ചു. പല്ലു ഞെരിച്ചുകൊണ്ട് ഇത്തത്ത വിളിച്ചു: "എടീ കള്ളമൂരീ!"

അവിടെ നിന്നവരെല്ലാം കൈകൊട്ടിക്കൊണ്ടു ചിരിച്ചു, ചിരിച്ചു തുള്ളിപ്പോയി.

അവൾ തനിച്ചു ചെയ്യാനുള്ള വേലകളുടെ പട്ടിക പിന്നെയും നീണ്ടു. വിറകു കീറിക്കീറി അവളുടെ എല്ലുകൾ നുറുങ്ങി. സംഖ്യയില്ലാതെ മുണ്ടലക്കണം. കറിക്കരയ്ക്കാൻ സാമാനങ്ങൾ അവളെ കാത്തുകൊണ്ട് എപ്പോഴും ഇരിക്കുന്നുണ്ടാകും. ദേഹത്തിലൂടെ വിയർപ്പുപൊടി ചാലുകളായി ഒഴുകികൊണ്ടിരിക്കും. വേല വേഗം തീർന്നില്ലെങ്കിൽ ഇത്തത്ത ചൂരലുമായി അരികെ ചെന്നുനിന്നു വിളിക്കും: "കള്ളമൂരി!"

അവളുടെ കണ്ണുകൾ പേടികൊണ്ടു തുറിക്കും. ഇത്തത്ത രണ്ടടി അടിക്കുമ്പോഴേയ്ക്കും അവളുടെ കണ്ണുകൾ നിറഞ്ഞുകഴിയും.

അവൾക്കു പലവട്ടം പീടികയിൽ പോകണം. ഇത്തത്തയ്ക്ക് അലങ്കാരവസ്തുക്കൾ വാങ്ങാനാണ്. വാങ്ങിയ സാധനങ്ങൾ പലപ്പോഴും അവർക്കു പിടിക്കാറില്ല. അപ്പോൾ അരിച്ചിലമ്പൊലി കേൾക്കാം: "കള്ളമൂരി! ഈ സോപ്പിന് ഇത്ര കായി കൊടുക്കാൻ നിന്റെ ബാപ്പ ഇവട ഇണ്ടാക്കിയിട്ട്ട്ടുണ്ടോ? ഈ സോപ്പ് എന്റെ ദേകത്തിനു പറ്റ്വാ?"

ചൂരൽ ഉടനെ ദേഹത്തിൽ വീണുകഴിയും. അടികൊണ്ട് അവൾ പുളയും. കരളിലേയ്ക്കു നീറ്റൽ ഇരച്ചു കയറുന്നതായി തോന്നും.

ഇത്തത്ത നാക്കുകാരികളുമായി അയൽക്കാരുടെ ദോഷങ്ങളെപ്പറ്റി ചർച്ചകൾ നടത്തുകയായിരുന്നു.

"ധിം......" അടുക്കളയിൽനിന്ന് ഒരു ശബ്ദം...... ബോംബു പൊട്ടിയ മാതിരി. നടുക്കത്തോടെ ഇത്തത്തയുടെ പ്രധാനവേലക്കാരി അടുക്കളയിലേയ്ക്കു ഒരു പാച്ചിൽ. അല്പം കഴിഞ്ഞ്, ചത്ത എലിക്കുഞ്ഞിനെയെന്ന പോലെ സരീഫയേയും തൂക്കിയെടുത്തുകൊണ്ട് അവൾ തിരിച്ചുവന്നു. കണ്ണുകൾ കത്തുന്നുണ്ട്.

"എന്താണ് കള്ളമൂരിക്ക്?" ഇത്തത്ത ചോദിച്ചു.

"സുബ്ഹാനാൾള്ള! ഒരെട്ടുമാസത്തിനു മുമ്പ് വേടിച്ച ആ കലം ദേതവിടുപൊടിയായി കെടക്കണ്! പഹച്ചി തള്ളീട്ടതാണ്."

ഇത്തത്ത വിദഗ്ദ്ധപരിശോധനയ്ക്കായി അടുക്കളയിലേയ്ക്കു നീങ്ങി. കലമെടുത്തു വളരെ സൂക്ഷിച്ചുനോക്കിയതിന്റെ ഫലമായി മറ്റൊരാളുടെ സഹായംമൂലം സൂക്ഷ്മമായി ഒരു പൊട്ട് അവർ കണ്ടെത്തി.

"ചൂരലിങ്ങടെടുത്താട്ടെ!"

ചൂരൽ കയ്യിൽ കിട്ടിയതോടെ ഇത്തത്തയുടെ തരം മാറി. കാർമേഘത്തിന്റെ കീഴിലെ ജാലാശയംപോലെ അവർ ഇളകി മറിഞ്ഞു. അടികളേറ്റു സരീഫയുടെ ദേഹത്തിൽനിന്നു ചോരയൊലിച്ചു. അവൾ നിലത്തു വീണപ്പോൾ ഒരു വേലക്കാരി ഓടിവന്ന് അവളെ ശരിക്കു പിടിച്ചുകൊടുത്തു. അടിച്ചടിച്ച് ഇത്തത്ത കിതച്ചു. തളർച്ചയോടെ ചൂരൽ വലിച്ചെറിഞ്ഞിട്ട് വെളുവെളുത്ത കൈചുരുട്ടി അവർ സരീഫയുടെ വിളർന്ന വായിൽ ഒരിടികൊടുത്തു. രണ്ടു പല്ലുകളും അതിനു പുറകെ ചോരയുടെ ഒരു പ്രവാഹവും.

ദിവസത്തിൽ രണ്ടു മൂന്നു പ്രാവശ്യമെങ്കലും തല്ലിയില്ലെങ്കിൽ ഇത്തത്തയ്ക്ക് ഒരു സുഖവുമില്ല. സൗകര്യപൂർവ്വം അത് നിർവ്വഹിക്കാൻ വേണ്ടി ചൂരൽ അരികെ തന്നെ കരുതിയിട്ടുണ്ട്. അവർക്ക് ആലസ്യമാണെങ്കിൽ ഇങ്ങനെ കല്പിക്കും: "എടീ! ആ കള്ളമൂരിനെ പിടിച്ചി കെട്ടീട്ട് നാല് ചതചതയ്ക്ക്!"

സരീഫയ്ക്ക് എന്തോ ക്ഷീണം ബാധിച്ചു. ചോരയ്ക്കു നീലനിറം. വേലയെടുക്കുമ്പോൾ അവൾ നിന്നു കിതയ്ക്കും. വയർ കുറെ ചാടിയിട്ടുമുണ്ട്. കണ്ണുകൾ വെള്ളനിറമായി.

"എന്താണ് കള്ളമൂരിക്കൊരു തരംമാറ്റം?" ചിരിച്ചുകൊണ്ട് ഇത്തത്ത ചോദിച്ചു.

വായ നിറയെ വെറ്റില തിരുകിക്കയറ്റിക്കൊണ്ടു പ്രധാനവേലക്കാരി പറഞ്ഞു: "പോത്തുപോലെ തിന്നിട്ടു വണ്ണം വെയ്ക്കണ്. കണ്ടില്ലേ വയറ് ഉപ്പുമാങ്ങബരണി പരുവത്തിലിരിക്ക്ണ്?"

സരീഫയുടെ വിളർപ്പും ക്ഷീണവും കൂടിക്കൂടി വന്നു. ഇത്തത്തയുടെ കല്പന അവൾക്കു ചോറു കൊടുക്കരുതെന്നാണ്.

"തിന്നുതിന്നു ചെയ്ത്താൻ സോഡാപ്പൊടി ചേർത്ത അപ്പംപോലെ വീർക്കണ കണ്ടില്ലേ?"

അല്പം വറ്റിൽ കുറച്ച് ചൂടുവെള്ളം ഒഴിച്ചു നിറച്ച ഒരു കറുത്ത മൺചട്ടി അവൾക്ക് കിട്ടും. കറി പതിവില്ല. അതു പതുക്കെ മോന്തികൊണ്ടിരിക്കുമ്പോൾ അകത്ത് ഇറച്ചിയുടെ എല്ലു ചപ്പുന്ന ഹൃദയഹാരിയായ ശബ്ദം അവളുടെ കാതുകളെ ഉമ്മവെയ്ക്കും. വെന്ത മസാലയുടെ മണം മൂക്കിലങ്ങനെ അടിക്കും. എല്ലാം കഴിയുമ്പോൾ അവൾ പാത്രം കഴുകുന്നതിന്നടുത്തു ചെന്ന് ഉമിനീരുറയുന്ന വായും പിളർത്തി നില്ക്കും. വേലക്കാരിയുടെ കണ്ണു തെറ്റുമ്പോൾ അവൾ പാത്രത്തിൽനിന്നു ചാറിൽ കുഴഞ്ഞ ഒരെല്ലെടുത്തു വായിലാക്കും. "എന്താണ്ടീ, അണ്ണാക്കില് കേറീരിക്കണെത്?" അവളുടെ തുറിച്ച കണ്ണുകളിലേക്കു നോക്കിക്കൊണ്ടു വേലക്കാരി ചോദിക്കുന്നതോടൊപ്പം വായിൽ കയ്യിട്ട് ആ തൊണ്ടി പുറത്തെടുക്കുകയും ചെയ്യും. എന്നിട്ട് തലയ്ക്കൊരു തട്ടും, മുഖത്തൊരു തുപ്പും. "ഫൂ പന്നി!"

അവളുടെ കിടപ്പ് അടുക്കളയുടെ ഇറയത്താണ്. അടുക്കളയിൽ ഇത്തത്തയുടെ പ്രീതി നേടിയവർക്കേ സ്ഥാനമുള്ളു. നിയമം ലംഘിച്ച് അടുക്കളയിൽ കയറി കീറപ്പായയിൽ ചുരുണ്ടുകൂടി കിടക്കുന്ന ആ സാധനത്തെ വേലക്കാരികൾ ചിരിയടിക്കിക്കൊണ്ടു പൊക്കിയെടുത്ത് ഇറയത്തിടും. അവൾ ഇറയത്തെ ചളിയിൽ കുഴഞ്ഞു കിടന്നുകൊള്ളണം. ചാറ്റൽമഴയടിച്ചു കീറമുണ്ടും ദേഹവും കൂടി ഒട്ടിപ്പിടിക്കും. ഇടിയും മിന്നലും കൂടി അവളെ കിടുകിടുപ്പിക്കും. മിന്നൽ ചീറിവരുമ്പോൾ അവൾ ചെവിയും കണ്ണും ഇറുകെ അടച്ചുപിടിക്കുമെങ്കിലും അതിന്റെ വെളിച്ചവും ചൂടും കരളിലേയ്ക്കുതന്നെ തുളച്ചുകയറുന്നതായി തോന്നും.

അവൾക്കു സംസാരത്തിൽ വലിയ വിരക്തിയാണ്. വല്ലതും ചോദിച്ചാൽ ഒന്നുരണ്ടക്ഷരങ്ങളിൽ മറുപടിതീർക്കും. ഇത്തത്ത അഭിപ്രായപ്പെട്ടു: "കള്ളമൂരിട കുറുനാക്കു മിണുങ്ങിപ്പോയി....."

അവളുടെ വളർച്ച അവസാനിച്ചമാതിരിയായി. ഉയരം കൂടുന്നില്ല. കൈകളിലെ എല്ലുകൾ നേർത്തു നേർത്തുവരുന്നു. തൊലിയിൽ നീരുവന്നു തൂങ്ങി. രോമം ചെമ്പിച്ചു. വയർ ബലൂൺപോലെ പിന്നെയും വീർക്കുന്നു. ഈ സ്വഭാവവിശേഷങ്ങൾ ഇത്തത്തയ്ക്കു തീരെ പിടിച്ചില്ല. അവർക്ക് അവളോട് കലശലായ അരിശം തോന്നി. അവർ അദ്ഭുതപ്പെടുകയാണ്: "എത്തറ കേറ്റീട്ടും കള്ളമൂരി താണുതാണു വര്ണ്. ഇതെന്തു ഹലാക്കിന്റെ ജന്തു!"

ഒരു ദിവസം അടുക്കളയിലെ അന്തരീക്ഷകമാകെ ഇളകിമറിഞ്ഞു. ഇത്തത്ത തിന്നു ബാക്കിയായ പലഹാരങ്ങൾ അടുക്കളയിൽ മൂടിവെച്ചിരുന്നു. പ്രധാനവേലക്കാരി പെട്ടെന്നു കടന്നു ചെല്ലുമ്പോൾ.....മൂടി തുറന്നു പലഹാരനുറുക്കെടുത്തു സരീഫ വായ് നിറയ്ക്കുകയാണ്.

"ചൂരലെവിടെ, ചൂരല്?" ഇത്തത്ത നിന്നു കിതച്ചുകൊണ്ടു ചോദിച്ചു. ഒരു തടിച്ചി സരീഫയെ കഴുത്തിനു പിടിച്ചുപൊക്കി പിടയാൻകൂടി

വയ്യാത്തവിധത്തിൽ നിറുത്തി. സ്വർണ്ണവളകൾ കിലുക്കിക്കൊണ്ട് ഇത്തത്ത ചൂരൽ വീശി. പിന്നേയും വീശി. വടുക്കൾകൊണ്ട് അവളുടെ നീരുതൂങ്ങിയ ദേഹം നിറഞ്ഞു. രക്തം പൊട്ടിയൊലിച്ചു. അടി കഴിഞ്ഞപ്പോൾ വലിച്ചൊരേറും: “ജിന്ന് കല്ലിലിട്ടരച്ചാലും ചാവൂല.”

അവൾ ചെറുതായിവരുന്നപോലെ തോന്നി. എല്ലുകൾ നേർത്തു നേർത്തുവരുന്നു. കണ്ണുകൾ വിളറി വെളുത്തു. അവയിൽ എന്തെന്നില്ലാത്ത ഒരു പേടിയും അമ്പരപ്പും. ഒരടി നീങ്ങിയാൽ അവൾ കിതയ്ക്കും. എങ്കിലും ഇത്തത്ത കല്പിക്കും: “എടീ ചെമ്പുകൊടത്തീല് വെള്ളം കോരിക്കുണ്ടു വന്നോ?”

അവൾ ചെമ്പുകുടങ്ങളുമായി കിണറ്റുവക്കിലേയ്ക്കു ചെല്ലും. അവിടെനിന്ന് അവൾ വിങ്ങിക്കരയുന്നതു മറ്റു വേലക്കാരികൾ കണ്ട് ഉറക്കെ വിളിച്ചുപറഞ്ഞു: “കള്ളമൂരീട കണ്ണു ചോരണ്ണ്ട്.”

അവൾക്ക് ഉറങ്ങാൻപോലും നേരമില്ല. പാതിരാ കഴിഞ്ഞാലും പണിയുണ്ട്. ഇത്തത്തയുടെ മൃദുവായ കാൽ തിരുമ്മികൊടുക്കണം. ഉഷ്ണമുള്ളപ്പോൾ വീശുകയും വേണം. അവൾ ഉറക്കംതൂങ്ങി വീഴാൻ പോകുമ്പോൾ, പല്ലു ഞെരിച്ചു കനത്ത ഒരിടി തലയ്ക്കു സമ്മാനിച്ചുകൊണ്ട് ഇത്തത്ത മയക്കത്തിൽ കിടന്നുതന്നെ പറയും: “കള്ളമൂരി പാമ്പു കളിക്കണതെന്താണ്ടീ ജിന്നേ? ഒന്നു നന്നായി വീശ് പന്നീ.”

അവൾ ഉണക്കാനിട്ടമാതിരിയായി. എല്ലുകൾ നേർത്തു കതിരായി. ദേഹത്തിനു നീലനിറവും മിനുമിനുപ്പും. നീരുകെട്ടി തൊലി തൂങ്ങി. കവിളെല്ലുകൾക്കു മീതെ കണ്ണുകൾ തുറിച്ചുവന്നു. എഴുന്നേറ്റാലുടൻ കിതച്ചു കിതച്ചു വീഴാൻ പോകും. എങ്കിലും ഇത്തത്തയുടെ വായിൽ നിന്നു ചിലമ്പൊലി പുറപ്പെട്ടു: “കള്ളമൂരി, നിന്ന തീറ്റ തന്നു പോറ്റാനല്ല നിർത്ത്യേക്കണെത്, മനസ്സിലായാ? തടിയെളക്കി പണ്യെടുക്കെടീ, കൂത്തിച്ചീ.”

ഒരു ദിവസം രാവിലെ തടിച്ചിയായ പ്രധാനവേലക്കാരി വിളിച്ചു: “കള്ളമൂരി!”

അവൾ ചളികെട്ടിയ ഇറയത്തെ കീറപ്പായയിൽ നിന്ന് എഴുന്നേല്ക്കുന്നില്ല. പായയിൽ കിടന്നു കിതയ്ക്കുകയാണ്. മേലാകെ നീർകെട്ടി വീങ്ങിയിരിക്കുന്നു; കണ്ണുകളിൽ ചുടുനീരും.

ഇത്തത്ത ചെന്ന് ആ കൗതുകകരമായ കാഴ്ച നോക്കി രസിച്ചു. എന്നിട്ടു സരിഫയുടെ എല്ലിച്ച കൈകളിൽ കടന്നു പിടിച്ചു പൊക്കിക്കൊണ്ടു പറഞ്ഞു: “എണീക്കടീ, കള്ളമൂരി! പണ്യെടുക്കാണ്ടിരിക്കാനൊള്ള സൂത്തറം!”

ഒരുവിധം പൊക്കിനിറുത്തിയിട്ട് കൈവിട്ടപ്പോൾ.... ‘ധ്ടിം....’ അവൾ കാൽമടങ്ങി പായയിലേയ്ക്കൊരു വീഴൽ! ഒരു വിങ്ങിക്കരച്ചിലും. ഇത്തത്ത പല്ലു ഞെരിച്ചുകൊണ്ട് അലറി “കള്ളമൂരീടെ ഇത്തരം

സൂത്തറം ഇക്കുടമ്മത്ത് ചെലവില്ല. ആരൂല്ലെടീ കൊടമെട്ത്ത് ഇവ്ക്ക് കൊടുക്കാൻ?"

കയ്യിൽ ചെമ്പുകുടം തൂക്കിപിടിച്ച്, ഇത്തത്ത കയ്യിൽ ചൂരലുമായി അവളുടെ പുറകെ ചെന്നു. നടക്കാൻ അമാന്തം കാണുമ്പോൾ അടിക്കും. അടികൊണ്ടാൽ ചുരുങ്ങിയതു രണ്ടടിയെങ്കിലും നിങ്ങാതിരിക്കാൻ ഒരു അചേതനവസ്തുവാണെങ്കിലും സാദ്ധ്യമല്ല. എങ്കിലും, ഒട്ടുനേരത്തിനു ശേഷം സരീഫ നിറഞ്ഞ കുടം പേറിക്കൊണ്ട് ഒരടി നീങ്ങിയപ്പോൾ ഇത്തത്ത കേട്ടു: "ഹെന്റുമ്മോ!" തിരിഞ്ഞുനോക്കിയപ്പോൾ അവൾ വീണു കിടക്കുകയാണ്. ചെമ്പുകുടങ്ങൾ ചരിഞ്ഞു വെള്ളം പോകുന്നു. ഇത്തത്തയുടെ കൂലീനമായ ചോര തിളച്ചു. ഒരു ചാട്ടവും രണ്ടു ചവിട്ടു കളും. സരീഫയുടെ മുഖത്തുനിന്നു ചോര ചാടി. കൂടെ ഒരു ഏങ്ങി ക്കരച്ചിലും: "ഹെന്റുമ്മോ! ഹെന്നക്കൊന്നേ!"

അവൾ പിന്നെ എണീറ്റിട്ടില്ല. രണ്ടു വേലക്കാരികൾ അവളെ തൂക്കി യെടുത്തുകൊണ്ടുവന്ന് ഇറയത്തെ കീറപ്പായയിലിട്ടു. അവിടെ കിടന്ന് അവൾ വിങ്ങിക്കരയാനും തുടങ്ങി. ഇടവിടാതെ കരച്ചിൽതന്നെ. നീരു കൂടിക്കൂടി വരുന്നു.

"ജിന്നേ! കരയാണ്ടിരി! എന്തിനാണ്ടീ നീ മോങ്ങണത്?" ഇത്തത്ത അലറി.

"അള്ളോ! വേദന സയിച്ചൂടേ." അവൾ പായയിൽ കിടന്നുരുണ്ടു.

ഇത്തത്ത കാലുയർത്തി അരികിലേക്കാഞ്ഞുകൊണ്ടു പല്ലു ഞെരിച്ചു: "പിന്നില്ലേ, ചങ്കു തൊറന്നാ ഞാ.......ഞാൻ ചവിട്ടി പണ്ടം പൊറത്താക്കി ക്കളേം!"

ചട്ടിയിൽ തിളയ്ക്കുന്ന കഞ്ഞിവെള്ളം കൊണ്ടുവെച്ചു കൊടുത്തു. അടിയിൽ ഓരോ വറ്റും കാണാം. സന്ധ്യയായിട്ടും അവളതു തൊട്ടി ട്ടില്ല.

"എന്താണ്ടീ കഞ്ഞി വേണ്ടേ?"

"അള്ളോ! ഇനിക്കു കുടിച്ചൂടേ!"

"പന്നിക്ക് ദഹനക്കേടാണ്? കഞ്ഞി ഇടുത്തു പശൂന് കൊട്ക്ക്."

അവൾ കഞ്ഞി കുടിച്ചില്ല. ആരും വായിൽ ഒഴിച്ചു കൊടുത്തുമില്ല. ഒരു ദിവസം പ്രധാനവേലക്കാരി ഒരു വിശേഷവാർത്ത ഇത്തത്തയുടെ ശ്രദ്ധയിൽ പെടുത്തി: "കള്ളമൂരിക്ക് ശാസംമുട്ടുണ്ട്."

ഇത്തത്ത ഇഞ്ചിനീർ കുടിച്ച മട്ടിൽ മുഖം ചുളിച്ചു. ഏതോ ഭയങ്കര നഷ്ടബോധം ഉദിച്ചമാതിരി അവർ പറഞ്ഞു:

"പന്നി ചത്താ മയ്യത്തിനു തുണീം പലേം കൊടുക്കാൻ ഇവട ആളില്ല. കുടീലിക്ക് പറഞ്ഞയയ്ക്കണം."

സരീഫയ്ക്കു മിണ്ടാനും അനങ്ങാനും വയ്യ. അവൾ നീരുവന്നു വിങ്ങി വീർത്തു കിടക്കുകയാണ്. കാറ്റു തട്ടിയാൽക്കൂടി വേദന സഹിക്കാൻ വയ്യ. ശ്വാസതടസ്സവും ശക്തിയായ കിതപ്പും. എപ്പോഴും ഏങ്ങിക്കരച്ചിൽതന്നെ.

“റബ്ബേ! ഹെന്റെ റൂഹിനെ ഇപ്പ പിരിച്ചി തരണേ! വേതന സയിച്ചൂടേ.”

“ഒന്നു മോങ്ങാതിരിയെടീ, ഹറാമ്പറന്നോളേ!” ഇത്തത്തായുടെ വായിൽനിന്ന് അരിച്ചിലമ്പൊലി പുറപ്പെട്ടു.

അന്നു പ്രഭാതത്തിൽ അടുക്കളയിൽ വെപ്പുകാരി വിളിച്ചുപറഞ്ഞു: “കള്ളമൂരി വീർപ്പുമുട്ടി കെടക്കേണ്. അനക്കൂല്ല.”

ഇത്തത്ത മെതിയടിപ്പുറത്തു ചെന്നു നോക്കി. അവൾക്ക് അനക്കമില്ല. നീർ വിങ്ങി ഇപ്പോൾ പൊട്ടുമെന്നു തോന്നും. കണ്ണുകൾ പകുതി അടഞ്ഞിരിക്കുന്നു. ഇത്തത്ത ഒന്നു ചെറുതായി അമ്പരക്കുകയും ചെയ്തു. എങ്കിലും വെപ്പുകാരി സരീഫായുടെ മൂക്കിൽ വിരൽ വെച്ചു നോക്കിയിട്ടു ചിരിച്ചുകൊണ്ടു പറഞ്ഞു: “ശാസം പോണ്ണ്ട്.”

ഉച്ചയായപ്പോൾ സരീഫയുടെ വൃദ്ധയായ ഉമ്മ ഓടിക്കിതച്ചു വന്നെത്തി. കണ്ണുകളിലൂടെ ചുടുനീരൊഴുകുന്നു. ഇത്തത്ത വെറ്റില തിന്നുന്നതിനിടയിൽ പറഞ്ഞു: “ഇങ്ങനൊരു ഹലാക്കിന്റെ പാട് ഞാങ്കണ്ടിട്ടില്ല. മോങ്ങല് കേട്ടു കേട്ട് ഉറക്കം കിട്ട്യേങ്കിലല്ലേ?”

ഉമ്മ പാഞ്ഞു ചെന്നു വിളിച്ചു: “മോളേ സരീഫാ!” ശബ്ദമില്ല. കണ്ണുകൾ അടഞ്ഞിരിക്കുന്നു. കൈകൾ വലിഞ്ഞു ചലനമില്ലാതെ കിടക്കുന്നു. ഉമ്മ അവളുടെ മെയ്യിൽ ഒരു വല്ലാത്ത നിലവിളിയോടെ മറിഞ്ഞു വീണു: “ഹെന്റ പുന്നാരമോളേ!”

മഞ്ഞുപോലെ തണുത്തു മരവിച്ചിരിക്കുന്നു!

ഇത്തത്തയുടെ കല്പനപ്രകാരം, വെപ്പുകാരി സരീഫയുടെ മൂക്കിൽ വിരൽ വെച്ചു നോക്കിയിട്ടു തലയാട്ടിക്കൊണ്ടു പറഞ്ഞു: “ശാസം നിന്നു!”

■

കരളുകൾ നോവുന്നു

പ്രിയപ്പെട്ട ജമീലാ!

ഞാൻ നിന്നെ പിരിഞ്ഞു പോന്നിട്ട് രണ്ടാഴ്ചയായല്ലോ. "ഒരു കത്തയക്കാതിരിക്കാൻമാത്രം അവസ്ഥ കൂടിപ്പോയല്ലേ? ശരി. ഇവിടെ വന്നിട്ടാവട്ടെ!" എന്ന് മനസ്സിൽ കരുതി പിണങ്ങിയിരിക്കുന്ന നിന്റെ രൂപം ഞാൻ കാണുന്നു. നാം തമ്മിൽ ഇനി കാണുമ്പോൾ ആദ്യമായി മധുരമേറിയ ഒരു ഉമ്മ തരാനല്ലാതെ പിണങ്ങിയിരിക്കാൻ നിനക്കറിഞ്ഞുകൂടാ പെണ്ണേ!

ഞാൻ ഒരു ചങ്ങാതിയുടെ കൂടെയാണ്. ബോംബെയെപ്പറ്റി നിനക്കൊന്നും അറിഞ്ഞൂടാ അല്ലേ? ഇളകിയ തേനീച്ചക്കൂട്ടംപോലെ മനുഷ്യരും വാഹനങ്ങളും ഇടതിങ്ങി ചലിക്കുന്ന ഒരു ലോകമെന്ന് കരുതിയാൽ മതി. വന്ന അന്നുതന്നെ ഞാൻ ജോലി അന്വേഷിക്കാൻ തുടങ്ങി. രാവിലെ എഴുന്നേറ്റ് മുഖം കഴുകി ഇരമ്പുന്ന തെരുവിലേക്ക് ഇറങ്ങി നടക്കും. പോന്നപ്പോൾ വലിയ തുകയൊന്നും കൊണ്ടുപോന്നില്ലെന്നറിയാമല്ലോ? യാത്രച്ചിലവ് കഴിഞ്ഞപ്പോൾ മിച്ചം കുറച്ചേയുള്ളൂ.

ഇതുവരെ അന്വേഷിച്ചിട്ടും ജോലിയൊന്നും കിട്ടിയില്ലെന്നറിയിക്കുമ്പോൾ നിന്റെ ശുദ്ധ ഹൃദയം നോവുമെന്നെനിക്കറിയാം. എന്തുചെയ്യട്ടെ? എവിടെനിന്നും കിട്ടുന്നത് നിഷേധരൂപത്തിലുള്ള മറുപടികളാണ്. ഇന്നും ഞാൻ എഴുന്നേറ്റു നടക്കാൻ തുടങ്ങി. രാത്രിയേ യാത്ര അവസാനിച്ചുള്ളൂ. ചില മോട്ടോർ കമ്പനികൾ, ഒന്നുരണ്ടു കോട്ടൺ മില്ലുകൾ, പിന്നെ വേറെ ചില പ്രസിദ്ധ കമ്പനികൾ. അവയിലെല്ലാം ഞാൻ കയറിച്ചെന്നു. സർട്ടിഫിക്കറ്റുകൾ എടുത്തു കാണിച്ചു കാര്യം പറഞ്ഞു.

"തൽക്കാലം ഒഴിവൊന്നുമില്ല, ഖേദിക്കുന്നു." പറയുന്നതു കേൾക്കാൻ കൂടി ക്ഷമയില്ലാത്ത മട്ടിൽ ഓരോരുത്തരും പറഞ്ഞു.

ജമീല വ്യസനിക്കേണ്ടതില്ല. ഞാൻ വീണ്ടും ശ്രമിക്കട്ടെ. ബോംബെയിൽ പ്രസിദ്ധ കമ്പനികൾ ഇനിയുമുണ്ട്. നിന്റെ സ്വപ്നങ്ങൾ പുഷ്പിക്കാനിടയാകട്ടെ.

വിശേഷങ്ങൾ അറിയിക്കുമല്ലോ?

ജമീലയുടെ അബ്ദുറഹിമാൻ.

എന്റെ എത്രയും പ്രിയപ്പെട്ട ഭർത്താവിന്,

എന്താണ് എഴുത്തയക്കാൻ ഇത്രയും താമസിച്ചത്? ഇവളെയങ്ങു മറന്നുകളഞ്ഞു അല്ലേ?

ഇവിടെ വലിയ കഷ്ടപ്പാടാണെന്നറിയിക്കുമ്പോൾ മറിച്ചൊന്നും വിചാരിക്കരുതേ. ഭക്ഷണം കഴിക്കാൻതന്നെ ഞെരുക്കമുണ്ട്. പ്രത്യേകിച്ചു വരവൊന്നുമില്ലല്ലൊ? അന്നത്തെപ്പോലെ ഇന്നും ഞാൻ പായ നെയ്യുന്നു. എല്ലാ ചിലവുകളും നടക്കുകയില്ലെങ്കിലും ആവശ്യങ്ങൾ ഒരുമാതിരി അങ്ങനെ കഴിഞ്ഞു പോകുന്നു. ബാക്കിയെല്ലാം റബ്ബിനറിയാം. ഞങ്ങൾ ഏതു ദുരിതങ്ങളും സഹിച്ചുകൊള്ളാം. അവിടെ ഒരു വിഷമവും ഉണ്ടാകാതിരുന്നാൽ മതി.

നമ്മുടെ കുഞ്ഞിനു വലിയ ക്ഷീണമുണ്ട്. പാൽ കഴിക്കേണ്ട പ്രായമല്ലെ അവന്? പാൽ പോയിട്ട് നേരത്തിന് കഞ്ഞിപോലും കിട്ടാൻ അവനു യോഗമില്ല. മറ്റുള്ളവരുടെ കുട്ടികൾ തടിച്ചു കൊഴുത്തിരിക്കുമ്പോൾ ജലീൽ എല്ലാകുന്നത് സഹിക്കാനാവുന്നില്ല. അവന് അഴകിനൊത്ത ദേഹംകൂടി ഉണ്ടായിരുന്നെങ്കിൽ! ബാപ്പയോടാണ് അവന് ജീവൻ. എപ്പോഴും വിളിച്ചുകൊണ്ടിരിക്കും. ബാപ്പയുടെ ആ നല്ല മുഖവും കിട്ടിയിട്ടുണ്ടല്ലൊ! അന്ന് എന്നോട് പറഞ്ഞില്ലെ, "എനിക്കൊരു ജോലി കിട്ടട്ടെ പെണ്ണെ! ആദ്യം അവനൊരു പൊൻമാലയും പട്ടുടുപ്പുകളും ഉണ്ടാക്കിക്കൊടുക്കണം." എന്ന്? ഞാൻ അവനോട് എപ്പോഴും പറയാറുണ്ട്. "ബാപ്പക്ക് ജോലി കിട്ടിയിട്ട് ഉമ്മാടെ കുഞ്ഞിമോനെ ഒരു രാജകുമാരനാക്കും." കള്ളൻ കൊതിച്ചിരിക്കുകയാണ്.

ജോലി കിട്ടാൻ ഞാൻ അഞ്ചുനേരവും റബ്ബിനോട് തേടുന്നു. അടുത്ത കത്തിൽ നല്ല ശമ്പളമുള്ള ജോലി കിട്ടിയെന്ന സന്തോഷവാർത്ത കേൾക്കാൻ ഇടയാകട്ടെ. അവിടത്തെ ജമീല.

എന്റെ ഓമനേ!

നിനക്ക് കത്തയക്കാൻ വൈകിയോ? ജമീല സന്തോഷ വാർത്ത കേൾക്കാൻ കൊതിച്ചിരുന്നിരിക്കും.

കണ്ണാടിപോലെ നിർമ്മലമായ നിന്റെ ഹൃദയം കൊതിച്ച മാതിരി സന്തോഷവാർത്ത നൽകാൻ കെല്പില്ലാത്ത നിലയിലാണ് ഞാൻ. ഖേദിക്കല്ലേ! എന്റെ ഭാഗ്യത്തിനു പ്രാർത്ഥിക്കുന്ന നിന്നോട് ഇങ്ങനെ പറയേണ്ടി വന്നതിൽ ഖേദമുണ്ട്.

ഇന്നലെ രാവിലെ വെറും ഒരു കാപ്പി കഴിച്ച് ഞാൻ നടക്കാൻ തുടങ്ങിയതാണ്. ഉള്ളിൽ വിശപ്പും പുറമെ ചൂടും കൂടി എരിപൊരി കൊള്ളിച്ചു. കയ്യിൽ സർട്ടിഫിക്കറ്റുകളുമായി ഞാൻ നടന്നു. ഒരു ഗുജറാത്തി മുതലാളിയുടെ കച്ചവടസ്ഥലം, രണ്ടു പാർസികളുടെ മില്ലുകൾ, തേയില ക്കമ്പനികൾ, സോപ്പുകമ്പനികൾ തുടങ്ങി പല സ്ഥലങ്ങളിലും ചെന്നു

തിരക്കി. ടൈപ്പുചെയ്ത കടലാസുകുന്നുകൾ ഒപ്പിട്ടു കൂട്ടിക്കൊണ്ട് ഓരോരുത്തരും ധൃതിയിൽ പറയും: "ഒഴിവൊന്നുമില്ല."

"കടന്നുപോകൂ?" എന്നാണതിന്റെ അർത്ഥം.

കയ്യിലെ കാശെല്ലാം തീർന്നിരിക്കുകയാണ്. മുമ്പു കണ്ടവർ ഇവിടെ വെച്ചു കണ്ടാൽ അറിയുകയില്ല. നാട്ടിൽ വെച്ചു പരിചയമുള്ള ഒരു ബുഷ് ക്കോട്ടുകാരനെ വിളിച്ചു കുശലം ചോദിച്ചപ്പോൾ അയാൾ പറയുകയാണ്: "നിങ്ങളേതാണ്?" വിഷമങ്ങൾ മുമ്പിൽവന്നു നിരക്കുകയാണ്. ആഹാരം കിട്ടുന്ന മാർഗ്ഗം അടഞ്ഞിരിക്കുന്നു. എങ്കിലും പൈപ്പിലെ വെള്ളം കിട്ടുന്ന കാലമെല്ലാം ഞാൻ അന്വേഷിക്കും.

ജലീലിന്റെ സ്ഥിതിയെങ്ങനെ? പാവം കുഞ്ഞ്; അവനു ഉമ്മ കൊടുക്കാൻ കഴിയാത്തതിൽ എനിക്കു വലിയ വ്യസനമുണ്ട്. അവനെ നല്ലവണ്ണം നോക്കണം.

എനിക്കൊരു തൊഴിലുണ്ടാകുന്നതുവരെ നീയും മകനും എങ്ങനെയെങ്കിലും ജീവിക്കണം. ജമീല തെല്ലെങ്കിലും വിഷമിക്കുന്നത് എനിക്കു ഓർക്കാൻ വയ്യ. നീ എനിക്കുവേണ്ടി പല വിഷമങ്ങളും സഹിച്ചവളല്ലേ? ഇനിയും വേദനയിൽ നീറിയാൽ.....

മറുപടി പ്രതീക്ഷിച്ചുകൊണ്ട്,

ജമീലയുടെ അബ്ദുറഹിമാൻ.

എന്റെ കരളിന്,

കത്തു വായിച്ച് കരയാതിരിക്കാൻ എനിക്ക് കഴിഞ്ഞില്ല. കണ്ണീരിന്റെ ചൂട് ആറിയിട്ടില്ല. സന്തോഷവാർത്ത കേൾക്കുന്നതുവരെ എനിക്കൊരു സമാധാനവുമുണ്ടാവുകയില്ല. അവിടന്ന് കഷ്ടപ്പെടുന്നത് ഓർത്ത് സഹിക്കാൻ എന്റെ കരളിന് കരുത്തില്ല.

ജലീൽ പനി പിടിച്ച് കിടപ്പിലാണ്. കാണുമ്പോൾ ഞാൻ കരഞ്ഞു പോകും. അവന് ആഹാരംതന്നെ ചൊവ്വായി കിട്ടാറില്ല, മരുന്നുമില്ല. അവൻ ബാപ്പയെ വിളിച്ച് കരയുന്നു. ഞാൻ എന്തു ചെയ്യാനാണ്? ഞങ്ങൾക്കെന്തു പറ്റിയാലും സഹിക്കാം. അവിടെ യാതൊരല്ലലും ഉണ്ടാകല്ലേ എന്നാണെന്റെ തേട്ടം.

കുഞ്ഞിനു ഞാൻ തുളസിനീർ മാത്രമെ കൊടുത്തുള്ളൂ. ഡാക്ടറെ വിളിച്ചു കാണിക്കാൻ ചുരുങ്ങിയത് അഞ്ചു രൂപയെങ്കിലും വേണ്ടേ? ഒരു പൈപോലും ഇവിടെയില്ല. ഉണ്ടെങ്കിൽ നമ്മുടെ ഓമനയുടെ രോഗം പണ്ടേ മാറുമായിരുന്നു. ശക്തിയായ പനിയുണ്ട്; കുറയുന്ന മട്ടില്ല. ഓർക്കുമ്പോൾ കരയാൻ തോന്നുന്നു.

ഞങ്ങളെ ഓർത്ത് അവിടന്ന് തെല്ലും വിഷമിക്കരുത്. കടം വാങ്ങിയെങ്കിലും ഞങ്ങൾ ജീവിക്കും. അരിയും ചില്ലറയും കടം വാങ്ങാൻ കിട്ടി. അവന് മരുന്നിനു കൂടി എന്തെങ്കിലും കിട്ടിയാൽ ആശ്വാസമായി.

ജോലി ഇനിയും കിട്ടിയില്ലേ? എന്റെ കരൾ പൊരിഞ്ഞ തേട്ടം റബ്ബു സ്വീകരിക്കുകയില്ലേ? അവിടത്തെ സുഖത്തിനും സന്തോഷത്തിനും എന്നും കൊതിക്കുന്നവളാണ് ജമീല. തെല്ലും കഷ്ടപ്പെടുന്നത് സഹിക്കാൻ വയ്യ. എങ്ങനെയെങ്കിലും ഒരു ജോലി കിട്ടാൻ നോക്കൂ? ജലീലിനെ ഓർത്ത് ഉരുകേണ്ട. അടുത്ത കത്തിൽ അവന്റെ സുഖവിവരങ്ങൾ അറിയിക്കാൻ അള്ള ഇടയാക്കട്ടെ! അതുപോലെ ഞങ്ങൾക്കും അവിടത്തെ വിശേഷങ്ങൾ കേട്ടാനന്ദിക്കാൻ ഭാഗ്യമുണ്ടാകട്ടെ.

ആയിരം ഉമ്മകൾ തന്നുകൊണ്ട്,

അവിടത്തെ ജമീല.

ഓമനയായവളേ!

എനിക്കുവേണ്ടി നീ ഖേദിക്കരുത്. അതുകൊണ്ട് കാര്യമില്ല. നമുക്കു മുമ്പിൽ കഷ്ടപ്പാടുകൾ എതിരേൽക്കാൻ കാത്തു നില്ക്കുകയാണ്. കരയാതിരിക്കൂ.

ഒരു നിമിഷവും വിശ്രമിക്കാതെ അന്നുമുതൽ ഇന്നുവരെ ഞാൻ ജോലി തേടാൻ തുടങ്ങിയതാണ്. ആ ആവേശം മുക്കാലും കെട്ടടങ്ങി. ജോലിക്കുവേണ്ടി പല നാടുകളിൽനിന്നു വന്ന ഒരു വലിയ പട്ടാളം ഇവിടെ എപ്പോഴുമുണ്ട്. അവരിലൊരുവനാണ് ഞാനും. ഇതുവരെ ഒട്ടധികം സ്ഥലങ്ങളിൽ അന്വേഷിച്ചിട്ടും ഒന്നും കിട്ടിയില്ല. ഇനിയും അന്വേഷിക്കാനാണ് എന്റെ മനസ്സ് മന്ത്രിക്കുന്നത്.

എന്റെ പ്രതിബിംബം ഇപ്പോൾ കാണുമ്പോൾ ഞെട്ടിപ്പോകുന്നു. നീ സ്നേഹത്തോടെ ചീകിത്തന്നിരുന്ന തലമുടി പുരണ്ടു പാറിക്കിടക്കുന്നു. കവിളിലെ എല്ലുകൾ നീ ഉമ്മ വെച്ചിരുന്നപ്പോൾ ചുണ്ടിൽ തടഞ്ഞിരുന്നോ? തൂക്കം നോക്കിയപ്പോൾ ഇരുപതിലധികം റാത്തൽ പെട്ടെന്ന് കുറഞ്ഞിരിക്കുന്നു. കണ്ണുകൾ ആഴത്തിൽ നിന്നു എന്നെത്തന്നെ തുറിച്ചു നോക്കുന്നു. പക്ഷെ സാരമില്ല. എന്നും കഷ്ടപ്പാടായിരിക്കുകയില്ലല്ലോ? ഒഴിവുകൾ നോക്കി ഞാൻ പതിയിരിക്കുകയാണ്. തരപ്പെടുമ്പോൾ ചാടിവീഴണം. കീശയിൽ പണമുണ്ടായിരുന്നെങ്കിൽ പലതും നടക്കുമായിരുന്നു. പക്ഷേ പണമില്ല. ഈ പ്രാകൃത വേഷം കണ്ടാൽ ആർക്കും വെറുപ്പുതോന്നും. കടം ചോദിക്കാൻ മടിയുണ്ട്. അഥവാ ചോദിച്ചാലും ആരും തരാൻ പോകുന്നില്ല. കഷ്ടപ്പാടുകളുണ്ടെങ്കിൽ തന്നെയും സ്വന്തം കാലിൽ നിൽക്കാനാണ് എന്റെ ആശ.

ജലീലിന്റെ പനി മാറിയെന്ന് വിശ്വസിക്കുന്നു. നമ്മുടെ കരളാണല്ലോ അവൻ! ദേഹം മെലിയാതെ നോക്കണം. അവനെ കാണാൻ കൊതിയുണ്ട്.

എന്നെ ഓർത്ത് നീ ഒരിക്കലും ഖേദിക്കരുത്. നിന്റെ ഒരു പുഞ്ചിരി മതി എനിക്ക് ചൂടും വെളിച്ചവും തരാൻ. ചിരിക്കൂ ജമീല! ചിരിച്ചുകൊണ്ടിരിക്കൂ!

എന്റെ ഓമനയുടെ അബ്ദുറഹിമാൻ.

എന്റെ മുത്തേ!

കരളിനെ ഉരുക്കുന്ന വർത്തമാനങ്ങൾ വായിച്ചു. എങ്ങനെയാണ് ഞാൻ കരയാതിരിക്കുക? ഞാൻ അമർന്നുകിടന്നാനന്ദിച്ച മാറിൽ അസ്ഥി മുഴച്ചതോർക്കാൻ വയ്യ. ഞാൻ ഉമ്മവെച്ച കവിളുകളിൽ എല്ലുപൊന്തി യെന്നോ? പുഞ്ചിരി മിന്നിയിരുന്ന കണ്ണുകൾ കുണ്ടിൽ....... എങ്ങനെ ഞാൻ ഇനിയും നീറുന്ന വാർത്തകൾ കേൾപ്പിക്കും? പക്ഷേ അവിടന്ന് അറിയേ ണ്ടതാണ്.

ഞെട്ടരുത്. ഞാൻ കെട്ടുതാലി ഉരുക്കിവിറ്റു. നമ്മടെ കരളായ മകനേ ക്കാൾ വലുതല്ലല്ലോ ആ പൊന്നിൻകഷണം! ഒരു പൊട്ടിയ താലിക്കു നമ്മുടെ സ്നേഹത്തിന്റെ ഒഴുക്കിനു ശക്തികൂട്ടാനല്ലാതെ കുറയ്ക്കാൻ കഴിയുകയില്ല.

അവനു പനി കൂടികൊണ്ടിരിക്കുകയാണ്. തീ പറക്കുന്ന പനി. അടുത്തു കിടന്നപ്പോൾ എന്റെ അകം പൊള്ളി. ബാപ്പയെ വിളിച്ചു അവൻ പിച്ചു പറയുന്നു. അടുക്കിപ്പിടിച്ചു മുത്തിക്കൊണ്ട് ഞാൻ കിടന്നു. ഡാക്ടർ വന്നു കുത്തിവെച്ചു. ശക്തിയുള്ള മരുന്നാണത്രെ വേണ്ടത്. പക്ഷേ എന്റെ കെട്ടുതാലിയിൽ അവസാനത്തെ ഉമ്മവെച്ചമർത്തിക്കൊണ്ടും ഞാനതിനെ ഉരുക്കാനയച്ചപ്പോൾ എന്റെ അവസാനത്തെ ധനമാണ് പോയത്. ആ കാശും തീർന്നു. ഇനിയും കുത്തിവെച്ചെങ്കിലേ ശമനം കാണുകയുള്ളൂ. ഞാനെന്തുചെയ്യും? രണ്ടു ദിവസമായി പട്ടിണിയാണ്. റബ്ബിനോട് കരൾ പൊരിഞ്ഞു തേടുന്നുണ്ട്. ഉറങ്ങിയിട്ട് മൂന്നുനാലു ദിവസങ്ങളായി. അവനും ബാപ്പയും കഷ്ടപ്പെടുമ്പോൾ ജമീല ഉറക്കവും ആഹാരവും കൊതിക്കു ന്നവളല്ല. അവിടന്ന് അകലെയാണെങ്കിലും എന്റെ ഉള്ളിൽനിന്നു ആ രൂപം മായുമോ? അവിടെ പട്ടിണിയും കഷ്ടതകളുമുണ്ടെന്നറിഞ്ഞപ്പോൾ കരളു രുകിത്തുടങ്ങി.

ജോലി കിട്ടിയെന്ന ആനന്ദവാർത്ത കേൾക്കാൻ ഇവൾക്ക് ഭാഗ്യ മുണ്ടാകട്ടെ. ഞാൻ കരയുകയാണെന്നോർത്ത് തെല്ലും വ്യസനിക്കേണ്ട. നമുക്കൊന്നിച്ചു ആനന്ദിക്കാൻ ഭാഗ്യമുണ്ടാകട്ടെ.

അവിടത്തെ ജമീല.

ഓമനയായ ജമീലാ!

മൃദുവായ കിടക്കയിൽ ഞാൻ കിടക്കുകയാണ്. എഴുതുമ്പോൾ കൈകൾ വിറയ്ക്കുന്നു. കാര്യം അറിയണ്ടേ?

ഞാൻ കടപ്പുറത്തു ചെന്നു ഇരിക്കുകയായിരുന്നു. വിശപ്പു തീ പിടി ക്കുന്ന വയറ്. എങ്ങനെയോ ദേഹത്തിൽ കുറേശ്ശെ നീര് വന്നു മൂടിയി ട്ടുണ്ട്. കാറ്റു തട്ടിയാൽ തെല്ലാശ്വാസം കിട്ടും. കരളിൽ നീറ്റലുണ്ടാക്കുന്ന ചിന്തകളുമായി ഞാൻ കുറെ നേരം തളർന്നിരുന്നു. രണ്ടു ദിവസമായി യാതൊന്നും കഴിച്ചിട്ടില്ല, പൈപ്പുവെള്ളം മാത്രം. ഞാനങ്ങനെ ഇരുന്നു

കൊണ്ട് കടലിനേയും ചുറ്റും പാറി നടന്നു ഉല്ലസിക്കുന്ന ഭാഗ്യവാന്മാരേയും നോക്കി. സിരകൾ എരിയുന്നപോലെ തോന്നി. വല്ലാതെയൊരു വിറയും തളർച്ചയും. തലച്ചോറിനുള്ളിൽ കോലാഹലവും. അങ്ങനെ കുറനേരം ഇരുന്നപ്പോൾ ബോധം ഇല്ലാതാകുന്നതുപോലെ തോന്നി. ഞാൻ മണ്ണിൽ തളർന്നുവീണു. ബോധം വന്നപ്പോൾ ആശുപത്രിയിലെ മൃദുവായ കിടക്കയിൽ ഞാൻ കിടക്കുകയാണ്. ആരാണ് ഇവിടെ എത്തിച്ചതെന്നറിഞ്ഞുകൂടാ. പനിയുണ്ട്. മേലാകെ നീരും വിങ്ങിയിട്ടുണ്ട്. ഉള്ളിൽ പുലിനഖങ്ങൾ കോർത്തു വലിക്കുന്ന മാതിരി വേദനയും.

തങ്കം! നീ തെല്ലും വ്യസനിക്കരുത്. എന്റെ രോഗം മാറും. ആപത്തു മുൻകൂട്ടി കണ്ടിരുന്നില്ലല്ലോ? എന്നെ ഓർത്ത് ഉരുകലാണ് നിന്റെ തൊഴിൽ. പൊട്ടപ്പെണ്ണേ! നീ ചിരിക്കൂ. ആനന്ദിക്കൂ!

ജലീലിനു സുഖമായെന്നു വിശ്വസിക്കുന്നു. കള്ളൻ നിന്റെ മാറിൽ അള്ളിപ്പിടിച്ച് കിടന്ന് ചിരിക്കുകയാണെല്ലേ? എനിക്കുവേണ്ടി ഒരു ഉമ്മകൂടി കൊടുക്കൂ;

കൈകൾ വിറയ്ക്കുന്നു. നിറുത്തട്ടെ.

ജമീലയുടെ അബ്ദുറഹിമാൻ.

എന്റെ കരളേ!

വിവരം കേട്ടു ഞാൻ ബോധംകെട്ടുവീണു. താങ്ങാനാകാത്ത അടികൾ. ഇതൊരിക്കലും പ്രതീക്ഷിച്ചിരുന്നതല്ല. ഇങ്ങനെയെല്ലാം സംഭവിക്കാൻ നാം എന്തു കുറ്റങ്ങൾ ചെയ്തു. എന്തൊരു കടുത്ത ശിക്ഷകൾ! എന്റെ മുത്തേ! അതറിയിക്കാൻ എനിക്കു കെല്പില്ല. ഓർക്കുമ്പോൾ ദേഹം തളരുന്നു. കരൾ പതക്കുന്നു. ഓ! ഞാനതെങ്ങനെ കുറിക്കും?

അവന് ബോധമുണ്ടായിരുന്നില്ല. അനക്കമില്ലാതെ കിടക്കുകയായിരുന്നു. തൊട്ടരികെ കെട്ടിപ്പിടിച്ച് ഉമ്മവെച്ചുകൊണ്ട് ഞാനും. കരഞ്ഞു കരഞ്ഞു വലയാനല്ലാതെ മരുന്ന്വാങ്ങി കുത്തിവെക്കാൻ എനിക്ക് കഴിഞ്ഞില്ല. അങ്ങനെ കിടന്ന് ഞാനൊന്ന് മയങ്ങിപ്പോയി. പേക്കിനാവുകണ്ട് ഞെട്ടിയുണർന്നപ്പോൾ ചുണ്ടുകൾ ഐസിൽ പറ്റിയിരിക്കുകയാണെന്ന് തോന്നി. കരൾ വെന്തുപോയി. തലച്ചോറിൽ പത നുരക്കുന്നു.

ഞാൻ അവന്റെ ഓമനമെയ്യിൽ കുലുക്കി വിളിച്ചു. മഞ്ഞുപോലെ തണുത്ത ദേഹം. കണ്ണുകൾ അടഞ്ഞിരിക്കുന്നു.

ഞാനെങ്ങനെ അതു പറയും? നാം ഒന്നിച്ചിരുന്നു അവനെപ്പറ്റി കിനാവുകൾ കണ്ടിരുന്നു. അവനെയോർത്ത് പുളകമണഞ്ഞിരുന്നു. എന്റെ കരളേ! എന്നെന്നേക്കുമായി അവൻ നമ്മെ പിരിഞ്ഞുപോയി....

അവിടത്തെ ജമീല.

■

നിലാവും പൂക്കളും

നിത്യവും പാതവക്കിൽവെച്ചു കാണും.

ചുണ്ടിൽ വിരിഞ്ഞ മന്ദഹാസവുമായി കൂട്ടുകാരിയെ കാത്തുനില്ക്കുകയായിരിക്കും. ചിലപ്പോൾ കൂട്ടുകാരിയോടുകൂടി റോഡിലൂടെ അലസമായി നടന്നുപോകുന്നത് കാണാം. കുറച്ചുദൂരം ഒരുമിച്ചുപോകാമല്ലൊ എന്ന മോഹംമൂലമായിരിക്കാം ആ കാത്തുനില്പ്. കൂട്ടുകാരി ഗേൾസ് ഹൈസ്ക്കൂളിലെ മിസ്ട്രസ്സാണ്. ഇടക്കുവെച്ചു പിരിഞ്ഞുപോകും. ഒരു വല്ലാത്ത കൂട്ടുകാരിതന്നെ! സ്വർണ്ണഫ്രെയിമുള്ള കണ്ണട ധരിച്ചിട്ടുണ്ട്. രണ്ട് തിളങ്ങുന്ന സ്വർണ്ണപ്പല്ലുകളുള്ളത് വെളിയിൽ കാണിച്ച് അവൾ എപ്പോഴും ഭംഗിയില്ലാതെ ചിരിക്കും. എന്തൊരാടിക്കുഴയലാണ്! സ്ത്രീകളായാൽ അല്പം അടക്കവും ഒതുക്കവും ഒക്കെ വേണം. അതൊരലങ്കാരവുമാണ്. ഉയർന്ന ചെരുപ്പുകളിൽ പായാൻ വെമ്പുന്ന പന്തയക്കുതിരയെപോലെയാണ് ഇവർ നില്ക്കുന്നതു കൂടി. അവളുടെ കൂടെയല്ലാതെ പോയിക്കൂടെന്നു വല്ല നിയമവുമുണ്ടോ?

പച്ച സാരിയാണ് ഇഷ്ടമെന്നു തോന്നി. അതിനു ഇണയായി ഒരു ഇളംനീല സിൽക്ക് ബ്ലൗസ്സുമുണ്ട്. ചുരുണ്ടു നീണ്ടുകിടക്കുന്ന നീലിച്ച തലമുടി പകുത്തുകെട്ടിയതിൽ ഒരു വെളുത്ത പനിനീർപ്പൂവ് പറ്റിയിരുന്നു പുഞ്ചിരിതൂകുന്നതു കാണാം. ഒരു അരിപ്രാവിന്റെ പ്രതീതിയാണു തോന്നുക. എന്നാലും തെല്ല് ദേഷ്യത്തോടെ ചിന്തിച്ചുപോകും: അരിപ്രാവ് എന്തിനീ പന്തയക്കുതിരയെ കാത്തുനില്ക്കുന്നു? യാതൊരു ചേർച്ചയുമില്ല. തനിച്ചു പോയിക്കൂടെ?

ഒരു കൊച്ചുബാലനെ എപ്പോഴും കൂടെക്കാണാം. അവളുടെ വെളുത്തു നീണ്ട കയ്യിൽ പകുതി തൂങ്ങിയാണ് അവന്റെ നില്പും സഞ്ചാരവും. വളരെ മനോഹരമായ ഒരു ഭാരംതന്നെ. അഴകുള്ള ചുരുണ്ട തലമുടിയും മുല്ലപ്പൂക്കളുതിരുന്ന പുഞ്ചിരിയും നുണക്കുഴി പൊട്ടിവിരിയുന്ന കവിളുകളുമുള്ള ഒരോമനയല്ലേ! സഹോദരനോ അതോ മക...........? കൊച്ചു സഹോദരൻ തന്നെയായിരിക്കും. അല്ലാതെ മകനോ? ഹേയ് അതൊരിക്കലും സംഭവ്യമല്ല. അമ്മയാകാനൊന്നും ആയിട്ടില്ല. അചുംബിതമായ പൂവായിരിക്കും.

ഭംഗിയായി വലയിട്ട് അലങ്കരിച്ച ഒരു തർമോഫ്ളാസ്ക്ക് അവളുടെ കയ്യിൽ തൂങ്ങിക്കിടക്കുന്നുണ്ടാകും. "ഓമന" യുടെ കന്നുവാഴക്കൂമ്പു പോലെ മൃദുവും ലോലവുമായ പിഞ്ചുകൈയിൽ ഒരു കൊച്ചു ടിഫിൻ പാത്രവും; പൊന്നുപോലെ പ്രകാശമുണ്ട്. നനുനനുത്ത ആ കൈകൾ കൊണ്ട് തേച്ചു ശുദ്ധമാക്കിയാൽ എന്തുതന്നെ പൊന്നാകുകയില്ല!

മുമ്പിലൂടെ കടന്നു പോകുമ്പോൾ അവൾ മധുരമായി പുഞ്ചിരിതൂകും. നിലാവിന്റെ പൂന്തിരകൾ തുളുമ്പിവരുന്നപോലെ. അതോ പളുങ്കുപാത്രത്തിൽ വീണ്ണ് നുരപൊട്ടുന്നമാതിരിയോ? ഹൃദയം തന്നെയാണോ ആ പുഞ്ചിരിയുടെ ഉറവിടം? ഓർക്കുമ്പോൾ കരളിൽ തേനൂറും. ഈ മനോഹരമായ പുഞ്ചിരിയുടെ ഉറവിടം എത്ര നിർമ്മലമായിരിക്കും.

ആഫീസിൽ ചെന്നാൽ പിന്നെ രണ്ടുപേർക്കും ധൃതിപിടിച്ച ജോലിയാണ്. ആ വെളുത്ത് മൃദുവായ വിരലുകൾക്ക് ക്ലാർക്കുജോലി ഒരിക്കലും സഹിക്കാനാവുകയില്ലായിരിക്കാം. "ഓമന"യുടെ പിഞ്ചുകൈയിൽ തൂങ്ങിക്കിടന്നു പൊന്നുപോലെ പ്രകാശിക്കുന്ന കൊച്ചു ടിഫിൻപാത്രം തേച്ചു മിനുക്കുന്ന വിരലുകളല്ലേ?

നാലുവാര അകലെയുള്ള കസേരയിൽ മേശക്കുമീതെ കുനിഞ്ഞ ശിരസ്സുമായി ഇരുന്നു അവൾ എഴുതുമ്പോഴും ചുമന്നു മൃദുവായ ചുണ്ടുകളിൽ പുഞ്ചിരി നുര പൊട്ടിനിൽക്കുന്നുണ്ടാകും. ഈ വരണ്ട അന്തരീക്ഷത്തിൽ കുളുർമ്മ തുളുമ്പുന്നതായി തോന്നുന്നതു ആ പുഞ്ചിരി ഊറിവരുന്നതുകൊണ്ടാണോ? ശ്വസിക്കുന്ന വായുവിൽ പരിമളം കലർത്തുന്നത് ആ കാർമുടിക്കെട്ടിലിരുന്നു പുഞ്ചിരി തൂകുന്ന പനിനീർപ്പൂവായിരിക്കും. രസികൻതന്നെ. അത്തരം ഒരു പനിനീർപ്പൂവായി ജനിക്കാൻ...... ഛായ്! മോഹം കാടു കയറുകയാണ്!

നുണക്കുഴികൾ വിരിയുന്ന പൂങ്കവിളുകളുള്ള "ഓമന"യെപ്പറ്റി ഓർത്തു പോകും. അതു കൊച്ചു സഹോദരനോ മക........മകനായിരിക്കാൻ ഒരിക്കലും ഇടയില്ല!

(എങ്കിലും ലേശം സംശയം തോന്നി. നേരിയ നിരാശയുടെ നീറലും. അരിപ്രാവും മുട്ട വിരിഞ്ഞിറങ്ങിയ കുഞ്ഞുംപോലെയാണ് ഒരുമയുള്ള പെരുമാറ്റം. "ഓമന" മകൻതന്നെയാണെങ്കിലോ?)

അകലെനിന്നുതന്നെ അവളുടെ മന്ദഹാസം മൊട്ടിട്ട മുഖം അയാൾ കണ്ടു. കൂടെ മുല്ലപ്പൂക്കൾ പൊഴിയുന്ന ചുണ്ടുകളുമായി ആ കൊച്ചു വികൃതിയുമുണ്ട്. അവൻ അവളുടെ പച്ചസാരിയണിഞ്ഞ മെയ്യുരുമ്മി രസിച്ചു നില്ക്കുകയാണ്. കുളിച്ചു ഈറനായ തലമുടി അവൾ ഭംഗിയായി കെട്ടി അലങ്കരിച്ചിട്ടുണ്ട്. അതിൽ ഒരു പുതിയ റോസാപ്പൂവും.

പുഞ്ചിരി പകർന്നുകൊണ്ട് അയാൾ തിരക്കിട്ട് കടന്നുപോയി. ഒരു നിമിഷംകൂടി അവിടെ തങ്ങിനില്ക്കാൻ പോയില്ല. പന്തയക്കുതിരയെ

കാത്തുനില്ക്കുകയല്ലേ? പിന്നെ എന്തിനയാൾ നിന്നു മിനക്കെടണം? സ്വർണ്ണപ്പല്ലും വെളിയിൽ പ്രദർശിപ്പിച്ചു കുഞ്ചിമുടി കാറ്റിൽ വിതറിക്കൊണ്ട് അവൾ ഉയർന്ന ചെരുപ്പ് പാതയിലടിച്ചു പാഞ്ഞുവരുന്നതുവരെ നിന്നുകൊള്ളട്ടെ!

രണ്ടുവാര നടന്നകന്നപ്പോൾ, പിന്നിൽനിന്നു വീണയുടെ തന്ത്രികളിൽ വിരൽത്തുമ്പുകൊണ്ട് തലോടുന്നപോലെ മൃദുവായ ശബ്ദം കേട്ടു: "അല്ലാ, ഇത്ര ധൃതിയിൽ പോകയാണോ?"

മധുരവും മൃദുവുമായ ശബ്ദം. നാവിന്റെ നല്ല രീതിയിലുള്ള ഉപയോഗം ഇപ്പോഴേ മനസ്സിലാക്കിയിട്ടുള്ളൂ? മധുരമുള്ള എന്തോ നുണഞ്ഞിറക്കിക്കൊണ്ട് അയാൾ തിരിഞ്ഞുനിന്നപ്പോൾ വിനയ മധുരിമയോടെ പിന്നെയും പറയുകയാണ്: "ഞങ്ങളും പോരുന്നു വിരോധമൊന്നുമില്ലല്ലോ?"

അയാൾ ഉള്ളുനിറയെ മന്ദഹസിച്ചു. അതിന്റെ നുരകൾ ചുണ്ടിൽ തുളുമ്പിവന്നു. ചോദ്യം തരക്കേടില്ല. വിരോധമൊന്നുമില്ലല്ലോ, എന്ന്! നേരിയ മട്ടിൽ കളിയാക്കാനറിയാം.

ചിരിച്ചുകൊണ്ടു അയാൾ പറഞ്ഞു: "അസ്സൽ ചോദ്യം! വിരോധം പോലും! ഈ കൊച്ചുമിടുക്കനുമായി നടക്കുന്നതിലോ?"

പുഞ്ചിരി സമ്മാനിച്ചുകൊണ്ടു അയാൾ അവൾക്കൊപ്പം നടന്നപ്പോൾ ആ വെളുത്ത നീണ്ട കൈയിൽ തൂങ്ങിക്കിടന്ന തർമൊഫ്ളാസ്ക് മന്ദം ആടി.

എപ്പോഴും പുഞ്ചിരി തൂകുന്ന ശീലക്കാരിയാണെന്നു അയാൾക്കു തോന്നി. ചുണ്ടിൽനിന്നു പ്രാകാശം പൊലിഞ്ഞുപോകുന്നില്ല. നിലാവിന്റെ അലച്ചാർത്തുകൾ തുളുമ്പിവരികയാണെന്നുതോന്നും നടന്നുകൊണ്ട് അവൾ പറഞ്ഞു: "റോസി ഇന്നുതൊട്ടു വേറെവഴിക്കാണു പോവുക. ഈ വഴി അവൾക്കിത്തിരി സമയനഷ്ടം വരുത്തും."

"റോസിയോ?"

"ആ! ഞങ്ങൾ ഒരുമിച്ചായിരുന്നു നിത്യവും പോകാറ്."

അപ്പോൾ സ്വർണ്ണപ്പല്ലുകാരിയുടെ ബാധ ഒഴിഞ്ഞൂന്നാണ്! അയാൾക്ക് എന്തോ ഒരാശ്വാസംതോന്നി. ഹൃദയത്തിൽ നിന്നു ഭാരമുള്ള എന്തോ ഒന്ന് ഇറങ്ങിപ്പോയിരിക്കുന്നു. കാരണമെന്തെന്നു മനസ്സിലായില്ല. ഏതോ ഒരു അധികപ്രസംഗിപ്പെണ്ണിന്റെ ഒഴിഞ്ഞുമാറൽകൊണ്ട് അയാൾക്കെന്താണ്?

കൊച്ചുവികൃതി അയാളുടെ കൈയിൽ പിടികൂടി മെയ്യോടുരുമ്മി നടന്നു. അയാൾ ആകെ കോരിത്തരിച്ചുപോയി. പൂക്കൾ തൊട്ടു തലോടുകയാണോ?

അവൾക്കു ചിരിയും ദേഷ്യവും വന്നു. "അവൻ മഹാ കുസൃതിയാണ്. വിട്ട് നടക്കൂ വേണു!"

അവൻ നീങ്ങിയില്ല. ഒന്നുകൂടി പറ്റിച്ചേർന്നതേയുള്ളൂ. ആ അനുസരണമില്ലായ്മ അയാളെ നന്നെ രസിപ്പിച്ചു. അവൻ മെയ്യോട് ചേർന്നുരുമ്മി നടക്കുമ്പോൾ കുളിർ പടർന്നുപിടിക്കുകയാണ്. ആ കൊഞ്ചലിനു സംഗീതമയമായ ഒരിമ്പവുമുണ്ട്. ചപലമായ ഒരു വീണാഗാനംപോലെ.

അവന്റെ നുണക്കുഴിയിൽ പതുക്കെ കുത്തിരസിച്ചുകൊണ്ട് അയാൾ ചോദിച്ചു: "വേണു ഏത് ക്ലാസ്സിൽ പഠിക്കുന്നു?"

അവളാണ് വേഗത്തിൽ മറുപടി പറഞ്ഞത്

"ഒന്നാംക്ലാസ്സ് കണ്ടിട്ടേയുള്ളൂ എന്തൊരു കുഴിമടിയനാണെന്നോ ഇവൻ!"

പരിഭവത്തിൽ ചുളിഞ്ഞുപോയ ചുണ്ടുകൾക്കിടയിൽ മുല്ല മൊട്ടുകൾ വിരിയിച്ചുകൊണ്ട് അവൻ ചൊടിച്ചു: "സാർ പറഞ്ഞല്ലോ ഞാൻ ബഹു മിടുക്കനാണെന്ന്! ഈ........ഈ അമ്മ നുണയേ പറയുള്ളൂ!"

അവൾ കുലുങ്ങിച്ചിരിച്ചു. നിലാവിന്റെ അലകൾ തുളുമ്പുന്ന ചുണ്ടുകൾ. ഉലയുന്ന തലമുടിക്കെട്ടിലിരുന്നു വെളുത്ത പനിനീർപ്പൂവ് പുഞ്ചിരിതൂകി.

ഉള്ളിൽ മൃദുവായ ഏതോ ഒരു ഭാഗത്ത് മുറിവ് പറ്റിയതായി അയാൾക്കുതോന്നി. അവൻ "അമ്മ" എന്നല്ലേ പറഞ്ഞത്? അയാൾക്ക് ലേശം ദേഷ്യം വരികതന്നെ ചെയ്തു. എന്തുകൊണ്ട് അവനു അവളെ ചേച്ചി എന്നോ മറ്റോ വിളിച്ചുകൂട? അമ്മയാണുപോലും! അത്രത്തോളം പ്രായമൊന്നും ആയിട്ടില്ല. എന്നിട്ട് അമ്മയെന്ന്! സ്വല്പനേരത്തേയ്ക്ക് അയാളുടെ നാവ് മരവിച്ചുപോയി. ഒന്നും പറയാൻ കഴിഞ്ഞില്ല.

സ്കൂൾഗേറ്റിനരികെ എത്തിയപ്പോൾ അവൻ അയാളുടെ കൈവിട്ട് ക്ലാസ്സ് മുറിയിലേയ്ക്ക് തുള്ളിയോടിക്കളഞ്ഞു.

മുറിവിന്റെ വേദന വിഴുങ്ങിക്കൊണ്ട് അയാൾ ചോദിച്ചു:

"ഇവിടെ തനിച്ചാണോ താമസം?"

"ഒരു ബന്ധുവിന്റെ വീട്ടിലാണ്. എന്നാലും യാതൊരല്ലലും അതുകൊണ്ടില്ല കേട്ടോ! സ്വന്തം വീടിനേക്കാൾ സൗകര്യമുണ്ട്."

ഭർത്താവിനു മദ്രാസ്സിൽ റെയിൽവേ വകുപ്പിലാണ് ജോലിയെന്നു പറഞ്ഞു. അയാൾ കേട്ടതായി നടിച്ചില്ല. ദുർമ്മുഖക്കാരനും തടിയനുമായ ഒരു മുക്കാൽക്കഷണ്ടിക്കാരന്റെ സങ്കല്പരൂപം അയാളുടെ ഭാവന വരച്ചുണ്ടാക്കി. ചോരക്കണ്ണുകളും തേൾവാലൻ മീശയുമുണ്ട്. ആ മനുഷ്യനു ഇവളെ പിടിച്ചു കൊടുത്തത് എന്തൊരക്രമമാണ്! പ്രപഞ്ചത്തോട് മുഴുവൻ അയാൾക്ക് ദേഷ്യംതോന്നി.

നാട് കുറെ അകലെയാണുപോലും. "കഷണ്ടിക്കാരനു" അവളെ തൊഴിലിനയയ്ക്കുക അത്ര ഇഷ്ടമായിരുന്നില്ല. എങ്കിലും അവളുടെ നിർബ്ബന്ധംകൊണ്ട് അയച്ചെന്നേയുള്ളൂ. അനുമതികിട്ടാൻവേണ്ടി

നടത്തിയ ഉപവാസങ്ങളുടെ ആകെ സംഖ്യ നാലോളംവരും. അന്നൊക്കെ മുഖംവീർപ്പിച്ചു മൗനവ്രതമെടുത്തുകളഞ്ഞു. കേട്ടപ്പോൾ അയാൾക്കു ചിരിവന്നു. ജീവിതത്തിന്റെ വസന്തം കൊണ്ടാടുന്ന അവൾക്കെങ്ങനെ ആ “കഷണ്ടി”യുമായി പൊരുത്തപ്പെടാൻ കഴിയും? അകന്നു ജീവിക്കാനുള്ള ഒരു രസികൻ സൂത്രമായിരിക്കാം, മറുനാട്ടിൽ എങ്ങനെയോ നേടിയ തൊഴിൽ.

ബഹുരസമായിരുന്നു. അവൾ ചിരിച്ചുകൊണ്ട് പറയുമ്പോൾ രസിക്കാതിരിക്കാൻ സാദ്ധ്യമല്ല. അധികവും മകന്റെ കുസൃതികളെപ്പറ്റിയായിരുന്നു. അച്ഛൻ അവനെ പുറത്തുകയറ്റിയിരുത്തി ആനകളിച്ചിരുന്നുവത്രെ.

(കറുത്തു തടിച്ച ആ കുടവയറൻ കഷണ്ടിയെ അവൻ ആനയെന്നു തന്നെ വിചാരിച്ചുകാണും!)

എന്നാലും മനസ്സ് വിങ്ങെ സംശയങ്ങളാണ്. അയാൾ കറുത്തവനും തടിയനും ഒന്നുമല്ലെങ്കിലോ! മിനുമിനുത്ത കഷണ്ടിയും ഇല്ല എന്നാണെങ്കിൽ...? തേൾവാലിനു പകരം, ചുണ്ടിൽ പട്ടുനൂൽപോലെ ഇഴയുന്ന ഒരു രസികൻ ചുംബനമീശയും അതിനുതാഴെ വെളുത്ത ദന്തനിരയും പുഞ്ചിരിയും മറ്റുമുള്ള ഒരു സുന്ദരനായിരിക്കുമോ?

നിത്യവും രണ്ടുപേരും പാതവക്കിൽ കാത്തുനില്ക്കുന്നുണ്ടാകും. വരുന്നുണ്ടോ എന്ന് ദൂരേക്കു നോക്കിക്കൊണ്ടിരിക്കുമ്പോളാണ് അയാൾ ധൃതിയിൽ നടന്നു ചെല്ലുക. കാത്തുനിറുത്തി വിഷമിപ്പിച്ചുവെന്ന അപരാധബോധത്തോടെ കൂപ്പുകൈയുമായി അടുത്തു ചെല്ലുമ്പോൾ രണ്ടുപേരുടേയും ചുണ്ടുകളിൽ ഉദിച്ചു നില്ക്കുന്ന പുഞ്ചിരിക്കു പ്രകാശമേറും.

കണ്ടപാടെ മകൻ ഓടിയെത്തി കൈയിൽ തൂങ്ങിക്കഴിയും. പാർശ്വങ്ങളിൽ കവിൾ ചേർത്ത് അവൻ മന്ദം ഉരുമ്മും. ഊറിവരുന്ന പുഞ്ചിരിയോടെ അയാൾ ചോദിക്കും: “കാത്തുനിന്നു മടുത്തുവോ വേണു?”

അമ്മയാണ് ഉത്തരം പറയുക: “മടുപ്പോ? ഉച്ചവരെയെങ്കിലും കാത്തുനില്ക്കാതെ അനങ്ങുകപോലും ചെയ്യരുതെന്നാണ് അവന്റെ നിശ്ചയം.” എന്നിട്ട് അവൾ ഉലഞ്ഞുലഞ്ഞ് ചിരിക്കും.

തിരിച്ചുവരുന്നതും ഒരുമിച്ചുതന്നെയാണ്. ബഹുരസമാണ് അങ്ങനെ സംസാരിച്ചുകൊണ്ട് നടക്കാൻ. പുഞ്ചിരിപൊട്ടിയ ചുണ്ടുകളിൽനിന്നു സംഗീതം ഉറയുകയല്ലേ? സ്കൂളിനരികെനിന്നു മകനുംകൂടി ഓടിയെത്തുമ്പോൾ ഉത്സാഹം ഇരട്ടിക്കും. അയാളുടെ കൈയിൽ തൂങ്ങിനടക്കുന്നത് അമ്മയ്ക്കത്ര ഇഷ്ടമല്ലെന്നു തോന്നുന്നു. സ്നേഹത്തോടെ കവിളിൽ കുത്തിക്കൊണ്ട് എപ്പോഴും പറയും: “ഉപദ്രവിക്കാതെ വിട്ടുനടക്കൂ വേണു! കൈയിൽ തൂങ്ങുന്നോ?”

അത് കേൾക്കുന്നത് അയാൾക്കത്ര ഇഷ്ടമല്ല. അന്യനാണെന്ന വിചാരമായിരിക്കും. അല്ലെങ്കിൽ അവനൊന്നു തൊട്ടാൽ അമ്മയ്ക്കിത്ര

നഷ്ടമെന്താണ്? എങ്കിലും അവൻ വിട്ടുമാറുകയില്ല. അവൻ അയാളുടെ ദേഹത്തിൽ അണ്ണാനെപ്പോലെ പിടിച്ചുകയറുന്നതുകണ്ട് ഒരു ദിവസം അരിശപ്പെട്ട് അവൾ പറഞ്ഞു: "ചെറുക്കൻ വല്ലാതെ വിളയുന്നു. അച്ഛനോടുകൂടി ഇത്ര വികൃതി കാണിച്ചിരുന്നില്ല."

(കുടവയറനും കഷണ്ടിക്കാരനുമൊക്കെയായ ഒരു "ആന"യോട് അവൻ പരിശുദ്ധമായ വികൃതി കാണിക്കുകയോ?)

തനിച്ചായപ്പോൾ ഒരു ദിവസം അവൾ താണ സ്വരത്തിൽ പറഞ്ഞു: "അവന് ആളെ വലിയ ജീവനായിപ്പോയിരിക്കുന്നു. എപ്പോഴും കാണണ മെന്നു ശാഠ്യം പിടിക്കും."

അയാളുടെ കരൾ കോരിത്തരിച്ചു. സിരകളിലൂടെ തേൻ ഇരച്ചൊഴു കുകയാണെന്നുതോന്നി. അടക്കിനിർത്താനാത്ത ആനന്ദം. വിറപൂണ്ട നാവിളക്കി അയാൾ പറഞ്ഞു: "ആഹാ! എന്നാൽ ഞാനും ഒരു കുട്ടിതന്നെ യാണെന്നു തോന്നുന്നു."

വെളിച്ചം മുത്തിയ മിഴിയിണകൾ വിരിയിച്ചു കൗതുകത്തോടെ നോക്കി ക്കൊണ്ട് അവൾ പറഞ്ഞു: "അത്ര കുഞ്ഞൊന്നുമല്ലല്ലോ!"

അയാൾക്കു സ്വല്പം ലജ്ജതോന്നി. ചിരിച്ചുകൊണ്ട് ബാലിശമായ സ്വരത്തിൽ പറഞ്ഞു: "അവനെ കണ്ടില്ലെങ്കിൽ എനിക്കൊന്നൊരു സുഖമില്ല. കൊച്ചുകള്ളൻ!"

മധുരമായി പുഞ്ചിരി തൂകിക്കൊണ്ട് അവൾ പതുക്കെ പറഞ്ഞു: "ആദ്യം അച്ഛനും ഇങ്ങനെയായിരുന്നു. ഇണപിരിയാറില്ല. ഇപ്പോൾ എങ്ങനെ അകന്നു കഴിയുന്നുവോ?"

ചിലദിവസങ്ങളിൽ അയാൾ ചെല്ലുമ്പോൾ രണ്ടുപേരും എത്തിയിട്ടു ണ്ടാവുകയില്ല. അയാൾ പാതവക്കിൽ ഒരു മൂളിപ്പാട്ടുമായി കാത്തു നില്ക്കും. ദൂരേക്കു നോക്കി അങ്ങനെ കാത്തു നിൽക്കുന്നതിൽ ഒരു മടിയുമില്ല. വേണമെങ്കിൽ എന്നുമങ്ങനെ നിൽക്കാൻ തയ്യാറാണുതാനും. പക്ഷേ, അല്പം കഴിയുമ്പോൾ ധൃതിയിൽ വരുന്നതു കാണാം. മകൻ മുമ്പേ ഓടിയെത്തും. പിന്നാലെ അമളിയുടെ മങ്ങൽ കലർന്ന പുഞ്ചിരി തൂകിക്കൊണ്ടു അവളും.

ഒരുദിവസം വ്യസനം കലർന്ന മൃദുസ്വരത്തിൽ അവൻ പറഞ്ഞു: "ഇന്ന് ഒരസ്സൽ സിനിമ കളിക്കണ്ണ്ട്. സാർ പറഞ്ഞിട്ടുണ്ട് ആരും പോയി കാണാതിരിക്കരുതെന്ന്. ക്ലാസ്സിൽ നിന്ന് എത്രപേർ പോയെന്നോ? ഞാൻ മാത്രം......ഹും പിന്നെ!" അവന്റെ തുടുത്ത ചുണ്ടിൽനിന്നു പുഞ്ചിരിയുടെ പൂക്കൾ പൊഴിഞ്ഞുപോയി. മുഖം അല്പം വീർപ്പിച്ചു വഴിയിൽ നിന്നു കളഞ്ഞു.

അവന്റെ തലമുടിച്ചുരുളുകളിൽ താലോലിച്ചുകൊണ്ട് അയാൾ ചോദിച്ചു: "നമുക്കു പോകാം. വേണു പോരുന്നോ?"

അവൻ തെളിഞ്ഞ നീർപ്പരപ്പിലെ പരൽപോലെ തുള്ളിച്ചാടി. ഉത്സാഹം ചിറകടിച്ചാർത്തു: "ഞാൻ പോരും. ഈ അമ്മേ മാത്രം കൊണ്ടു പൂവ്വാതിരുന്നാൽ മതി."

അവൻ അയാളുടെ കയ്യിൽ തൂങ്ങി സിനിമയ്ക്കു പോകുന്നത് നോക്കിച്ചിരിച്ചുകൊണ്ട് അവൾ നിന്നു. അവ്യക്തമായ ഒരു പ്രതീക്ഷ ആ കണ്ണുകളിൽ തെളിഞ്ഞു നിന്നിരുന്നു. എങ്ങനെയാണ് അവളെയുംകൂടി ക്ഷണിക്കുക? എന്തോ ഒരപൂർണ്ണത അയാൾക്കനുഭവപ്പെട്ടു. അവൾക്കു ചിരിച്ചുകൊണ്ടു തന്നെ ചോദിച്ചുകൂടായിരുന്നോ, "ഞാൻ കൂടി പോരട്ടെ?" എന്ന്?

ലജ്ജയായിരിക്കും. അന്യനായ ഒരുവന്റെ കൂടെ എങ്ങനെ പോകുമെന്ന വിചാരമുണ്ടാകും. അല്ലെങ്കിലും അയാൾ അവളുടെ ബന്ധുവല്ലല്ലോ?

സിനിമ കഴിഞ്ഞു വന്നിട്ട് പാതിരാവരെ അയാൾ ഓർത്തു കിടന്നു. മനസ്സ് കുറേശ്ശെ നീറിക്കൊണ്ടിരുന്നു. നിരാശയുടെ ഒരു കൊച്ചു തീപ്പൊരി പാറിവീണ് എരിയുകയാണ്.

അവളുടെ മനസ്സ് ശാന്തമായിരിക്കുമോ?

ആഫീസിൽനിന്നു തിരിച്ചുപോരുമ്പോൾ അവളുടെ കണ്ണുകളിൽ വിഷാദത്തിന്റെ ലോലമായ കാർമേഘങ്ങൾ ഇഴയുന്നത് അയാൾ കണ്ടുപിടിച്ചു. പുഞ്ചിരിയിൽ നേർത്ത മങ്ങൽ പറ്റിയിരിക്കുന്നു. വിരളമായേ അവൾ സംസാരിച്ചുമുള്ളൂ.

"എന്താണൊരു വല്ലായ്മ?" താണ സ്വരത്തിൽ അയാൾ ചോദിച്ചു.

അവൾ പരുങ്ങി. വിഷാദാത്മകമായ മുഖഭാവം മാറ്റാൻ പാടുപെടുകയാണ്. പുഞ്ചിരിയുടെ പ്രകാശം കൂട്ടാൻ ശ്രമിച്ചെങ്കിലും അതത്ര ഫലിച്ചില്ല. വിളറിയ മുഖം തിരിച്ചുകൊണ്ടു അവൾ പറഞ്ഞു. "അല്പം ക്ഷീണമുണ്ട്. ഇന്ന് ജോലി വളരെ കൂടുതലായിരുന്നു."

(അപ്പോൾ പച്ചക്കള്ളം പറയാനും അറിയാമല്ലോ! ജോലിയൊന്നുമില്ലാതെ പേനയുംപൂട്ടി വളരെ നേരം ചുമ്മായിരിക്കുന്നത് അയാൾ കണ്ടതാണ്. വിഷാദഭാരം തൂങ്ങുന്ന മുഖം കൈത്തലത്തിൽ താങ്ങിപ്പിടിച്ചിരുന്നു.)

സ്കൂളിൽനിന്നു മകൻവന്നു, അയാളുടെ മെയ്യോട് ചേർന്നുരുമ്മി നടന്നു. അയാളുടെ കക്ഷത്തിൽ തിരുകിവെച്ചിരുന്ന ചിത്രവാരിക വാങ്ങി നോക്കുകയാണവൻ.

മൃദുവായി അമ്മ വിളിച്ചു: "വേണു!"

അവൻ വിളികേട്ടില്ല. മുഖമുയർത്തി നോക്കിയുമില്ല. താണ സ്വരത്തിൽ അവൾ പറഞ്ഞു: "നാളെ നിന്റെ അച്ഛൻ വരും. എഴുത്ത് കിട്ടിയിട്ടുണ്ട്."

ഒരു സാധാരണ വർത്തമാനം കേട്ട ഭാവത്തിൽ അവൻ പിന്നെയും പടങ്ങളിൽതന്നെ ശ്രദ്ധയൂന്നിക്കൊണ്ട് നടന്നു. ഒരു ഹാസ്യചിത്രത്തിലെ ഗോസായിയുടെ നീണ്ടു വളഞ്ഞ കൂറ്റൻ മൂക്കു കണ്ട് അവൻ പെട്ടെന്ന് പൊട്ടിച്ചിരിച്ചു. അയാൾക്കു ചിരി വന്നില്ല. ആ കുടവയറനും കഷണ്ടിക്കാരനുമായ മനുഷ്യൻ എന്തിനിപ്പോൾ കയറിവരുന്നു? അയാൾ സന്തോഷഭാവം അഭിനയിക്കാൻ കിണഞ്ഞുനോക്കിയെങ്കിലും പറ്റിയില്ല. പതറിയ സ്വരത്തിൽ അയാൾ പറഞ്ഞു: "അപ്പോൾ ഞങ്ങൾക്കു പരിചയപ്പെടാനായല്ലോ!"

അവൾ ചുണ്ടിൽ പുഞ്ചിരി വിരിയിക്കാൻ ശ്രമിച്ചുനോക്കി. പരാജയം അടക്കിക്കൊണ്ട് പറഞ്ഞു: "പിന്നെ വേണ്ടേ? നാളെ ഉച്ചയൂണിന്നു വീട്ടിൽ വരൂ! ഞാൻ നാളെ ആഫീസിൽ വരില്ല."

മനസ്സിൽ കെടാതെ പറ്റിക്കിടന്നിരുന്ന തീപ്പൊരി ജ്വലിച്ചു. അതിന്റെ നീറലോടെ അയാൾ പറഞ്ഞു: "നാം രണ്ടു പേരും മുടങ്ങുന്നത് നന്നല്ല. ഞാൻ വൈകുന്നേരം വരാം."

"ഓ!"

ക്ഷണം നിരസിച്ചത് ഇഷ്ടപ്പെട്ടില്ലായിരിക്കും.

പിന്നെയൊന്നും മിണ്ടാൻ തോന്നിയില്ല. പ്രസരിപ്പ് വരണ്ടുപോയി. നാവിളകുന്നില്ല. പാട്ട് മൂളാൻപോലും സാദ്ധ്യമാകുന്നില്ല.

സായാഹ്ന വന്ദനം പറഞ്ഞു പിരിഞ്ഞുപോകുമ്പോൾ പിന്നിൽനിന്നു മകന്റെ പൊട്ടിച്ചിരി കേട്ടു. അയാൾ തിരിഞ്ഞു നോക്കി. കണക്കിനു പറ്റിച്ച വിജയഭാവത്തിൽ അവൻനിന്നു പളുങ്കുമണികൾ പൊഴിക്കുകയാണ്. പന്ത്രണ്ടണ വിലയുള്ള ചിത്രവാരിക നീട്ടിക്കാണിച്ചിട്ട് അവൻ ചോദിച്ചു:

"വേണ്ടേ?"

ഊറ്റിയരിച്ചു ഒരു വരണ്ട പുഞ്ചിരി ചുണ്ടിൽ കാണിച്ചുകൊണ്ട് അയാൾ മുന്നോട്ടുതന്നെ നടന്നു. അവൻ അദ്ഭുതമൂറുന്ന മിഴികളിൽ തുറിച്ചുനോക്കിക്കൊണ്ട് പിന്നിലങ്ങിനെ നിൽക്കുന്നുണ്ടാകും. നിന്നുകൊള്ളട്ടെ. തിരികെ ചെല്ലാൻ മനസ്സില്ല!

കറുത്തു തടിച്ച ഉടലിൽ തൂങ്ങുന്ന കൂറ്റൽ കുടവയറും കരിപിടിച്ച മൺകുടം പോലെ വികൃതമായ മുഖവും തേൾവാലൻ മീശയും കഷണ്ടിയുമുള്ള ഒരു സത്വത്തിന്റെ രൂപവും ധ്യാനിച്ചുകൊണ്ടാണ് അയാൾ ആഫീസിൽനിന്നു തിരിച്ചത്. അവളുടെ താമസസ്ഥലത്തെ ചെറിയ പടിവാതില്ക്കലെത്തിയപ്പോൾ പാദങ്ങൾ വിറപൂണ്ടു. കഷണ്ടിക്കാരനെ കാണാൻ കടന്നു ചെല്ലുകയോ തിരിച്ചുപോവുകയോ വേണ്ടത്?

ചിന്തിച്ചുകൊണ്ട് ഗേറ്റിൽ തങ്ങിനിൽക്കുമ്പോൾ ഒരു മധുരഗാനത്തിന്റെ അലകൾ കാതുകളിൽ ചുംബിച്ചു. "സോജാ രാജകുമാരീ......."

ആദ്യം ഭംഗിയിൽ ചീകിയൊതുക്കിവെച്ച ചുരുളൻ തലമുടി കണ്ടു. പിന്നെ വിശാലമായ നെറ്റി....പുഞ്ചിരിയൂറുന്ന മുഖം..... പട്ടുനൂൽപോലെ നേർത്തു നനുത്ത മീശ....പാന്റിലും ബുഷ് ഷർട്ടിലും മറഞ്ഞ വെളുത്ത് നീണ്ട ദേഹം.

ഞെട്ടിത്തരിച്ചു നിൽക്കുമ്പോൾ കേട്ടു "ഹലോ മിസ്റ്റർ സദാശിവൻ!!"

പുഞ്ചിരിയൂറുന്ന മുഖവുമായി കൈനീട്ടിക്കൊണ്ട് അടുത്തു വന്നു. പിടിച്ചുകുലുക്കിയോ എന്തോ! "സോജാ രാജകുമാരി......." പാടിക്കൊണ്ട് ആരോ അയാളെ വേഗത്തിൽ വലിച്ചു കൊണ്ടുപോവുകയാണെന്നുമാത്രം തോന്നി. പിന്നെ ഒരു ചാരുകസേരയിലേക്കു തള്ളിയിടുകയും ചെയ്തു.

കൊച്ചുകൊച്ചു പളുങ്കുമണികൾ ഉതിരുന്നപോലെ പൊട്ടിച്ചിരികേട്ടു. ഒരു മൃദുവായ ഭാരം മടിയിൽവന്നു വീണെന്നു തോന്നി. ഓർമ്മ പകുതിയും വിട്ടുപോയോ? സർവ്വശക്തിയും കേന്ദ്രീകരിച്ചു ബുദ്ധിയെ ശരിക്കു പ്രവർത്തിപ്പിക്കാൻ പാടുപെട്ടുകൊണ്ടു അയാൾ തുറിച്ചുനോക്കി. ഒരു കൊച്ചു ബാലൻ. അവനെന്തിനു മടിയിൽ കയറി ഇരിക്കുന്നു?

"ഓ വേണുവോ?" അയാൾ പുഞ്ചിരി തൂകി..

സുന്ദരനായ ആ മനുഷ്യൻ തുരുതുരെ സംസാരിക്കുകയായിരുന്നു. എന്തൊക്കെ അയാൾ പറഞ്ഞിരിക്കും? അവസാനം കേട്ടത് ഇങ്ങനെയാണ്: "വാസ്തവത്തിൽ ഞങ്ങളല്പം അമ്പരന്നുപോയി. കേട്ടോ! സരോജിനിയും വേണുവും പറഞ്ഞു നേരത്തേ വരുമെന്ന്. ഞാൻ നോക്കി ഇരിക്കയായിരുന്നു. ആരു വരാൻ? എന്നാലും വന്നല്ലോ! സന്തോഷമായി. ഇവളുടെ കൂടെയാണല്ലോ ജോലി?"

മൃദുസ്വരത്തിൽ ഭർത്താവിനോട് അവൾ പറഞ്ഞു; "ഈ ചെറുക്കന് വലിയ ജീവനാണ്. കണ്ടില്ലേ മടിയിൽക്കയറി സ്ഥലം പിടിച്ചിരിക്കുന്നത്!"

മിനുമിനുത്ത തലമുടിച്ചുരുളുകൾ നെറ്റിയിലേക്കു പാറിവീഴുമാറ് അയാൾ പൊട്ടിച്ചിരിച്ചു. അതിന്റെ സംഗീതമയമായ അലയൊലി നിലച്ചപ്പോൾ അയാൾ പറഞ്ഞു: "ഞാൻ ഇവനെ തൊട്ടിട്ട് കൃത്യം എട്ടുമാസം കഴിഞ്ഞിരിക്കും. അദ്ഭുതമുണ്ട്. മറന്ന മട്ടിലായിരുന്നു ഇതുവരെ."

മാറിലെ നിബിഡമായ രോമപടത്തിൽ പിഞ്ചുകൈ കടത്തി അവൻ പിടിച്ചുവലിച്ചു. സദാശിവന്നു വേദന തോന്നിയില്ല. ഒരു കൈകൊണ്ട് അവനെ നെഞ്ചോട് ചേർത്തുപിടിച്ചു. കവിളിൽ വിടർന്ന താമരപ്പൂവിന്റെ അദൃശ്യമായ ഒരു ചിത്രം അവൻ ചെറുവിരൽകൊണ്ട് വരച്ചുതുടങ്ങിയപ്പോൾ വീണ്ടും പൊട്ടിച്ചിരി കേട്ടു. "ഭയങ്കരമായ മൈത്രി! ഹൃദയം ചുരന്നെടുത്താലും വലിയ ചങ്ങാതി മിണ്ടില്ലെന്നു അവനുറപ്പുണ്ട്."

പിന്നെ മദ്രാസിനെപ്പറ്റി പ്രസംഗിക്കാൻ തുടങ്ങി. മെറീന...... മ്യൂസിയം......ആർട്ട് ഗ്യാലറി....... ട്രാമും ആട്ടോറിക്ഷയും....... റോയപ്പേട്ട....... ട്രിപ്ലിക്കേൻ........ചെമ്പൻ തലമുടിയും പൂച്ചക്കണ്ണുമുള്ള ആംഗ്ലോ ഇന്ത്യക്കാരി..... പിന്നെയും എന്തെല്ലാമോ കേട്ടുവെന്നുതോന്നി. ഒന്നും

മനസ്സിലായില്ല. അയാളുടെ മനസ്സിൽ ഒരു ചോദ്യം കിടന്നു ഇരമ്പുകയായിരുന്നു: രണ്ടുപേർക്കും തമ്മിൽ ഇഷ്ടമാണോ? ഇഷ്ട.....

ഇരുൾ വീഴുകയാണെന്നറിഞ്ഞപ്പോൾ സദാശിവൻ ധൃതികൂട്ടി: "എന്നാലിനി ഞാൻ പോകട്ടെ. വീണ്ടും കാണാം."

കൈപിടിച്ചു കുലുക്കുമ്പോൾ പൊട്ടിച്ചിരിച്ചുകൊണ്ട് ആ മനുഷ്യൻ പറഞ്ഞു: "ഓഹോ! രണ്ടാഴ്ചയുണ്ട് ലീവ്. ഇവളുടെ സൽക്കാരത്തിൽ കിടന്നു ഒന്നുകുഴയട്ടെ. എന്നാലങ്ങനെ......നിത്യവും വരണം കേട്ടോ സദാശിവൻ! അല്ലെങ്കിൽ ഈ ചെറുക്കന് ഉറക്കം കിട്ടില്ല!"

വീണ്ടും പൊട്ടിച്ചിരിച്ചു. അവളും അതിൽ പങ്കു ചേർന്നെങ്കിലും വിജയിച്ചില്ല. കണ്ണുകളിൽ കാറിഴയുന്നതും കണ്ടു. പിരിഞ്ഞുപോകാൻ സമ്മതിക്കാതെ ചിണുങ്ങാൻ തുടങ്ങുന്ന കുട്ടിയുടെ കവിളിൽ യാന്ത്രികമായി നുള്ളിയിട്ട് അയാൾ ഇറങ്ങി നടന്നു. അവളോട് യാത്ര ചോദിച്ചില്ല. ശരിക്കൊന്നു നോക്കിയുമില്ല. ഭർത്താവില്ലേ അരികെ? സൽക്കാരത്തിൽ കുഴച്ചു സുഖിപ്പിച്ചു കൊള്ളട്ടെ;

മനസ്സിൽ പറന്നുവീണ നിരാശയുടെ തീപ്പൊരി ജ്വലിച്ചു. ഉള്ളമാകെ നാമ്പുകൾ പടർന്നുപിടിക്കുന്നു. പ്രസന്നത മന്ദം എരിഞ്ഞടങ്ങിക്കൊണ്ടിരിക്കുകയാണോ?

തുടർച്ചയായി അഞ്ചുദിവസം അവൾ ആഫീസിൽ വന്നില്ല. അയാൾ ആരെയും കാത്തുനിന്നുമില്ല. ഒരു സായാഹ്നത്തിൽ അവർ മൂന്നുപേരും കൂടി തീയറ്ററിലേക്കു കടന്നുപോകുന്നത് കണ്ടു. അയാൾ ഉച്ചത്തിൽ പൊട്ടിച്ചിരിച്ചുകൊണ്ടിരുന്നു. ചുറ്റും സൂര്യരശ്മികൾ വിതറുന്ന ചിരി. അവളതിൽ പങ്കുചേർന്നില്ല. മകൻ അമ്മയുടെ വലതുകൈയിൽ തൂങ്ങിയാണ് നടന്നിരുന്നത്. അവന്റെ മുഖം വിഷാദംകൊണ്ട് കനത്തിരുന്നു. അവളുടെ കണ്ണുകളിൽ നിഴൽ ഇഴയുകയായിരുന്നു.

മറഞ്ഞുനിന്നു നോക്കിയിട്ട് അയാൾ പല്ലുകൾ ഞെരിച്ചു മനസ്സിൽ വലിയൊരു ഭാരവുമായി തിരിച്ചുനടന്നു. ഭാഗ്യവതി! ഭർത്താവുമായി നടന്നു ഉല്ലസിച്ചുകൊള്ളട്ടെ. നൃത്തവും ഗാനവും വേണമെങ്കിൽ ആയികൊള്ളട്ടെ. ആരും തടസ്സമുണ്ടാക്കുന്നില്ല.

വേദനയുടെ കൂർത്തനഖങ്ങൾ കരളിന്റെ ആഴംവരെ കോർത്തുമാന്തുന്നപോലെ തോന്നി. നീറലും നോവുമുണ്ട്.

അഞ്ചാമത്തെ ദിവസം സന്ധ്യയ്ക്ക് കുറച്ചുമുമ്പ് ചാരിയ വാതിൽ തള്ളിത്തുറന്നു. അവൻ മുറിക്കുള്ളിലേക്ക് ചാടിയോടിവന്നു. വന്നപാടെ മടിയിൽ പിടിച്ചുകയറി സ്ഥാനം പിടിക്കുകയും ചെയ്തു. എന്നിട്ട് അവൻ ചെറിയ മിഴികൾ വിരിയിച്ചു അയാളുടെ മുഖത്തേക്കു ഉത്കണ്ഠയോടെ നോക്കി. അവന്റെ മിഴികൾ ആർദ്രമായിരുന്നു.

പിന്നാലെ അമ്മ വന്നു. സായാഹ്നത്തിന്റെ അവസാനത്തെ രശ്മികൾ പുരണ്ടപോലെ ചുണ്ടിൽ മങ്ങിയ പുഞ്ചിരി വിറയലോടെ തങ്ങിനില്ക്കുന്നതു ഒരു നിമിഷം കണ്ടു. പിന്നെയതു പൊഴിഞ്ഞുപോയി. അവൾ മുഖം താഴ്ത്തിക്കളഞ്ഞു.

ആദ്യം ആരും മിണ്ടിയില്ല. അവസാനം അവൾ പറഞ്ഞു: "അവനു കാണണമെന്നു പറഞ്ഞു രാവിലെ മുതൽ ശാഠ്യമായിരുന്നു. ഉണ്ടിട്ടു കൂടിയില്ല. അച്ഛൻ പുറത്തേക്കു പോയപ്പോൾ പോന്നതാണ്."

അയാൾ മിണ്ടിയില്ല. മുഖത്തേക്കു നോക്കിയുമില്ല. പിണങ്ങിയമട്ടിൽ ഇരുന്നു.

ഇടർച്ചയോടെ അവൾ പറഞ്ഞു: "ഞങ്ങൾ വീട്ടിൽ നിത്യവും കാത്തിരുന്നിരുന്നു. അവിടെ എപ്പോഴും ചോദിക്കും വന്നില്ലേ എന്ന്. എന്താണിങ്ങിനെ ചെയ്തത്? മറന്നുകളഞ്ഞോ"

തൊണ്ടയിലേക്ക് ചുരുണ്ടുപോയ നാവ് അയാൾ പണിപ്പെട്ട് പിടിച്ചിളക്കി: "എന്തിനു കടന്നുവന്നു ശല്യപ്പെടുത്തണമെന്നു കരുതി."

അവളുടെ മുഖം വിളറി. മിഴികളിൽ മഴക്കാറുകൾ കനത്തു. സ്വരം വിറച്ചു. "എന്തെല്ലാം പറയുന്നു! ഇവൻ സമാധാനത്തോടെ ഒന്നുറങ്ങിയിട്ട് ഇന്നേക്ക് അഞ്ചായി. അച്ഛനെ തീരെ കണ്ടുകൂടാ. തൊടുമ്പോഴേയ്ക്കും അകന്നുകളയും. ഒരു ദിവസം എന്ത് കരച്ചിലായിരുന്നു! അച്ഛനെ വലിയ പേടിയാണിപ്പോൾ. എന്നിട്ടും ഇങ്ങനെ......"

ജാലകത്തിലൂടെ പുറത്തേക്കു നോക്കിക്കൊണ്ട് അയാൾ മൂകനായി ഇരുന്നു. ഹൃദയം ഉലയുകയാണ്. അവൾ വിഷാദം കൊള്ളുകയല്ലേ! സാരിത്തുമ്പ് മുഖത്തേക്ക് ഉയർത്തുന്നത് കണ്ടു. മിഴികളിലെ മേഘങ്ങൾ അലിഞ്ഞു നീരായിക്കഴിഞ്ഞുവോ?

അല്പം കഴിഞ്ഞു അവൾ പറഞ്ഞു: "ഞാൻ നാളെ ആഫീസിൽ വരും. പോകുമ്പോൾ വീട്ടിലേക്കു വരില്ലേ? അവന്റെ അച്ഛൻ കാത്തിരിക്കും."

"ഓ വരാം."

അയാളുടെ മുഖത്തേക്കു ഉറ്റുനോക്കിക്കൊണ്ട് അവൾ ദീർഘമായി നിശ്വസിച്ചു. എന്താണ് മിണ്ടാത്തത് എന്നായിരിക്കാം. ഇരിക്കാൻ ക്ഷണിക്കുകകൂടി ചെയ്തില്ലല്ലോ എന്നു കരുതിയിരിക്കും. പരിഭവവും വ്യസനവുംകൂടി ഹൃദയത്തെ കശക്കുന്നുണ്ടാകും. എന്നിട്ടും അവൾ മൂകമായി നോക്കി നിൽക്കുകയാണ്.

അവസാനം അവൾ പതുക്കെ വിളിച്ചു: "വേണൂ! സന്ധ്യയായി. പോകണ്ടേ?"

കിളിക്കൊഞ്ചൽ കേട്ടില്ല. വെളിച്ചമുണ്ടാക്കിനോക്കി.

അവൻ അയാളുടെ മാറിൽ തളർന്നു കിടന്നു ശാന്തമായി ഉറങ്ങുകയാണ്. മുഖം മാറിടത്തിൽ കൂമ്പിയ താമരപോലെ അമർന്നിരിക്കുന്നു.

തളർന്ന പിഞ്ചുകൈകൾകൊണ്ട് അയാളുടെ ചുമലുകളിൽ പൊത്തിപ്പിടിച്ചിട്ടുണ്ട്.

ചുണ്ടനങ്ങി മർമ്മമുതിർന്നു: "അവൻ ഉറങ്ങി."

ആരോടെന്നില്ലാതെ അയാൾ പറഞ്ഞു: "രാവിലെ കൊണ്ടുവരാം. ഇപ്പോൾ ഉണർത്തേണ്ട. ഉറങ്ങിക്കൊള്ളട്ടെ."

തെല്ലിട അവൾ രണ്ടുപേരെയും നോക്കിനിന്നു. അയാളുടെ രോമനിബിഡമായ മാറിടത്തിന്റെ ചൂടേറ്റു തളർന്നുകിടന്നു അവൻ സുഖനിദ്ര കൊള്ളുകയാണ്. സാരിത്തുമ്പ് പിന്നേയും ഉയർത്തുന്നതു കണ്ടു. അയാൾ നേരെ നോക്കിയില്ല. അല്പം കഴിഞ്ഞു പാദങ്ങൾ മന്ദം മന്ദം അകന്നുപോകുന്ന ശബ്ദം കേട്ടു. അത് അവ്യക്തമായപ്പോൾ അയാൾ ചെകിടോർത്തുനോക്കി. ഒന്നും കേൾക്കാനില്ല.

പോയിക്കഴിഞ്ഞോ?

ആഫീസിലേക്കുപോയത് ഒരുമിച്ചായിരുന്നു. സ്കൂളിന്നു മുമ്പിൽവെച്ചു മകൻ പിരിഞ്ഞുപോയി. പിന്നെ തികച്ചും മൂകരായാണ് നടന്നത്. ആരും മിണ്ടിയില്ല.

ആഫീസിൽ ചെന്നിട്ടും അവൾ ഒന്നുംതന്നെ ചെയ്യാതെ ഇരിക്കുന്നത് കണ്ടു. പേനയുടെ കടകൊണ്ടു നെറ്റിയിൽ വടിവില്ലാതെ ചിത്രങ്ങൾ വരച്ചുകൊണ്ടിരുന്നു. ഇടയ്ക്കു നെടുവീർപ്പുകൾ വിടുകയും ചെയ്തു.

തിരിച്ചുപോരുമ്പഴും ആദ്യം ആരും മിണ്ടിയില്ല. അവളുടെ മുഖം വാടിയിരുന്നു. അയാൾ നോക്കുമ്പോൾ തിരിഞ്ഞു കളയും. കൺകോണുകളിൽ നനവു പറ്റി നിന്നിരുന്നില്ലേ?

"സരോ!" കെട്ടിനിർത്തിയിരുന്ന ശബ്ദം കുമിളയിട്ടു ഉയർന്നുവന്നു.

അവൾ മുഖം ചരിച്ചു നോക്കി.

അയാൾ പറഞ്ഞു: "ഒരുന്മേഷവുമില്ല. ഭക്ഷണവും ഉറക്കവും ഒന്നും വേണ്ടെന്നായിട്ടുണ്ട്. ജീവിതം ഇങ്ങനെയായാൽ......."

കരൾ അലിഞ്ഞിരിക്കും. ആർദ്രതയോടെ അവൾ പറഞ്ഞു: "വല്ലാത്ത ക്ഷീണമുണ്ട്. സ്വന്തം ദേഹം തീരെ സൂക്ഷിക്കുന്നില്ലല്ലോ!"

അയാൾ മിണ്ടിയല്ല. വിഷാദം തങ്ങിനില്ക്കുന്ന മിഴികളിലേക്ക് അവൾ സാനുകമ്പം നോക്കി. മുഖം തിരിച്ചുകൊണ്ടു നേരിയ ഇടർച്ചയോടെ സ്വരം താഴ്ത്തി അവൾ ചോദിച്ചു: "എന്നുമിങ്ങനെ തനിച്ചു കഴിയാനാണോ ഭാവം?"

"ഓ!"

"എന്തുകൊണ്ട് വിവാഹം......"

അയാളുടെ സിരകൾ പിടച്ചു. എന്തൊരു ചോദ്യം! അയാൾക്ക് ഒട്ടധികം പറയണമെന്നു തോന്നി. മുമ്പിൽ ചെന്നു നിന്നു കണ്ണുകളിലേക്ക് തറച്ചു

നോക്കി. ഹൃദയത്തിലുള്ളതു മുഴുവൻ പുറത്തേക്കു പ്രവഹിപ്പിച്ചാലോ? മനം വിങ്ങുകയാണ്. വളരെ താണസ്വരത്തിൽ അയാൾ വിളിച്ചു. "സരോ!"

മിഴികൾ തമ്മിലുരുമ്മി. അവൾ മുഖം തിരിച്ചുകളഞ്ഞു.

മകൻ വന്നു, അയാളുടെ കയ്യിൽ പിടികൂടി ഉരുമ്മിയുരുമ്മി നടന്നു. അവൻ എന്തെല്ലാമോ ചോദിച്ചു. അയാൾ ഒന്നും വ്യക്തമായി കേട്ടില്ല. പറഞ്ഞ മറുപടി ഒന്നും ഓർമ്മയുമില്ല. അവൻ അയാളെ വീട്ടിലേക്ക് പിടിച്ചുവലിച്ചപ്പോൾ അയാൾ വിലക്കി: "വേണ്ട, ഞാൻ പോകുന്നു."

അവൻ മുമ്പിൽവന്നുനിന്നു സകരുണം നോക്കി. സങ്കടം ഊറിവരുന്ന കൊച്ചുമിഴികളും അകംതിങ്ങിയ വിമ്മലിൽ വീർപ്പുമുട്ടുന്ന കൊച്ചു മാറിടവും യാന്ത്രികമായി അയാൾ അവന്റെ പുറകെ നീങ്ങി.

"ശറുപിറാ" എന്ന് ഇംഗ്ലീഷ് വായിക്കുന്ന ശബ്ദം കേട്ടു. ഇടക്കിടക്ക് പൊട്ടിച്ചിരിയുമുണ്ട്. അവരുടെ ശബ്ദം കേട്ടിട്ടായിരിക്കാം പുസ്കത്തിന പ്പുറത്തുനിന്നു ഭംഗിയിൽ ചീകിയൊതുക്കിയ മുടിയുള്ള ഒരു ശിരസ്സ് ചുണ്ടിൽ പൊടിച്ചുവന്ന പുഞ്ചിരിയുമായി പ്രത്യക്ഷപ്പെട്ടു. അയാൾ ചാടി യെണീറ്റുവന്നു കൈപിടിച്ചു കുലുക്കി. വല്ലാതെ നൊന്തുപോയി.

ഭാര്യയോട് അയാൾ ചിരിച്ചുകൊണ്ട് പറഞ്ഞു: "വന്നിട്ടും കാപ്പി കൊടു ക്കാതെ നില്ക്കുന്നോ? അസ്സൽ കിച്ചൻമിനിസ്റ്റർ തന്നെ!" എന്നിട്ട് സദാ ശിവന്റെ നേർക്കു തിരിഞ്ഞു അയാൾ പറഞ്ഞു: "ഇന്നുതൊട്ട് നാലാ മത്തെ ദിവസം ഞാൻ ഇവനെയും ഇവളെയും കൊണ്ടുപോകുകയാണ്. മദ്രാസ്സിൽ ഏ ക്ലാസ്സ് മുറിയും തോട്ടവും മറ്റുമുള്ളപ്പോൾ........ങ് ആ! അങ്ങനെ തന്നെ. നാലാമത്തെ ദിവസം. കൃത്യം ആറുമണിക്കു യാത്ര യാകും. ജോലി അവസാനിപ്പിച്ചു കൊണ്ടുപോവുകയാണ്. ഒന്നാംതരം ജോലി മദ്രാസ്സിൽ കിട്ടാനുള്ളപ്പോൾ...........ഹഹഹ.........."

അയാൾ ഞെട്ടി. കണ്ണുകൾ അവളുടേതുമായി ഇടഞ്ഞു. അവളുടെ കണ്ണുകളിൽ നനവൂറിവരുന്നു. വിറയ്ക്കുന്ന കൺപോളകൾ മന്ദം കൂമ്പുകയാണ്. സാരിയുടെ തുമ്പ് പിടിച്ചുയർത്തിക്കൊണ്ട് അവൾ തിരശ്ശീലയിലൂടെ അപ്പുറത്തേക്കു നൂണ്ടുകയറിപ്പോയി.

പകുതി ബോധവും അറ്റുപോയപോലെ എന്തോ പിറുപിറുത്തു കൊണ്ട് അയാൾ മുറ്റത്തേക്കിറങ്ങി. യാത്രാനുവാദം ചോദിച്ചോ എന്തോ? ധൃതിയിൽ മുന്നോട്ടു നടക്കുമ്പോൾ പിന്നിൽനിന്നു അയാൾ വിളിച്ചു ബഹളം കൂട്ടുന്നത് വളരെ അകലെനിന്നെന്നപോലെ കേട്ടു. ചങ്ക് പിളരു വോളം ഓരിയിട്ടു കൊള്ളട്ടെ. പോകാൻ മനസ്സില്ല!

അവസാനത്തെ ദിവസം ഉച്ചയ്ക്കുശേഷം അവൾ ആഫീസിലേക്ക് കയറിവരുന്നത് അയാൾ കണ്ടു. കൂടെ പൊട്ടിച്ചിരി വിതറിക്കൊണ്ട് പാന്റും സിൽക്കു ബുഷ്ഷർട്ടും ധരിച്ച ഭർത്താവുമുണ്ട്. അവളുടെ മുഖം വിഷാദംകൊണ്ട് അല്പം കനത്തിട്ടുണ്ട്. കണ്ണുകൾ മങ്ങിയിരിക്കുന്നു.

എന്തെല്ലാമോ പറഞ്ഞു അവൾ ഭർത്താവിനെ പിരിച്ചയച്ചു. ചുണ്ടിൽ പ്രയാസപ്പെട്ടു പുഞ്ചിരി വലിച്ചുവരുത്തിക്കൊണ്ട് അവൾ സഹപ്രവർത്തകരോട് യാത്രപറഞ്ഞു. വിറയലോടെ കൈകൂപ്പുന്നത് കണ്ടു.

ജോലി കഴിഞ്ഞു അയാൾ പുറത്തേക്കിറങ്ങി. ആരുടേയും നേരെ നോക്കാതെ മുന്നോട്ടുതന്നെ നടന്നു. പിന്നിൽനിന്നു അവൾ മാറുലയെ നെടുവീർപ്പ് വിടുന്നതു കേട്ടു. കരളിനു എന്തു വിങ്ങലാണ്. അത് കനത്ത കല്ലായിരുന്നെങ്കിൽ! ഇനിയും അവളുടെ കണ്ണുകളിലേക്കു നോക്കുമ്പോൾ ഒരുപക്ഷേ കരൾ പൊട്ടിച്ചിതറിയേക്കാം.

വിറയലോടെ അവൾ പറഞ്ഞു: "ഞാൻ ജോലി രാജികൊടുത്തു....... നാളെ പോകയാണ്.......രാവിലെ വരില്ലേ?"

അവൾ കാണാതെ അയാൾ പല്ലുകടിച്ചു. മുമ്പിൽചെന്നു മാറത്തു കൈകെട്ടി നിവർന്നുനിന്നു വളരെ പറയണമെന്നു തോന്നി. എങ്കിലും എല്ലാം അടക്കാൻ പാടുപെട്ടുകൊണ്ട് അയാൾ വിളിച്ചു. "സരോ!"

തിരിഞ്ഞു നോക്കിയിരിക്കും. നേരെ നോക്കാതെ നടന്നു കൊണ്ട് അയാൾ ക്ഷുബ്ധമായ സ്വരത്തിൽ പറഞ്ഞു: "ഞാനും ജോലി രാജി കൊടുക്കട്ടെ! എന്നിട്ട് എവിടെക്കെങ്കിലും നടന്നുകളയാം. ഏകാകിയായുള്ള ഈ ജീവിതം അത്രയ്ക്കു മടുത്തു കഴിഞ്ഞു. എവിടേയ്ക്കെങ്കിലും ചാടിക്കൊള്ളട്ടെ! ഇവിടെയിനി വയ്യ."

അവൾ വേദനയോടെ നോക്കി. കണ്ണുകൾ നനയാൻ തുടങ്ങുകയാണ്. സങ്കടം ഊറിവരുന്നു. നെടുവീർപ്പ് വിടുന്നുമുണ്ട്.

തിരിയേണ്ട ദിക്കിൽവെച്ചു അവൾ പറഞ്ഞു: "വരൂ! വീട്ടിലേക്കു പോകാം."

കേൾക്കാത്ത മട്ടിൽ അയാൾ നടന്നു. തിരിഞ്ഞുനോക്കിയില്ല. ഒന്നു തിരിഞ്ഞുനോക്കാൻ കൊതിച്ചുകൊണ്ട് അവൾ ഇമയനക്കാതെ നോക്കി നില്ക്കുന്നുണ്ടാകാം. വേദന നാവിലേക്കു ഇരച്ചുകയറിയിട്ടും പിന്നെയും പണിപ്പെട്ടു വിളിക്കുന്നുണ്ടാകും. കരളും കണ്ണുകളും ഒപ്പം കരയാൻ വെമ്പുകയാവും.

അതിരാവിലെ മുതൽ അയാൾ റെയിൽവേസ്റ്റേഷനിൽ കാത്തു നില്ക്കാൻ തുടങ്ങിയതാണ്. അവരിലാരും കണ്ടെത്താതിരിക്കാൻവേണ്ടി അയാൾ അരികെയുള്ള ഹോട്ടലിന്റെ മേൽ നിലയിൽ കയറിനിന്നു നോക്കി. എന്തിനങ്ങിനെ ഒളിച്ചുനിന്നുനോക്കൻ വേണ്ടിമാത്രം വന്നുവെന്നു അറിഞ്ഞുകൂടാ. ഉറങ്ങാതെ തിരിഞ്ഞും മറിഞ്ഞും കിടന്നു മുഷിഞ്ഞപ്പോൾ ഇറങ്ങിപ്പോന്നു. അവരിൽ ആരും അയാളെ കണ്ടുപോകരുതെന്ന് കഠിനമായ നിർബ്ബന്ധമുണ്ടുതാനും. സഹിക്കാൻ സാദ്ധ്യമായില്ലെങ്കിലോ?

നോക്കി നോക്കി കണ്ണുകൾ കഴച്ചു. ഏഴുമണി കഴിഞ്ഞിട്ടും വരാത്തതെന്താണ്? കൃത്യം ആറുമണിക്കു യാത്രയാവുമെന്നു പറഞ്ഞിരുന്നതാണ്.

അയാൾ കാത്തുനില്ക്കുകയായിരിക്കുമോ? ഒരുപക്ഷേ വീട്ടിൽപോയി അന്വേഷിച്ചിരിക്കാനും മതി.

എട്ടുമണിക്കു മൂന്നുപേരും വന്നു. പോകാൻ വെമ്പിനില്ക്കുന്ന വണ്ടിയിലേക്ക് ഭർത്താവ് അവളെ പിടിച്ചുവലിച്ചു. കൈ സൂത്രത്തിൽ കുതറി വിടുവിച്ചിട്ട് അവൾ ദൂരേക്ക് ഉത്കണ്ഠയോടെ നോക്കിക്കൊണ്ട് ചുറ്റിപറ്റിനിന്നു. ഭർത്താവ് പിന്നേയും പിടിച്ചുവലിച്ചു. യന്ത്രംപോലെ അവൾ ചലിച്ചു. കൂടക്കൂടെ പിന്നിലേക്ക് തിരിഞ്ഞുനോക്കി. മകൻ ഏങ്ങിയേങ്ങി കരയുന്നുണ്ട്. അതിൽപ്പെട്ട് ആ കൊച്ചുമാറ് വികസിക്കുകയും ചുരുങ്ങുകയും ചെയ്തു. കൊച്ചുമിഴികൾ നിറഞ്ഞു.

വണ്ടി പായാൻ വെമ്പുകയാണ്.

ഒരു വിധത്തിൽ ഭർത്താവ് അവളെ അകത്ത് വലിച്ചിട്ടു. പിന്നെ ഏങ്ങിയേങ്ങിക്കരയുന്ന മകനേയും. അവൻ അച്ഛന്റെ കൈകൾക്കിടയിൽ കിടന്നു വേദനയോടെ പിടച്ചു.

വണ്ടി ഭയങ്കര ശബ്ദത്തോടെ നീങ്ങി. ജാലകത്തിനു പുറത്ത് നീറുന്ന മിഴികളും അളകങ്ങൾ ഉരുമ്മുന്ന നെറ്റിയും കണ്ടു. തൊട്ടരികെ അവന്റെ ചുടുനീർവീണു നനഞ്ഞ കവിളുകളും. കാഴ്ചയിൽനിന്നു മറയുന്നതുവരെ രണ്ടുപേരും ശിരസ്സു വലിച്ചില്ല.

യാത്ര അവസാനിക്കുന്നതുവരെ അങ്ങനെ നോക്കിക്കൊണ്ടിരിക്കുമോ?

എല്ലാം ഒടുങ്ങിയിരുന്നെങ്കിൽ എന്ന ആശയുമായി അയാൾ സ്പന്ദിക്കുന്ന നിമിഷങ്ങൾ എണ്ണിക്കൊണ്ട് ജീവിച്ചു. ഭക്ഷണം വേണമെന്നില്ല. സുഖനിദ്ര വന്നു വരിക്കാറുമില്ല. രാവിലെ എണീറ്റ് ആഫീസിലേക്കു പോകും. ആ ഇലഞ്ഞി മരച്ചുവട്ടിലേക്കു നോക്കുമ്പോൾ കരൾ കയ്പുകൊണ്ടു നിറയും. അവിടെയാരും കാത്തുനില്ക്കാനില്ല. ഇനി കാത്തുനില്ക്കുകയുമില്ല. എന്തിനുവേണ്ടി അവർ ഇത്ര നാളും കാത്തുനിന്നു?

കസേരയിലിരുന്നു യന്ത്രത്തെപോലെ പണിയെടുത്തു. സകലതിന്റെയും നേരെ കഠിനമായ കോപമാണ്. എല്ലാം ഭൂകമ്പംവന്നു നശിച്ചു ചാമ്പലായെങ്കിൽ! എന്നിട്ടും അയാൾ നീണ്ടു നിവർന്നുനിന്നു ഭയങ്കരമായി ഊതും. എല്ലാം പറന്നുപോകട്ടെ!

പതിനേഴു ദിവസങ്ങൾ ഇഴഞ്ഞുപോയി. നിമിഷത്തിന്റെ ആയുസ്സിലേക്ക് ചുരുങ്ങിയിട്ട് വർഷങ്ങൾ പറന്നുകൊള്ളട്ടെ. കാലം അതിവേഗം കറങ്ങിത്തീരട്ടെ!

പതിനെട്ടാമത്തെ ദിവസം.

ചരൽ വിരിച്ച മുറ്റത്തുകൂടെ കൈകൾ പിന്നിൽ കെട്ടി അയാൾ അങ്ങുമിങ്ങും നടന്നു. എല്ലാം അലസമായി കിടക്കുകയാണ്. മുറ്റത്ത്

മാവിലകൾ പൊഴിഞ്ഞുവീണു നിറഞ്ഞിരിക്കുന്നു. ചട്ടിച്ചെടികൾ വാടാൻ തുടങ്ങിയിട്ടുണ്ട്. വെള്ളം ഒഴിച്ചിട്ട് നാളുകൾ പലതായി. കാനാപൂക്കളും ഡാലിയായും കരിഞ്ഞുകൊണ്ടിരിക്കുകയാണ്. അവയിലെ ചൈതന്യം വരണ്ടുണങ്ങിപ്പോയി.

നിലാവുണ്ട്. നല്ല തണുത്ത കാറ്റിൽ തളിർത്ത മാവിൻ കൊമ്പുകൾ ഉലഞ്ഞു മർമ്മരമുതിർന്നു.

കരളിലെ ചൂളയുടെ എരിച്ചിലിന്നു ശാന്തതയൊന്നുമില്ല. കൊടുങ്കാറ്റ് വീശിയാലും ജ്വാലകൾ ഒന്നുകൂടെ പത്തിവിടർത്തി ആടുകയേയുള്ളൂ. അസ്ഥിയിലും മജ്ജയിലും അഗ്നിശിഖകൾ നക്കുകയാണ്. ആത്മാവിന്റെ എരിച്ചിൽ സഹിക്കാൻ വയ്യ. ജീവിതം പേടിസ്വപ്നത്തിലെ നരകംപോലെ അയാൾക്കു തോന്നി.

തലച്ചോർ എരിഞ്ഞുപുകയുന്നു. ഉൽക്കടമായ ചിന്തകളുമായി തളർന്ന കാലുകളിൽ നടക്കുമ്പോൾ പടിവാതിൽ ഉന്തിത്തുറക്കുന്ന ശബ്ദം കേട്ടു. തെല്ല് ധൃതിയിൽ ആരോ നടന്നുവരുന്നുമുണ്ട്. പാദങ്ങൾക്കിടയിൽപെട്ട് വെൺചരൽ ഞെരിയുന്നത് കേൾക്കാം. ആരോ പാഞ്ഞടുക്കുകയല്ലേ?

അയാൾ ഞെട്ടലോടെ തിരിഞ്ഞുനോക്കി.

ഹൃദയം അതിവേഗം മിടിച്ചു. വിരാമമില്ലാതെ.

ചുണ്ടിൽ പൂക്കളുമായി മകൻ ഓടിയടുത്തു. പ്രകാശം ചൊരിയുന്ന നീലിച്ച കുഞ്ഞുനക്ഷത്രങ്ങൾപോലെ കണ്ണുകൾ മിന്നിത്തെളിയുന്നു. പനിനീർപ്പൂക്കൾ ചുഴിഞ്ഞുവിടരുന്ന അരുമയായ കവിൾത്തടങ്ങൾ. മുമ്പിൽ വന്നുനിന്നു കാലുകളിൽ കെട്ടിപുണർന്നു മിഴികൾ വിരിയിച്ചു മേലോട്ട് നോക്കിക്കൊണ്ട് ചോദിക്കുകയാണ്: "ഇനിയാരും വന്നു ദ്രോഹിക്കില്ലെന്നു കരുതീല്ലേ?"

അയാൾ ആവേശത്തോടെ അവനെ പൊക്കിയെടുത്ത് മാറോടു ചേർത്തു. പനിനീർപ്പൂവിന്റെ ഘനംകൂടിയില്ല. അയാൾ രണ്ടു കവിളുകളിലും മാറി മാറി ഉമ്മചാർത്തി. അതിന്റെ സീൽക്കാരം വായുവിൽ വിലയം പ്രാപിച്ചുകഴിഞ്ഞപ്പോൾ അയാൾ ചോദിച്ചു: "വേണുവോ? ഓ! മറന്നിട്ടില്ല അല്ലേ?"

തെളിനിലാവൊഴുകുന്ന പുഞ്ചിരിയുമായി അവൾ അടുത്തു വന്നു നിന്നു. ഇളംകാറ്റിൽ ആ പച്ചസാരിയുടെ നീലബോർഡർ പുളകമണിഞ്ഞുപിടഞ്ഞു. അതിനുചേർന്ന ഇളംനീല ബ്ലൗസുമുണ്ട്. അതിനുള്ളിൽ ഹൃദയം ആഹ്ലാദംകൊള്ളുകയാവും. കയ്യിൽ നീലനിറമുള്ള ഒരു കൊച്ചുവാനിറ്റിബാഗും തൂക്കിയിട്ടിട്ടുണ്ട്.

കരൾ തണുത്തു. മഞ്ഞുതുണ്ടുകൾ വീണലിയുന്നപോലെ. ചുണ്ടിൽ നിന്നു ശോഭയേറിയ മുല്ലപ്പൂക്കൾ പൊഴിച്ചുകൊണ്ട് അവൾ പറഞ്ഞു:

“വരുന്ന വഴിയാണ്. തീവണ്ടി ഇറങ്ങിയിട്ട് അവൻ ഇവിടംവരെ ഓട്ടമായിരുന്നു.”

അയാൾ ചിരിച്ചുകൊണ്ട് അവനെ മാറോടണച്ചു പിടിച്ചു. കിതപ്പുമൂലം അവന്റെ ഹൃദയം അതിവേഗം ഇടിക്കുകയാണ്. എങ്കിലും അവന്റെ ഇളം ചുണ്ടുകളിൽ പിച്ചിപ്പൂക്കുല വിരിഞ്ഞുവന്നു. അയാളുടെ കഴുത്തിൽ അവൻ രണ്ടു കൈകൾകൊണ്ടും ആലിംഗനം ചെയ്യുകയും ചെയ്തു. അയാൾ അവന്റെ അളകങ്ങൾ പിടിച്ചു നിവർത്തി താലോലിച്ചു.

അവൾ പറഞ്ഞു: “ഇവൻ ഇത്രനാളും വാ പൂട്ടിയിരുന്നില്ല. അച്ഛൻ എത്ര ആശ്വസിപ്പിച്ചിട്ടും സമാധാനമില്ല. ഇങ്ങോട്ടുതന്നെ പോരണമെന്നു ശാഠ്യം പിടിക്കയായിരുന്നു!”

വളരെ നാളുകൾക്കുശേഷം അയാൾ മൂളിപ്പാട്ടു പാടി. മധുരവും വികാരാർദ്രവുമായ സ്വരത്തിൽ. ദലമർമ്മരംപോലെ.

പൊട്ടിവരുന്ന ആഹ്ലാദത്തോടെ അവൾ പറഞ്ഞു: “ഞാൻ ഇനിയും ജോലി തുടരാൻ തീരുമാനിച്ചു.”

ഉള്ളം തരിച്ചു. ചിരിച്ചുകൊണ്ട് അയാൾ ചോദിച്ചു. “അവർ അനുവദിച്ചില്ലെങ്കിലോ?”

“ഇവിടെത്തന്നെ എന്നും താമസിക്കും!” അവൾ പുഞ്ചിരി തൂകി. തെല്ലിട കഴിഞ്ഞു കൗതുകമൂറിയ മിഴികൾ വിരിയിച്ച് അവൾ ചോദിച്ചു: “ജോലി രാജി കൊടുത്തോ?”

അയാൾ ലജ്ജയോടെ ചിരിച്ചു: “ഇല്ല. ഇനിയതിന്റെ ആവശ്യമില്ലല്ലോ!”

ഹൃദയഭാരം ഒഴിഞ്ഞുപോയ ആശ്വാസത്തോടെ നിശ്വസിച്ചുകൊണ്ട് അവൾ പറഞ്ഞു: “വാസ്തവത്തിൽ ഞങ്ങൾ നടുങ്ങിപ്പോയി കേട്ടോ! അന്ന് എന്തൊക്കെ പറഞ്ഞു? ജോലി രാജികൊടുത്തിട്ട് നാട് വിടുമെന്നു മറ്റും....ഓ!”

പൊട്ടിച്ചിരിച്ചുകൊണ്ട് അയാൾ പറഞ്ഞു: “ഭ്രാന്തിലേക്ക് എടുത്തെറിഞ്ഞുകൊണ്ട് അമ്മയും മകനും പോകുമ്പോൾ അത്രയും പറഞ്ഞതിൽ തെറ്റില്ല. എന്തെല്ലാം തോന്നിയെന്നോ അന്ന്!”

അവളുടെ മിഴികളിൽ നിന്നു പ്രാകശമൂറി. കരൾ കുളിരോടെ തുടിക്കുകയാവും. ചുണ്ടിൽനിന്നു നിലാവൊഴുകുകയാണോ?

മുല്ലപ്പൂക്കൾ പൊഴിച്ചുകൊണ്ട് അവൻ ചിരിച്ചു. അയാൾ അവന്റെ പ്രകാശമേറിയ കണ്ണുകളിലേക്ക് സാഹ്ലാദം ഉറ്റുനോക്കിക്കൊണ്ടുനിന്നു.

കരളിൽനിന്നു കിളിർത്തുയർന്ന പുഞ്ചിരിയോടെ അവൾ പറഞ്ഞു: “ഞങ്ങളിനി പോകുന്നില്ല. എന്നും ഇവിടെത്തന്നെ താമസിക്കും!”

■

ജീവിതം നീറിപ്പുകയുകയാണ്

തലച്ചോറിലും ഹൃദയത്തിലും ഓരോ നെരിപ്പോടുകളുമായി ഞാൻ റെയിൽപ്പാളങ്ങൾക്കരികെ വന്നുനിന്നു.

ചുട്ടുതിളയ്ക്കുന്ന വെയിലിൽ വെള്ളിനാടകൾപോലെ വെട്ടിത്തിളങ്ങുന്ന റെയിൽപ്പാളങ്ങൾ നീണ്ടുനീണ്ടു പോകുന്നു. വെയിലിന്റെ തീവ്രമായ ചൂടിൽ അവ ഉരുകിപ്പോയേക്കും. മണ്ണിനുമീതെ വെയിലിന്റെ നാളങ്ങൾ ആളിപ്പിടിക്കുകയാണ്. പുൽക്കൊടികൾ ഉണങ്ങിക്കരിഞ്ഞുപോയി. അപ്പുറമുള്ള വലിയ റോഡിൽ താറ് ഉരുകുന്നുണ്ടോ?

വടക്കുനിന്നു ചെവി കീറുന്ന ശബ്ദവുമായി വാഗൺ ഇരമ്പിപ്പാഞ്ഞുവന്നു. വെട്ടിത്തിളങ്ങുന്ന പാളങ്ങൾ ആർത്തിയോടെ വിഴുങ്ങിക്കൊണ്ട് ചക്രങ്ങൾ ഉരുളുകയാണ്. പുറ്റുപോലെ മുറ്റിക്കൂടി നിൽക്കുന്ന ദണ്ഡുകൾ ആഞ്ഞടിച്ചു. തീകാളുന്ന എന്റെ ഹൃദയത്തിലേക്കു അതു ഉരുക്കുപല്ലുകളുമായി പാഞ്ഞുകയറാൻ പോവുകയാണോ?

ക്രോധത്തോടെ മുരണ്ടു പുകതുപ്പിക്കൊണ്ടു എനിക്കു തൊട്ടു മുമ്പിലൂടെ വാഗൺ പാഞ്ഞുപോയി. അതിന്റെ പരുപരുത്ത ശബ്ദം കാതുകളിൽ ഉറക്കെ പ്രഹരിച്ചു: "കട്..........ഘട്.........ടഠ...........ഠഠ"

എനിക്കു തലചുറ്റുന്നതുപോലെ തോന്നി. പാഞ്ഞകലുന്ന വാഗൺ എന്റെ നേർത്ത കാലുകളെ കേന്ദ്രമാക്കി റെയിൽപാളങ്ങൾ വലിച്ചുനീട്ടിക്കൊണ്ട് അതിവേഗം കറങ്ങുകയാണ്. ഞാൻ കണ്ണുകൾ ഉറക്കെ അടച്ചു. തലചുറ്റി താഴെ വീഴാതിരുന്നെങ്കിൽ!

ചീറിയടിച്ച കാറ്റ് വാഗൺ തുപ്പിയ ദുർഗ്ഗന്ധമയമായ കനത്ത പുകയും കൽക്കരിപ്പൊടികളും എന്റെ മുഖത്തേക്ക് തൂത്തെറിഞ്ഞു. ഉരുകിയൊലിക്കുന്ന വിയർപ്പിൽ കൽക്കരിത്തരികൾ നീന്താൻ തുടങ്ങി. കണ്ണുകൾ വേവുന്നപോലെ തോന്നി. ആവി ഉയരുന്നുണ്ടോ?

ഞാൻ റെയിൽപാളങ്ങൾക്കെതിരെ തിരിഞ്ഞുനിന്നു. അപ്പുറം ഫാക്ടറിയുടെ പടുകൂറ്റൻ പുകക്കുഴലിൽനിന്നു ഇരുണ്ട് കനത്ത പുകച്ചുരുളുകൾ പുറത്തേയ്ക്കു തള്ളിത്തള്ളിവരുന്നതു കണ്ടു. മാളത്തിൽനിന്നു മെയ്യൂരി വെളുത്ത അന്തരീക്ഷത്തിൽ പിടിച്ചു കയറുന്ന ഒരു മലമ്പാമ്പുപോലെ തോന്നി. ആകാശംനിറയെ അത് നീലവിഷം തുപ്പിക്കൂട്ടുകയാണ്.

പുകക്കുഴലിനു മീതെ ഒരു തുളുമ്പുന്ന കരിങ്കല്ലുസ്തംഭംപോലെ അത് നിന്നു ഞെളിഞ്ഞുപിരിഞ്ഞു. അതിന്റെ തല തുപ്പുന്ന വിഷം ആകാശത്തിൽ അലിഞ്ഞുചേരുന്നു. മേഘങ്ങൾ വിറങ്ങലിച്ചുനിൽക്കുന്നു.

അതിന്റെ തുള്ളുന്ന മെയ്യിൽ നോക്കി ഞാൻ സ്തബ്ധനായി നിന്നു. നീണ്ടകാലമായി ഞാനത് നിത്യവും കാണുകയായിരുന്നു. അത് എണ്ണമില്ലാത്ത ചോദ്യചിഹ്നങ്ങൾ വായുവിൽ വരച്ചുമാച്ചിട്ടുണ്ട്.

ഈ ഫാക്ടറിക്കെട്ടിടങ്ങൾക്കുള്ളിൽ കൂനിക്കൂടിയിരുന്ന ഈ കാലമത്രയും ഞാൻ എരിയുകയായിരുന്നു. അന്നൊക്കെ ഈ കൂറ്റൻ പുകക്കുഴൽ ഒട്ടധികം ഭീഷണമായ ചോദ്യചിഹ്നങ്ങൾ കരിമ്പുകകൊണ്ട് വാർക്കുകയും ഉടക്കുകയും ചെയ്തിട്ടുണ്ട്. കത്തിയെരിയുന്ന ജീവിതത്തിന്റെ പുക ഈ കുഴൽവായിലൂടെ തള്ളിത്തള്ളി പുറത്ത് ചാടുകയല്ലേ? ഈ ഇരുണ്ട് കനത്ത പുകയിൽ കടുംചോരയുടെ മണം കലർന്നിട്ടുണ്ടാകും. അസ്ഥിയും മജ്ജയും കരിഞ്ഞ ദുർഗ്ഗന്ധം അതിൽ തിങ്ങിനിൽക്കുന്നുണ്ടാകും.

ഇരുണ്ട പുകച്ചുരുളുകൾ ആകാശത്തിൽ ചുറ്റിച്ചുറ്റി കയറിപ്പോകുന്നത് നോക്കി ഞാൻ നിൽക്കുമ്പോൾ ഭൂതകാലത്തിന്റെ ശബ്ദം കാതുകളിൽ പ്രതിദ്ധ്വനിക്കുകയാണ്: “കൺഗ്രാച്ചുലേഷൻ മിസ്റ്റർ ദിവാകരൻ! ഭാഗ്യവാൻ! ഇത്ര വലിയൊരു ഫാക്ടറിയിൽ ജോലി തട്ടിയെടുത്തുകളഞ്ഞല്ലോ! ഗോൾഡൻ ഓപ്പർച്ചുണിറ്റി”

അത് സുഹൃത്ത് പറഞ്ഞതാണ്. എന്നിട്ടയാൾ കാപ്പി ആവശ്യപ്പെട്ടു.

“ആളു വലുതായി. ഇനി എന്നെയങ്ങ് മറന്നുകളയുമല്ലേ?”

അതു രാധയുടെ ലജ്ജകലർന്ന മൃദുസ്വരമാണ്. വീണക്കമ്പികളിൽ പതുക്കെ തൊട്ടതുപോലെ. അതു പറഞ്ഞപ്പോൾ അവളുടെ കവിൾത്തടങ്ങളിൽ കുങ്കുമപ്പൂക്കൾ പൊട്ടിവിടരുന്നപോലെ തോന്നി. അവ ചുണ്ടുകളെ മുകരാൻ ക്ഷണിച്ചു.

ഉൾക്കുളിരോടെ ഞാൻ പറഞ്ഞു: “ഞാൻ നിന്നെ മറക്കുകയോ? രാധ നല്ലവളായതുകൊണ്ടല്ലേ വന്നുകയറിയപ്പോൾ തന്നെ ജോലികിട്ടിപ്പോയത്?”

അവളുടെ ചുണ്ടുകളിൽ പൂനിലാവു ഉറവുപൊട്ടി. കണ്ണുകളിൽ നക്ഷത്രങ്ങളും. അവൾ പ്രകാശിക്കുകയും പ്രഭാപൂരം പൊഴിക്കുകയും ചെയ്തു. മധുവിധുകാലത്തെ പൊൻകിനാവിന്റെ നുരപൂത്ത പൂന്തിരികൾ അവളുടെ കരളിൽ തുടിച്ചു നീന്തിയിരിക്കും. രോമാഞ്ചം മുളപൊട്ടിപ്പോയോ?

അവൾ പുഞ്ചിരിതൂകിക്കൊണ്ട് വിട തന്നു: “നമ്മവരും, പൊയ്ക്കോളൂ!”

ഉള്ളിലും പുറമേയും ഒരു പുതുവെളിച്ചവുമായി ഞാൻ പോരുമ്പോൾ അവൾ മുറ്റത്ത് നോക്കിനിന്നിരുന്നു. കണ്ണുകൾ തിളങ്ങിയിരുന്നു. പ്രതീക്ഷകൾ ഓളം തുളുമ്പുന്ന നീലക്കടൽ പോലെ.

അന്നു ഒരു ഷോർട്ടുഹാന്റ് ടൈപ്പിസ്റ്റായി ഞാൻ ഈ ഫാക്ടറിയുടെ വലിയ ഗേറ്റു കടക്കുമ്പോഴും ഈ കൂറ്റൻ പുകക്കുഴൽ കറുത്തിരുണ്ട പുകപടലം തുപ്പിക്കൊണ്ടിരുന്നു. അതിനു ചുറ്റും വലിയ കെട്ടിടങ്ങൾ ചിതറിക്കിടന്നിരുന്നു. അവയുടെ ഭിത്തികൾക്കുള്ളിൽ നിറയെ യന്ത്രങ്ങൾ. ചങ്ങലക്കിലുക്കം കാതുകളിൽ വിചിത്രമായ ഒരു പെരുമ്പറ മുഴക്കി. ഉരുക്കുരാക്ഷസന്റെ ചിലമ്പണിഞ്ഞ നൃത്തവും സംഗീതവും നടന്നുകൊണ്ടിരിക്കുകയാണെന്നു തോന്നി.

അന്നെനിക്കു കൊഴുത്തുരുണ്ട ഒരു ദേഹമുണ്ട്. എന്റെ മെലിഞ്ഞുണങ്ങിയ ക്ലാർക്കു സുഹൃത്ത് കൈപിടിച്ചു കുലുക്കി സ്വാഗതം ചെയ്തപ്പോൾ കൊഴുത്തുരുണ്ട മാംസപേശികളും കുലുങ്ങി. റബ്ബർ ഉറയിൽ കുരുങ്ങിയ ഉരുക്കുഗോളങ്ങൾപോലെ. അയാൾ ചിരിച്ചുകൊണ്ട് പറഞ്ഞു: “ഒരു ഗുസ്തിക്കു പറ്റുന്ന തടിയുണ്ട്. ഇവിടെ ക്ലാർക്കായി ചേരുമ്പോൾ ഞാനും ഇങ്ങനെയായിരുന്നു!”

ആ “അണ്ടർവുഡ്” ടൈപ്പറൈറ്റിങ്ങ് യന്ത്രത്തിന്റെ മുമ്പിൽ ഇരുന്നിട്ട് ഞാനന്ന് ചുറ്റും പകച്ചുനോക്കി. നിരത്തിയിട്ട കസേരകളിൽ ധാരാളംപേർ കീഴ്പോട്ട് വീണ ശിരസ്സുമായി ഇരുന്നു ജോലിചെയ്യുകയാണ്. പേജുകൾ മറിയുന്ന ശബ്ദം മാത്രം കേൾക്കാം. മറ്റൊന്നും കേൾക്കാനില്ല. ഒരു പിറുപിറുപ്പുപോലും. ആണും പെണ്ണുമായ ധാരാളം പേരിരുന്ന് തടിച്ച പുസ്തകങ്ങളിൽ കുത്തിക്കുറിച്ചു നിറയ്ക്കുകയാണ്. ചലനമറ്റ യന്ത്രങ്ങൾപോലെ. ആരും കോട്ടുവാകൂടി വിടാത്തതെന്താണ്? ഭയങ്കര ധൃതിയിൽ കൈവിരലുകൾ ഞണ്ടിൻകാലുകൾപോലെ പിടഞ്ഞു നീങ്ങിക്കൊണ്ടിരുന്നു. കൂടക്കൂടെ വിയർപ്പ് വടിച്ചുകളയുന്നതു കാണാം. മീതെ പങ്ക കറങ്ങുന്നുണ്ടെങ്കിലും വിയർപ്പ് ഉറഞ്ഞുവരാതിരിക്കയില്ല. നെറ്റിയിൽ വലിയ പോളങ്ങൾ പൊന്തിയപോലെ എപ്പോഴും വിയർപ്പുതുള്ളികൾ പറ്റിനിൽക്കും.

മാനേജർക്കു ഒരു പ്രത്യേക മുറിയുണ്ട്. ഇരുന്നാൽ ഉറങ്ങിപോകുന്ന ഒരു വിശേഷപ്പെട്ട കുഷൻ കസേരയിൽ അദ്ദേഹം കുലുങ്ങിക്കുലുങ്ങി ഇരിക്കും. ശിരസ്സിന്നുമീതെ എപ്പോഴും പങ്ക അതിവേഗം ചുറ്റിത്തിരിയുന്നുണ്ടാകും. ചുറ്റും നേർത്ത തിരശ്ശീലകൊണ്ട് മറയിട്ടിരിക്കുകയാണ്. എപ്പോഴും നിറംമാറുന്ന ഒരു നല്ല കാറിലാണ് അദ്ദേഹം വരിക. ആ ഷൂസിന്റെ അന്തസ്സുള്ള “കിറു കിറു” ശബ്ദം കേൾക്കുമ്പോൾ സകലരും കുനിഞ്ഞിരുന്നു ഗാഢശ്രദ്ധയോടെ ധൃതിയിൽ ജോലി ചെയ്യും. അദ്ദേഹത്തെ ആർക്കും വലിയ ഭയമാണ്. ആരും ബഹുമാനിക്കും. ശിപായിമാർ ഒരു ഭാഗത്തേക്കൊഴിഞ്ഞുമാറി, തൊട്ടാവാടിയിലകളുടെ ബലഹീനതയോടെനിന്ന് അദ്ദേഹത്തിനു കടന്നുപോകാനുള്ള ഇടമുണ്ടാക്കും. ഒരു തളർന്ന മട്ടിലുള്ള “ഗാർഡ് ഓഫ് ഓണർ.”

ആ “അണ്ടർവുഡ്” യന്ത്രത്തിനു മുമ്പിലിരുന്ന് ഞാൻ ഒരു വലിയ കടലാസുകൂന ടൈപ്പ് ചെയ്തു കൂട്ടണം. ജോലിസമയം മുഴുവൻ

ചെയ്താലും തീരാത്തത്രയധികം ചുരുക്കെഴുത്ത് പുസ്തകത്തിൽ എഴുതിനിറച്ചിട്ടുണ്ടാകും. മാനേജരുടെ സൗകര്യം നോക്കി അദ്ദേഹത്തിന്റെ വീട്ടിൽപോകണം. അത് മിക്ക അവസരങ്ങളിലും രാത്രിയായിരിക്കും. അല്ലെങ്കിൽ അതിരാവിലെ. കറങ്ങുന്ന കസേരയിലിരുന്നു സിഗരറ്റു പുക ഊതിയകറ്റിക്കൊണ്ട് അദ്ദേഹം ധൃതിയിൽ പറഞ്ഞുതരും. മിനിട്ടിൽ നൂറ്റിമുപ്പത് വാക്ക് വേഗതയിൽ അതു പകർത്തിയെടുക്കണം. തെറ്റാൻ പാടില്ല. അദ്ദേഹത്തെപറ്റി നാലഞ്ചുകൊല്ലം അവിടെ ജോലിചെയ്ത ഒരു ശിപായി നടുക്കത്തോടെ പറഞ്ഞിട്ടുണ്ട്: "മഹാശുണ്ഠിക്കാരനാണ്. കണ്ണിൽ നിന്നു തീ പാറുന്ന ശീലം.'' ബെല്ലടിച്ചാൽ ഉടൻ എത്തിയില്ലെങ്കിൽ ശിപായിമാരെ അദ്ദേഹം പ്രഹരിക്കുമത്രെ.

അതിരാവിലെ പായയിൽനിന്നു പിടഞ്ഞെണീറ്റ് ചെല്ലുമ്പോൾ അദ്ദേഹം ബെഡ് കാഫി സാവധാനം കുടിച്ചുകൊണ്ട് അതിമൃദുവായ കിടക്കയിൽ മലർന്നുകിടക്കുകയായിരിക്കും. ഭംഗിയുള്ള കപ്പിൽനിന്നു ചൂടുള്ള ആവി ഉയരുന്നത് കാണുമ്പോൾ വായിൽ വെള്ളം തെളിയും. ഉറക്കച്ചടവോടെ അദ്ദേഹം വളരെ ധൃതിയിൽ പകർത്തിയെടുക്കാനുള്ളത് പറഞ്ഞുതരും. തിരികെ വായിച്ചുകേൾപ്പിക്കുമ്പോൾ ഒരു തെറ്റും വരാൻ പാടില്ല. തെറ്റുകണ്ടാൽ അദ്ദേഹത്തിനു ശുണ്ഠികയറും. എരിഞ്ഞു തുടങ്ങുന്ന കണ്ണുകൾകൊണ്ട് തുറിച്ചുനോക്കി അദ്ദേഹം മുരത്ത സ്വരത്തിൽ പറയും: "നിങ്ങൾ വളരെ ബാക്കുവേഡാണ്. വെരി വെരി ബാക്കുവേഡ്. മുമ്പുണ്ടായിരുന്ന സ്റ്റെനോഗ്രാഫർക്ക് ഹണ്ട്റഡ് ആന്റ് ഫോർട്ടിവേഡ്സ്, ഓർ സം ടൈംസ് ഫിഫ്റ്റിവേഡ്സ്, സ്പീഡുണ്ടായിരുന്നു. ഒരു തെറ്റു പതിവില്ലായിരുന്നു. നെവർ എ സിങ്കിൾ മിസ്റ്റേയ്ക്ക്." ഒരു നിമിഷം കഴിഞ്ഞു അദ്ദേഹം കുറച്ചുകൂടി ഉറച്ചസ്വരത്തിൽ പറയും: "മനസ്സിലായോ? ഇത് പണംകൊണ്ടുള്ള കളിയാണ്. ഒരു പിശകും പറ്റാൻ പാടില്ല. കാൻ യു അണ്ടർസ്റ്റാന്റ്?"

"യെ........യെ........യേസ് സാർ"

"ആൾ റൈറ്റ്. ബി റെഡി......"

പിന്നെ വെള്ളച്ചാട്ടംപോലെ അദ്ദേഹം പറയാൻ തുടങ്ങുകയാണ്. പകർത്തിയെടുക്കുമ്പോൾ ഞരമ്പുകളിൽ കഴപ്പ് വിങ്ങും. കയ്യിലെ അസ്ഥികൾ നുറുങ്ങാൻപോകുന്നു. ഞരമ്പുകൾ കൂടിപ്പിണയുന്നു. വിയർപ്പിൽ മുങ്ങുന്നു.

എഴുതിനിറച്ച ചുരുക്കെഴുത്തു പുസ്തകവുമായി ഞാൻ ആ "അണ്ടർവുഡ്" യന്ത്രത്തിനുമുമ്പിൽ വന്നിരുന്നു ടൈപ്പ് ചെയ്തു തുടങ്ങണം. കണ്ണുകൾ പുസ്തകത്തിലെ വടിവില്ലാത്ത വരികളിലും വിരലുകൾ അതിവേഗതയൊടെ താണുയരുന്ന "കീ ബോർഡി"ലുമാണ്. കടലാസ് ചുരുളുമായി സിലണ്ടർ അങ്ങോട്ടുമിങ്ങോട്ടും ഓടിക്കൊണ്ടിരിക്കും. ടൈപ്പ്ബാറുകൾ പിടഞ്ഞുയരുകയും താഴുകയും ചെയ്യും.

എനിക്കു മുമ്പിൽ ഒരു വലിയ കടലാസുകുന്ന് ഉയർന്നുവന്നിട്ടും പിന്നെയും ചുരുക്കെഴുത്തു പുസ്തകത്തിൽ പേജുകൾ മറിയാൻ കാത്തു കിടക്കുകയാണ്. അപ്പോൾ മാനേജരുടെ തുരുതുരെയുള്ള ബെല്ല് കേൾക്കാം.

വിയർപ്പ് വടിച്ചുകളഞ്ഞ് ഒന്നു ദീർഘമായി ശ്വാസോച്ഛ്വാസം ചെയ്തിട്ട് കടന്നുചെല്ലുമ്പോൾ അദ്ദേഹം ഗൗരവത്തിൽ ചോദിക്കുകയാണ്: "ഇതുവരെ മാറ്റർ അടിച്ചുതീർന്നില്ലേ?"

അദ്ദേഹത്തിന്റെ കണ്ണുകളിൽനിന്ന് ജ്വാലകൾ ഉയരും. എന്റെ സ്വരം പതറിപ്പോകും. "സോറി സാർ! പകുതികൂടിയുണ്ട്. ഇപ്പോൾ തീർത്തു തരാം."

അദ്ദേഹം ഷൂസുകൊണ്ട് നിലത്ത് ഉറക്കെ ചവിട്ടും. "നോൺസെൻസ്! ബിസിനസ്സ് ലെറ്റേഴ്സിനുള്ള മാറ്റർ പകർത്തിയെടുക്കാൻ വരൂ! ഉടനെ വേണം."

"യേസ് സാർ."

ഒട്ടധികം വലിയ കത്തുകൾ എഴുതിയെടുത്ത് ഞാൻ പിന്നെയും ടൈപ്പ് ചെയ്യാൻ തുടങ്ങണം. എത്ര അടിച്ചിട്ടും തീരുന്നില്ല. വിരലുകൾ അടർന്നുപോകുന്നത്ര വേഗത്തിൽ അടിച്ചമർത്തിയാലും തീരുകയില്ല. ഒന്നു നടു നിവർത്താൻ കഴിഞ്ഞെങ്കിൽ! കണ്ണുകൾ ഉയർത്തി ഒന്നു മേലോട്ടു നോക്കാൻ കൊതിതോന്നുമെങ്കിലും അവ്യക്തമായ ചുരുക്കെഴുത്ത് ലിപികളിൽ തുറിച്ചു നോക്കാതിരുന്നാൽ........ദീർഘമായി ശ്വസിക്കുകയും ഉച്ഛ്വസിക്കുകയും ചെയ്യും. നെറ്റിയിൽ വിയർപ്പിന്റെ ഉറവു പൊട്ടുന്നു. ഷർട്ടു നെഞ്ചിൽ ഒട്ടിപ്പിടിച്ചിരിക്കുന്നു. പറിച്ചു മാറ്റാൻ വയ്യ. കീബോർഡിൽനിന്നു വിരലുകൾ എടുത്താൽ.....

നെഞ്ചിനുള്ളിലിരുന്നു എരിപ്പോട് ആളിക്കത്തുകയാണ്. വിയർപ്പിൽ മെയ് കുതിർന്നു; ഉള്ളം ഉരുകുന്നു. ഒരു തണുത്ത കാറ്റ് വീശിയെങ്കിൽ! തണുത്ത വായു ആർത്തിയോടെ വലിച്ചു കുടിക്കുവാൻ തോന്നി.

ഞാൻ മോലോട്ടുനോക്കി. ഒരു വെളുത്ത മേഘശകലം ഉയരെ വെണ്മയിൽ അലഞ്ഞുകൊണ്ടിരിക്കുകയാണ്. അതു കുറെശ്ശെയായി അലിഞ്ഞു എങ്ങോ ലയിച്ചുപോയി. ആകാശത്തിന്റെ നഗ്നതയിൽ ഒന്നുരണ്ടു വെൺമേഘങ്ങൾ പറ്റിയുരുമ്മി നിൽക്കുന്നതു കാണാം.

ഫാക്ടറി കെട്ടിടങ്ങൾക്കുള്ളിൽ യന്ത്രങ്ങളുടെ ശബ്ദഘോഷം ഇരമ്പുകയാണ്. ഭൂമി മന്ദം കുലുങ്ങുകയാണ്. ചങ്ങലക്കെട്ടുകളണിഞ്ഞ ചക്രങ്ങൾ കൂട്ടിമുട്ടി ഉലയുന്ന ശബ്ദം കേട്ടു: "കട്.....ഘട്........ ഖഠ.........ടഠ........."

വളരെ നാളുകൾ ഞാൻ ഈ ബഹളത്തിന്റെ നടുവിലിരുന്നു വിയർത്തു മുങ്ങിയിട്ടുണ്ട്. യന്ത്രങ്ങൾ സംഘംചേർന്ന് ഗർജ്ജിക്കുന്ന ഘോഷം കാതുകളിൽ എപ്പോഴും ആഞ്ഞടിച്ചുകൊണ്ടിരിക്കും. അതേറ്റ്

ബുദ്ധി ചിതറിത്തെറിച്ചുപോകും. തലച്ചോറിൽ യന്ത്രങ്ങൾ ഇരമ്പും. ഏകാഗ്രതയുടെ നൂലിൽ ചിന്തകളെ കോർക്കാൻ പറ്റുകയില്ല. എന്നിട്ടും ഞാനെങ്ങനെ ഇത്രയധികം കടലാസു കുന്നുകൾ ടൈപ്പ് ചെയ്തുകൂട്ടി?

കെട്ടിടങ്ങളുടെ എല്ലാ നിലകളിലും നിറയെ കൂറ്റൻ യന്ത്രങ്ങളാണ്. വളരെ വലിയ കുട്ടകങ്ങളിൽ സോപ്പുണ്ടാക്കാനുള്ള അസംസ്കൃത വസ്തുക്കൾ കിടന്നു തിളച്ചുകൊണ്ടിരിക്കും. മേൽ ഭാഗം പൊട്ടിത്തെറിച്ച ഒരു തീമലയ്ക്കുള്ളിൽ ലാവ തിളച്ചു മറിയുന്നപോലെ. ഏറ്റാൽ വേവുന്ന ആവിപടലങ്ങൾ മേലോട്ടുയർന്നുകൊണ്ടിരിക്കും. കുട്ടകങ്ങളുടെ വക്കിൽ നിന്നു നീണ്ട ചട്ടുകങ്ങൾകൊണ്ട് ചിലർ അത് ഇളക്കിമറിക്കണം. ആവിയേറ്റ് നെഞ്ച് വെളുത്തുപോകും. കണ്ണുകൾ പുകയും. രോമം കരിയാനും മതി.

സോപ്പ് ബാറുകളാക്കി മുറിക്കുന്നു. എന്നിട്ട് വലിയ പെട്ടികളിൽ നിറച്ച് പിരിഞ്ഞു പിരിഞ്ഞു പോകുന്ന ഒരു യാന്ത്രിക കോവണിയുടെ സ്വയം തിരിയുന്ന ഉരുളുകളിൽ വെച്ചു കൊടുക്കും. അവ കീഴ്പോട്ട് താനേ ഉരുണ്ടു നീങ്ങിക്കൊള്ളും. ടോയ്ലറ്റു സോപ്പുകളിൽ മുദ്രപതിച്ചിട്ട് ഒരു നീണ്ട ഇരുമ്പ് പാത്തിയിലൂടെ തള്ളും. ഭയങ്കര വേഗമുള്ള ഒരു യന്ത്രം അത് താനേ പൊതിയുകയും ഒട്ടിച്ചു ഭദ്രമാക്കുകയും ചെയ്യും. ഭംഗി യേറിയ വർണ്ണക്കടലാസിന്റെ ഉടയാടകളണിഞ്ഞു പരിമളം തൂകുന്ന സോപ്പുകട്ടകൾ തിങ്ങിഞെരുങ്ങി ഘോഷയാത്രയായി പോകുന്നത് കാണുമ്പോൾ അദ്ഭുതം തോന്നും. വിസ്മയംമുറ്റി കണ്ണുകൾ വിടർന്നു പോകും.

വേറെ ചിലയിടങ്ങളിൽ പല തരത്തിലുമുള്ള ടിന്നുകൾ ആകൃതി പ്പെടുത്തിയെടുക്കും. കുതിർക്കുന്ന യന്ത്രങ്ങളുടെ വായിലേക്കു കൈകൊണ്ട് ടിൻഷീറ്റുകൾ തിരുകി വെച്ചുകൊടുക്കണം. അതിൽനിന്നു പല തരത്തിലുള്ള ടിന്നുകൾ യന്ത്രം കടിച്ചു തുപ്പിയിടും. വലിയ തടികൾ ഈർന്നു പലകകളാകുന്ന സ്ഥലമുണ്ട്. അവിടെയെങ്ങും ഈർപ്പു യന്ത്രത്തിൽനിന്നു പാറുന്ന പൊടി വായുവിൽ തങ്ങിനിൽക്കുന്നുണ്ടാകും. പഴുതില്ലാത്തവിധം ഈർച്ചപ്പൊടി തിങ്ങി ഞെരുങ്ങിനിൽക്കുന്നു. എല്ലാവരും വിയർപ്പിൽ കുതിർന്ന ഈർച്ചപ്പൊടിയുടെ ഒരാവരണം അണിഞ്ഞിരിക്കും.

തൊഴിലാളികൾ വിയർപ്പ് വടിച്ചുകളയും. എത്രവടിച്ചാലും അത് വറ്റുകയില്ല. രോമകൂപങ്ങളിൽനിന്നു ചൂട് വലിച്ചുകൊണ്ട് വിയർപ്പ് തിളച്ചുയർന്നുകൊണ്ടിരിക്കും. ദേഹമാകെ ആവി പറക്കുന്ന വിയർപ്പ്.

ഫാക്ടറിവളപ്പിനുള്ളിൽ യന്ത്രങ്ങൾ മൂകതപാലിക്കുന്ന ചില അപൂർവ്വ സന്ദർഭങ്ങളുണ്ട്. ആ അവസരങ്ങളിൽ കെട്ടിടങ്ങൾക്കുള്ളിൽ ആവി തിങ്ങുകയില്ല. വലിയ കുട്ടകങ്ങളിൽ ലാവ തിളയ്ക്കുകയില്ല. എല്ലാം മരവിച്ചുകിടക്കും.

പുറത്ത് തൊഴിലാളികൾ കൂട്ടംചേർന്നുനിന്നു ഉറക്കെ മുദ്രാവാക്യങ്ങൾ മുഴക്കും. തൊണ്ട കീറുമാറ് ഉച്ചത്തിൽ. ചുവന്ന കൊടികൾ ആകാശത്തിൽ പാറിക്കളിക്കുന്നതു കാണാം.

അവർ പണിമുടക്കുകയാണ്. അപ്പോൾ യന്ത്രങ്ങളുടെ ജീവൻ കെട്ടടങ്ങും. യന്ത്രങ്ങൾക്ക് ജീവനും ശ്വാസവും കൊടുക്കുന്നത് ഈ കറുത്തിരുണ്ട മനുഷ്യരൂപങ്ങളാണ്.

അന്നു പുകക്കുഴലിന്നുമീതെ പുകയുടെ പെരുമ്പാമ്പ് ഫണം വിരുത്തിനിന്നു പുളയുകയില്ല.

പക്ഷേ, അതധികം നീണ്ടുനിൽക്കുകയില്ല. സൈറൺ മുഴങ്ങുമ്പോൾ തൊഴിലാളികൾ ഇരച്ചുകയറിവരും. ബഹളം പിന്നെയും തുടങ്ങുകയായി. യന്ത്രങ്ങൾ അലറുന്നു. തുള്ളുന്നു. അവയ്ക്കു ചുറ്റുംനിന്നു മനുഷ്യർ വിയർപ്പ് വടിച്ചു വടിച്ചു കളയുന്നു. അലർച്ച എന്റെ ബുദ്ധിയെ കുടംകൊണ്ട് ചുഴറ്റിയടിച്ചു ചിതറിക്കുന്നു.

ക്ലാർക്കു ജോലി ചെയ്യുന്ന സുഹൃത്തുക്കൾ ചോദിച്ചു. "നിങ്ങൾക്കെന്താ ഇത്ര വലിയ ക്ഷീണം?"

ചോരവറ്റി ഉണങ്ങിയ ദേഹത്തിൽ നോക്കിക്കൊണ്ട് ഞാൻ പറഞ്ഞു: "എന്തോ!"

ഈ കാലമത്രയും എന്റെ ചോര ആരോ ഊറ്റിക്കുടിക്കുകയായിരുന്നു. സിരകളിലൂടെയുള്ള ചുടുചോരയുടെ പ്രവാഹം നിലച്ചപോലെ തോന്നി. ഞരമ്പുകൾ പൊന്തി. കുറച്ചുനേരം ടൈപ്പ് ചെയ്യുമ്പോഴേക്കും കിതക്കും. ആകെ തളർന്നുപോകും എന്തെല്ലാമോ ഊറ്റിക്കുടിക്കാനുള്ള അടങ്ങാത്ത ദാഹം പെരുകിപ്പെരുകി വരികയാണ്. ഹിമക്കട്ടകൾ വാരി വിഴുങ്ങാൻ തോന്നും. എങ്കിലും വിരലുകൾ അതിവേഗം ചലിച്ചുകൊണ്ടേയിരുന്നു.

ലാഡ്ജിൽ ഞങ്ങൾ ഏഴുപേരുണ്ട്. ഞാനൊഴികെ മറ്റുള്ളവരെല്ലാം ക്ലാർക്കന്മാരാണ്. ഏഴു കുട്ടികളും മൂന്നു സഹോദരിമാരുമുള്ള വയറ്റുവേദനക്കാരനായ രാഘവച്ചേട്ടൻ; ഉള്ളതുമുഴുവൻ വീട്ടിലേക്കയച്ചിട്ട് അരപ്പട്ടിണികിടക്കുന്ന കാർത്തികേയൻ; മറ്റൊരുവന്റേതായിത്തീർന്ന കാമുകിയെ പറ്റി ഓർത്തു ദുഃഖിക്കുന്ന ഡാനിയേൽ.....

പാതിരാത്രിയായപ്പോൾ ഒരു നെടുവീർപ്പ് വിട്ടുകൊണ്ട് ഡാനിയേൽ ചോദിച്ചു: "നിങ്ങൾ ഉറങ്ങിയില്ലേ?"

ഞാൻ കിടന്നു കോട്ടുവാവിടുകയും ഞരങ്ങുകയും ചെയ്തു. ദേഹമാകെ വിയർപ്പിൽ മുങ്ങിയിരിക്കുന്നു. ഉമിത്തീയിൽ കിടന്നു നീറുന്നപോലെ തോന്നി. ഞാൻ പറഞ്ഞു: "കണ്ണടഞ്ഞു കിട്ടണില്ല. വെന്തുപോകുന്നു."

ഡാനിയേൽ എണീറ്റുചെന്നു ജാലകം തുറന്നിട്ടു. അഴികളിൽ പിടിച്ചുനിന്നുകൊണ്ടു അയാൾ പതുക്കെപുറത്തേക്കുനോക്കി. നിലാവില്ല.

തണുത്ത കാറ്റുമില്ല. പാതിരാവിൽ ഉറങ്ങാതെ നിൽക്കുന്ന പാവം മനുഷ്യൻ!

അയാൾ പതുക്കെ ചോദിച്ചു: “നിങ്ങൾ ഭാര്യയെ സ്വപ്നം കാണാറുണ്ടോ?”

ഞാനതിന്നു മറുപടി പറഞ്ഞില്ല. അയാൾ മന്ദം പറഞ്ഞു: “കണ്ണു പൂട്ടിയാലുടനെ ഞാൻ ആലീസിനെ സ്വപ്നം കാണും; കരഞ്ഞുകൊണ്ടു അവളെന്നെ കെട്ടിപ്പുണരാൻ വരുന്നു.”

അയാൾക്കെപ്പോഴും ആലീസിനെപ്പറ്റി പറഞ്ഞുകൊണ്ടിരിക്കണം. ഒരേ ക്ലാസ്സിൽ പഠിച്ചുവളർന്നവരാണത്രെ. അവൾ നന്നായി പാടും. ആ മധുരം തുളുമ്പുന്ന ഗാനങ്ങൾ ദരിദ്രനായ അയാളുടെ ഉഷ്ണിക്കുന്ന കരളിൽ ശീതജലത്തിന്റെ ഒരു ഉറവ പെയ്തു. അയാൾ സമ്മാനിച്ച “ബാഷ്പാഞ്ജലി”യിൽ നിന്നു വികാരാർദ്രമായ മധുരസ്വരത്തിൽ അവൾ പാടിക്കേൾപ്പിച്ചു.

“ആരുവാങ്ങുമിന്നാരുവാങ്ങുമീ-
യാരാമത്തിന്റെ രോമാഞ്ചം?”

അയാൾ അവളെ സ്നേഹിക്കുന്നുവെന്നു പറഞ്ഞപ്പോൾ അവളുടെ കണ്ണുകളിൽ പൂനിലാവുകൾ നീന്തിത്തുടിച്ചു. അവൾ മുഖം കുനിച്ചു നിന്നു.

തെല്ലുനേരം കഴിഞ്ഞു അവൾ മന്ദഹസിച്ചുകൊണ്ട് പതുക്കെ പറഞ്ഞു: “ഞാനെന്നേ കേൾക്കാൻ കൊതിച്ചിരുന്നതാണ്!”

അപ്പോൾ അയാളുടെ കരളിൽ തേനും പൂവും പൊട്ടിയുതിർന്നു.

അതുകഴിഞ്ഞ് ഒരു മാസം തികയുന്നതിന്നുമുമ്പ് അവളെ ഒരു ഇൻഷ്വറൻസ് ഏജന്റ് വിവാഹം ചെയ്തുകൊണ്ടുപോയി. ഡാനിയേൽ ദരിദ്രനായിരുന്നു. അയാൾക്കന്ന് തൊഴിലുണ്ടായിരുന്നില്ല.

നെടുവീർപ്പ് വിട്ടുകൊണ്ട് അയാൾ പറഞ്ഞു: “അതിൽ പിന്നെ അവൾ പാടിയിട്ടില്ല.”

ജാലകത്തിന്റെ അഴികളിൽ മുഖം ചേർത്തു നിന്നുകൊണ്ട് അയാൾ പതുക്കെ പാടി:

“ആരുവാങ്ങുമിന്നാരുവാങ്ങുമീ-
യാരാമത്തിന്റെ രോമാഞ്ചം?”

രാധയുടെ കത്തുകൾ വന്നു. വടിവില്ലാത്ത അക്ഷരങ്ങളിൽ അവൾ എഴുതിയിരിക്കുകയാണ്. എത്രനാളായി ഞാനൊന്നു കണ്ടിട്ട്! എന്നെ കാണണമെന്നൊന്നും ഇല്ല അല്ലേ?

“പറയാൻ മടിയുണ്ടെങ്കിലും ഇനിയും അടക്കിവയ്ക്കാൻ വയ്യ. നമുക്ക് മൂന്ന് കുട്ടികളുണ്ടെന്ന് ഓർമ്മയില്ലേ? ഞാൻ വല്ലാതെ കഷ്ടപ്പെടുകയാണ്. അവിടെനിന്നു അയച്ചുതരുന്നതല്ലാതെ ഇവിടെ എനിക്ക് വേറെയെന്താണ്

വരവ്? എനിക്കു പട്ടിണികിടക്കാൻ ഒട്ടുംതന്നെ മടിയില്ല. പക്ഷേ ഒന്നും അറിഞ്ഞുകൂടാത്ത കുഞ്ഞുങ്ങൾ കരയുമ്പോൾ ഞാനും ഒപ്പം കരഞ്ഞു പോകുന്നു."

"എന്തെങ്കിലും അയച്ചുതരണേ! വിഷമം തോന്നരുത്. ഞാൻ എന്തുചെയ്യട്ടെ?"

കത്ത് കയ്യിൽ പിടിച്ചുകൊണ്ട് ഞാൻ മരവിച്ചിരുന്നു. ലാഡ്ജിന്റെ വാടകയും ഭക്ഷണചിലവും മറ്റു നൂറുതരം ചിലവുകളും കഴിച്ചാൽ പിന്നെ അവൾക്കെന്തെങ്കിലും അയച്ചുകൊടുക്കാൻ മിച്ചം കാണുകയില്ല. ഈ പട്ടണം മനുഷ്യനെ കാർന്നു തിന്നുകയാണ്. ഉള്ള സമയം മുഴുവൻ പണി പ്പെട്ടാലും ഭക്ഷണത്തിനുള്ളതും കിട്ടുകയില്ല. എന്നിട്ടും ഞാനവൾക്കു ഓരോ ചെറിയ തുക അയച്ചുകൊടുത്തു. അതെങ്ങനെ സാധിച്ചു വെന്നോർക്കുമ്പോൾ അദ്ഭുതംതോന്നുന്നു.

കൂട്ടുകാരിൽ ചിലർ പാർക്കിൽപോകും. അവർക്കു സിനിമയും നാടകവും കാണാം. ഞാൻ പോകാറില്ല. ചുരുക്കെഴുത്തു പുസ്തകവു മായി മാനേജരുടെ സൗകര്യം നോക്കി വീട്ടിൽ ചെല്ലാതിരുന്നാലോ.

രാഘവച്ചേട്ടൻ പറഞ്ഞു: "താൻ വല്ലാതെ ഉണങ്ങിപ്പോയിരിക്കുന്നു. വൈകുന്നേരം പാർക്കിൽ ചെന്നിരുന്നു കാറ്റേൽക്കൂ! നല്ലതാണ്" എന്നിട്ടദ്ദേഹം വേദന തിരതല്ലുന്ന അടിവയറ്റിൽ കൈവച്ചു.

ഞാൻ പാർക്കിൽ പോയില്ല. ചുരുക്കെഴുത്തു പുസ്തകമെടുത്തു മാനേജരുടെ വീട്ടിലേക്ക് നടന്നു. അദ്ദേഹം പാർക്കിൽ നിന്ന് കാറിൽ മടങ്ങിയെത്തുമ്പോൾ എന്നെയവിടെ കാണണമല്ലൊ!

അരമനപോലെയുള്ള മാനേജരുടെ വീട്ടിൽ എന്നും ഓണമാണ്. സിൽക്കുടുപ്പുകളണിഞ്ഞ അദ്ദേഹത്തിന്റെ കുട്ടികളും ഭാര്യയും ചെടികൾ പൂത്തുനിറഞ്ഞ ടെറസ്സിൽ വന്നുനിന്നു കാറ്റേല്ക്കും. അപ്പോൾ റേഡിയോ വിൽനിന്നു മധുരമുള്ള ഗാനങ്ങൾ ഒഴുകിക്കൊണ്ടിരിക്കും. ചരൽ വിരിച്ച മുറ്റത്ത് അദ്ദേഹത്തിന്റെ ഇളയ കുട്ടി "ടോയ്കാറി"ൽ കയറിയിരുന്നു കൊഞ്ചിക്കൊണ്ട് സഞ്ചരിക്കുന്നത് കാണാം. കുട്ടിയെ നോക്കാൻ പ്രത്യേകം ആളുണ്ട്.

കുഷൻ കസേരയിൽ മലർന്നുകിടന്നു അദ്ദേഹത്തിന്റെ വിദ്യാസമ്പന്ന യായ ഭാര്യ ഇംഗ്ലീഷ് പത്രങ്ങളും നോവലുകളും വായിക്കും. വെണ്ണയുടെ നിറവും മാർദ്ദവവുമുള്ള മെയ്യിൽ ലോലമായ സിൽക്കുസാരി പറ്റികിടന്നു ഇഴഞ്ഞുകൊണ്ടിരിക്കും. ഒരു പാതിരാപ്പൂ പോലെ ലോലഗാത്രമാണ വരുടേത്.

കാറിൽ കയറി അദ്ദേഹത്തിന്റെ ഭാര്യ ക്ലബ്ബുകളിലും സിനിമയ്ക്കും പോകും. അപ്പോൾ അവരുടെ വെളുത്ത നീണ്ട വിരലുകളിൽ ഒരു കൊച്ചു "വാനിറ്റിബാഗ്" തൂക്കിയിട്ടിട്ടുണ്ടാകും.

ഓണത്തിന് ഞാനെന്റെ വീട്ടിൽപോയി.

കണ്ടപ്പോൾ അവൾ കരഞ്ഞു. തുടുപ്പുമാഞ്ഞ ആ കവിളുകളിൽ കണ്ണീരിന്റെ നനവ് പറ്റി അവൾ പുതുക്കെ ഏങ്ങി.

വേദനയോടെ ഞാൻ ചോദിച്ചു : "എന്തേ കരയുന്നു?"

കണ്ണീർമണികൾ ഇറ്റുവീണു. ഗദ്ഗദത്തോടെ അവൾ പറഞ്ഞു:

"ഈശ്വരാ! എത്ര ക്ഷീണിച്ചുപോയി!"

ഞാൻ ചിരിച്ചുകൊണ്ട് കണ്ണീർ തുടച്ചുകൊടുത്തു. അപ്പോൾ അവളുടെ കവിളിലെ എല്ല് വിരലിൽ തടഞ്ഞു. അവൾ സൂത്രത്തിൽ എന്റെ കൈ എടുത്തുമാറ്റിയിട്ട് പുഞ്ചിരി തൂകി.

മൂത്തമകൾ പറഞ്ഞു: "ഇന്നലെ അമ്മ ഒന്നും തിന്നില്ലച്ഛാ! ഇവിടൊന്നും ഇല്ലാർന്ന്."

ചുറ്റുമുള്ള വീടുകളിൽനിന്ന് കുമ്മിയടിയും പാട്ടും കേട്ടു. വാതിൽ ചാരിയിരുന്നു അവൾ നെടുവീർപ്പ് വിട്ടു. പിന്നെ കണ്ണുകൾ ഒപ്പി. ഞാൻ മുഖം തിരിച്ചുകളഞ്ഞു.

ഓണത്തിനു അവൾക്കും മുത്തമകൾക്കും കീറിയ വസ്ത്രങ്ങളായിരുന്നു. എന്റെ ഇളയ മകൾ പഴത്തിനുവേണ്ടി കരഞ്ഞെങ്കിലും അവൾക്കത് കിട്ടിയില്ല.

തിരിച്ചുചെല്ലുമ്പോൾ എന്തോ ഓർത്തുനിന്നുകൊണ്ട് ഡാനിയേൽ അയാളുടെ പ്രിയപ്പെട്ട കവിതാശകലം സാവധാനം പാടുകയാണ്:

"ആരു വാങ്ങുമിന്നാരുവാങ്ങുമീ......."

ഞാൻ അയാളുടെ മുമ്പിൽ ചെന്നുനിന്ന് നോവ് തരിക്കുന്ന കരളിൽ നിന്നൂറിയ ഒരു പുഞ്ചിരിയോടെ പറഞ്ഞു: "ഒരു ക്ലാർക്ക് വിവാഹം ചെയ്യരുത് ഡാനിയേൽ"

അയാൾ പകച്ചുനോക്കിയപ്പോൾ ഞാൻ പറഞ്ഞു: "കുഞ്ഞുങ്ങളെ പട്ടിണിക്കെറിഞ്ഞുകൊടുക്കാൻ അയാൾക്കവകാശമില്ല. വല്ല പെൺകുട്ടികളെയും അയാളെന്തിന് കൊണ്ടുവന്ന് ദഹിപ്പിക്കുന്നു?"

"പക്ഷേ, ആലീസ്......"

അയാൾ ആലീസിനെ ഓർക്കുകയാണ്!

ടൈപ്പ് ചെയ്യുമ്പോൾ ഞാൻ ചുമയ്ക്കാൻ തുടങ്ങി. ചുമയ്ക്കുമ്പോൾ "കീ"യിൽനിന്നു വിരലുകൾ തെറിക്കും. അക്ഷരം തെറ്റി അടിച്ചുപോകും. വലിയ ബിസിനസ്സ് കാര്യങ്ങളിൽ തെറ്റ് പറ്റുക! കീ ബോർഡിലും പുസ്തകത്തിലും മാറി മാറി നോക്കി ഞാൻ ടൈപ്പ് ചെയ്തുകൂട്ടി.

പാതിരാവിൽ ഞാൻ കിടന്നു ചുമച്ചപ്പോൾ ഡാനിയേൽ ചോദിച്ചു: "ഉറങ്ങണ്ടേ?"

നെഞ്ചിൽ തടവിക്കൊണ്ട് ഞാൻ പറഞ്ഞു: "നെഞ്ചുവേദനകൊണ്ട് വയ്യ."

"അധികമുണ്ടോ?"

"കരളിൽ ഒരു ചുണ്ടെലിയിരുന്ന് കാരുന്നതുപോലെ. പുളഞ്ഞു പോകുന്നു."

സഹതാപത്തോടെ ഡാനിയേൽ പറഞ്ഞു: "ഒരു ബോട്ടിൽ 'സിരോലിൻറോഷ്' വാങ്ങി കഴിച്ചുനോക്കടോ! ചുമയ്ക്കു നല്ലതാണ്."

ടൈപ്പ് ചെയ്യുമ്പോൾ കരളിലെ ചുണ്ടെലി അതിന്റെ കാരൽ വളരെ ഊർജ്ജിതമാക്കുന്നപോലെ തോന്നി. ഒരെണ്ണം മാത്രമല്ല. രണ്ടോ മൂന്നോ ഉണ്ട്. വേദന സഹിച്ചുകൂടാ. ഇരുപ്പ് കിട്ടുന്നില്ല. വിരലുകൾ സ്ഥാനത്തു നിന്നു വിറച്ചുവിറച്ചു നീങ്ങിപ്പോകുന്നു.

ഒരു ദിവസം മാനേജർ എന്നെ വിളിച്ചു. ചുരുക്കെഴുത്തു പുസ്തകവുമായി ചെന്നപ്പോൾ കുഷൻകസേരയിൽനിന്നു ചാടിയെണീറ്റിട്ട് അദ്ദേഹം ഉച്ചത്തിൽ പറഞ്ഞു: "നിങ്ങൾ ഇതൊരു കുട്ടിക്കളിയാക്കിയിരിക്കയാണല്ലേ? കണ്ടമാനം ടൈപ്പ് ചെയ്ത് കൂട്ടിയിരിക്കുന്നു. നിങ്ങൾക്കറിയാമോ ഇത് പണത്തെ തൊട്ടുള്ള കളിയാണെന്ന്?"

"സാർ......"

"നോൺസെൻസ്! ഇത് മാറ്റിയടിച്ചുകൊണ്ടു വരൂ!"

ആറ് വലിയ ഷീറ്റ് മുഴുവൻ അദ്ദഹം മാറ്റി ടൈപ്പ് ചെയ്യാനേല്പിച്ചു. ഏതാനും അക്ഷരങ്ങൾ മാറ്റിയടിച്ചുപോലും!

തെറ്റുകൾ പിന്നെയും വന്നുകൊണ്ടിരുന്നു. ചുരുക്കെഴുത്തിൽ പകർത്തിയെടുക്കുന്നത് മുഴുവൻ ടൈപ്പ് ചെയ്യാൻ നേരം കിട്ടുന്നില്ല. ഞാൻ ശ്വാസം വലിച്ചുകയറ്റി അതിവേഗത്തിൽ വിരലുകൾ ഓടിച്ചു.

ജോലി സമയം കഴിഞ്ഞപ്പോൾ മാനേജർ വിളിച്ച് ടൈപ്പ് ചെയ്ത കടലാസുകൾ നോക്കിയിട്ട് അദ്ദേഹം രൂക്ഷമായി ചോദിച്ചു: "ബാക്കി?"

"പാർഡൻ മി സാർ! ഒരു മിനിറ്റ് കളയാതെ ടൈപ്പ് ചെയ്തിട്ടും തീർന്നില്ല. നാളെ......"ചുമ മുട്ടിവന്നതുകൊണ്ട് പൂർത്തിയാക്കാൻ കഴിഞ്ഞില്ല.

അദ്ദേഹം ബൂട്ട്സ്കൊണ്ട് നിലത്ത് ആഞ്ഞു ചവിട്ടി: "ഒപ്പിട്ട് ഇന്നത്തെ മെയിലിൽ അയക്കേണ്ടത് നാളെയോ? നാളെയെന്നാണോ പറഞ്ഞത്?"

"സാർ......."

"നോൺസെൻസ്! നിങ്ങൾക്കു മുമ്പുണ്ടായിരുന്ന ടൈപ്പിസ്റ്റ് എക്സ്ട്രീം സ്പീഡിൽ ടൈപ്പ് ചെയ്തിരുന്നു. ഇതിലുമധികം മാറ്റർ കുറഞ്ഞ സമയംകൊണ്ട് തയ്യാറാക്കിയിരുന്നു. ചെന്ന് ടൈപ്പ് ചെയ്തു കൊണ്ടുവരൂ!"

മുട്ടി മുട്ടി ചുമച്ചുകൊണ്ട് ഞാൻ വന്നു യന്ത്രത്തിനു മുൻപിൽ ഇരുന്നു. നെറ്റിയിലും നെഞ്ചിലും വിയർപ്പു പൊട്ടി. കയ്യും കഴുത്തും തളരുന്നു. വിറയ്ക്കുന്നു. എന്റെ മുമ്പിൽനിന്നു മെഷീൻ അകലേക്ക് ഓടിപ്പോയി.

ഒരു തീപ്പെട്ടിയോളം ചെറുതാകുന്നപോലെ തോന്നി. പേക്കിനാവു കാണുകയാണോ?

ചുമയും നെഞ്ചുവേദനയും ഏറിയേറിവന്നു. ഇടവിടാതെ ചുമയ്ക്കണം. തൊണ്ടയ്ക്കപ്പുറം പുറത്തുചാടാൻവേണ്ടി എന്തെല്ലാമോ പതിയിരിക്കുകയാണ്.

ഉറങ്ങാതെ കിടന്നു പാതിരാത്രിയിലെ നിമിഷങ്ങൾ തള്ളിക്കയറ്റുമ്പോൾ വയറ്റുവേദനക്കാരൻ പറയുന്നതുകേട്ടു: "കഴിഞ്ഞമാസം കണ്ടതിലും പകുതിയായിപ്പോയല്ലോ നിങ്ങൾ! സൂക്ഷിക്കണം. ലീവെടുത്തു എന്തെങ്കിലും ചികിത്സ ചെയ്യൂ!"

അവധി ചോദിച്ചപ്പോൾ മാനേജർ പറഞ്ഞു: "സാദ്ധ്യമല്ല. ഇവിടെയിപ്പോൾ വലിയ തിരക്കാണ്. ശരിയായി ജോലിചെയ്യാൻ വയ്യെങ്കിൽ പിരിഞ്ഞുപോയ്ക്കോളൂ! തിരിച്ചു വരേണ്ടന്നുമാത്രം. കാണ്ട് യു അണ്ടർസ്റ്റാന്റ്."

ഞാൻ കീഴ്പോട്ട് വീണ ശിരസ്സുമായി അവിടെനിന്നു പോന്നു.

രാധയുടെ കത്തുകൾ വന്നുകൊണ്ടിരുന്നു. അവൾ കുടക്കൂടെ ചോദിക്കുകയാണ്: "എനിക്കിനി എന്നാണൊന്നു കാണാൻ കഴിയുക? മറന്നുപോയോ?!" ആ വടിവില്ലാത്ത അക്ഷരങ്ങളെ നോക്കുമ്പോൾ നീർനിറഞ്ഞ അവളുടെ കണ്ണുകൾ ഓർമ്മവരും. എല്ല് പൊന്തിയ കവിളുകളും. പിന്നെ, വാനിറ്റി ബാഗും കാറ്റിൽ പാറിപ്പുളയുന്ന സിൽക്കുസാരിയുമൊക്കെയായി കാറിലിരുന്നു സിനിമയ്ക്കുപോകുന്ന മാനേജരുടെ ഭാര്യയെ പറ്റി ഓർത്തുപോകും.

ലാഡ്ജിലെ സുഹൃത്തുക്കൾ ചോദിച്ചു: "നിങ്ങൾ ലീവെടുത്തില്ലേ?"

"ഓ! ഇല്ല"

ഡാനിയേൽ എന്റെ പുറത്ത് തട്ടിക്കൊണ്ട് പറഞ്ഞു:

"നിങ്ങൾ ലീവെടുക്കണം. മെലിഞ്ഞുണങ്ങി എങ്ങനെയായെന്നു നോക്കൂ! മൂന്നു കുട്ടികളുടെ അച്ഛനാണ്. ലീവെടുത്തു എന്തെങ്കിലും ചികിത്സ ചെയ്യൂ!"

വളരെ അപേക്ഷിച്ചപ്പോൾ ഒരാഴ്ച അവധി കിട്ടി. ഒരു താക്കീതും: "ഈ ജോലിയിലിരിക്കാൻ നിങ്ങൾക്കു തീരെ കഴിവില്ല. വേറെ ആളെ നിയമിക്കാൻ ഞങ്ങൾ തുനിഞ്ഞേക്കും."

വീട്ടിൽ ചെന്നപ്പോൾ രാധ ഏങ്ങിയേങ്ങി കരഞ്ഞു. അവൾ എന്റെ മാറിലെ അസ്ഥികൾ തലോടി. അവിടെ ശിരസ്സണച്ചുനിന്നു. കുറെനേരം കരഞ്ഞിട്ട് അവൾ ഗദ്ഗദത്തോടെ പറഞ്ഞു: "ഈശ്വരാ! ദഹിച്ചു ദഹിച്ചു ഇല്ലാതായി!"

അവളുടെ വീർത്തവയറിൽ ചൂടുള്ള കണ്ണീർക്കണങ്ങൾ ചിതറിവീണു.

തെല്ല് കഴിഞ്ഞ് കണ്ണീരിലൂടെ മന്ദഹസിച്ചുകൊണ്ട് അവൾ സ്വാകാര്യമായി പറഞ്ഞു: "ഇത്തവണ ആണാണെന്നു തോന്നുന്നു. അല്ലേ?"

ഞാൻ മുട്ടി മുട്ടി ചുമച്ചു. കയ്യിൽനിന്നു പിടിവിട്ട് സഞ്ചി നിലത്തു വീണു. നെഞ്ചിൽ പഴുപ്പിച്ച ആണികൾ ആരോ മേടിക്കൊണ്ടിരിക്കുകയാണ്. അസ്ഥികൾ ഉരുകിത്തുടങ്ങുന്നപോലെ തോന്നി.

അവൾ അമ്പരപ്പോടെ ചോദിച്ചു: "വെള്ളം വേണോ? വെള്ളം വേണോ എന്ന്"

ഡോക്ടറെ കാണാൻ പോയില്ല. മരുന്നു വാങ്ങാൻ ഒരുങ്ങിയപ്പോഴേക്കും കീശ കാലിയായിരുന്നു. ഇളയ കുഞ്ഞ് അമ്മയെ നുള്ളി നോവിച്ച് കഞ്ഞി ചോദിക്കുന്നത് ഞാൻ കേട്ടു.

ഞാൻ പോരാൻവേണ്ടി യാത്ര ചോദിച്ചപ്പോൾ അവൾ കരഞ്ഞു. കവിളെല്ലുകളിൽ കണ്ണീർച്ചാലുകൾ തടഞ്ഞു നിൽക്കുന്നതു കണ്ടു. ഗദ്ഗദത്തോടെ പറയുകയാണ്: "ഇത്ര വേഗം പോകണ്ട. ആറേഴുദിവസം കൂടി ഇവിടെയൊന്നു നിന്നേ!"

ചുമച്ചുകൊണ്ട് ഞാൻ ഇറങ്ങിപ്പോരുമ്പോൾ അവൾ ഏങ്ങലിനിടയിലൂടെ പറയുന്നതുകേട്ടു: "ഈശ്വരാ! ഹെനിക്കാരുമില്ല."

യന്ത്രങ്ങളുടെ അലർച്ച കേട്ടുകൊണ്ട് പിന്നെയും ടൈപ്പു ചെയ്തുകൂട്ടാൻ തുടങ്ങി. കുറച്ചു അടിക്കുമ്പോഴേക്കും തലചുറ്റും. കണ്ണിനു മുമ്പിൽനിന്നു യന്ത്രം ഓടിയകലുന്നു. സിമന്റു പൂശി മിനുക്കിയ തിണ്ണ പിളരുകയും അഗാധതയിലേക്കു ആണ്ടുപോവുകയും ചെയ്യുന്നു.

ജോലിസമയം കഴിഞ്ഞപ്പോൾ മാനേജർ ചോദിച്ചു:

"എവിടെ ബാക്കി മാറ്റർ?"

ചുമ പൊട്ടി. നെഞ്ചിൽ തടവിക്കൊണ്ട് ഞാൻ വിക്കി.

"വെരി സാറി. ഇനിയും തീർന്നിട്ടില്ല സാർ."

കുഷൻ കസേരയിൽനിന്നു അദ്ദേഹം ചാടിയെണീറ്റു. ചുണ്ടിൽനിന്നു കത്തി പകുതിയായ സിഗരറ്റ് പറിച്ചെടുത്തുകൊണ്ട് അലറി: "നിങ്ങൾക്കീ ജോലി ചെയ്യാൻ കഴിവില്ല. മനസ്സിലായോ? തീരെ കഴിവില്ല." തെല്ലു കഴിഞ്ഞു അദ്ദേഹം പറഞ്ഞു: "വേറെ ടൈപ്പിസ്റ്റിനെ ഞങ്ങൾ നിയമിക്കും. ചുമ്മാ ഇരിക്കുന്നവർക്കു ശമ്പളം കൊടുക്കാൻ ഇവിടെയാരും തയാറില്ല."

യന്ത്രത്തിനു മുമ്പിൽ ചെന്നിരുന്നു വിയർപ്പ് വടിച്ചുകളഞ്ഞിട്ട് ഞാൻ അതിവേഗം വിരലുകൾ അമർത്താൻ തുടങ്ങി. യന്ത്രത്തിൽനിന്നു കിരുകിരുപ്പ് കേട്ടു. തകർന്നുപോകുമെന്നു തോന്നി. ആ ശബ്ദമൊഴികെ മറ്റൊന്നും ഞാൻ കേട്ടില്ല. "വേറെ ടൈപ്പിസ്റ്റിനെ......"

ചുമ ചങ്കിൽ വന്നു മുട്ടിനിൽക്കുകയാണ്. നെഞ്ചിനുള്ളിൽ ചുണ്ടെലികൾ കാരുന്നു. തേളുകൾ കുത്തുന്നു. ഓരോ അണുവിലും തേൾക്കുത്ത്.

ഉരുകിപ്പോകുന്നു. ചുമച്ചപ്പോൾ മെയ്യാകെ ഉലഞ്ഞു. അസ്ഥികളിൽ കൂടംകൊണ്ട് ആഞ്ഞു പ്രഹരിക്കുന്നപോലെ, യന്ത്രങ്ങൾ എന്റെ ചെവികളിൽ അലറുന്നപോലെ തോന്നി. "വേറെ ടൈപ്പിസ്റ്റിനെ......."

എങ്കിലും മെയ്യാകെ തളർന്നു കുഴഞ്ഞുപോയി. ചുമ തൊണ്ടയിൽ കുരുങ്ങി വിങ്ങിവിങ്ങി വലുതാകാൻ തുടങ്ങുന്നു. നെഞ്ച് പൊട്ടിത്തെറിച്ചു പോകുമോ?

രാത്രി വിചിത്രമായ ഒരു സ്വപ്നം കണ്ടു. തീ ആളിക്കത്തിക്കൊണ്ടിരിക്കുന്ന ഒരു ചിതയുടെ നടുവിൽ വീർത്ത വയറുമായി രാധ നിൽക്കുന്നു. അവൾക്കു ചുറ്റും വിശന്നൊട്ടിയ വയറുമായി എന്റെ മൂന്നു കുട്ടികളും. അവളുടെ കവിളെല്ലുകളിൽ കണ്ണീർച്ചാലുകൾ തടഞ്ഞു നിന്നിരുന്നു. അവളുടെ വസ്ത്രങ്ങൾ കീറിപ്പോയിരിക്കുന്നു. എന്റെ നേരെ അവൾ തീയിൽ വേവുന്ന കൈകൾ നീട്ടിക്കൊണ്ട് ഒരു താങ്ങിനായി കേണു.

ഞെട്ടിയുണർന്നു. ഇരുളിൽനിന്നു കത്തിക്കാളുന്ന ഒരു ഭയങ്കര തീക്കുണ്ഠം പൊലിഞ്ഞകലുന്നപോലെ തോന്നി. ഓ! വിയർപ്പിൽ മുങ്ങിയിരിക്കുന്നു. ഉറക്കത്തിൽ എന്നെയാരെങ്കിലും തിളച്ച വെള്ളത്തിൽ പിടിച്ചു മുക്കിക്കളഞ്ഞോ?

സൈറൺ മുഴങ്ങിയപ്പോൾ ഞാൻ ചുരുക്കെഴുത്തു പുസ്തകവുമെടുത്ത് പോന്നു. കാലുകൾക്ക് മീതെയുള്ള അസ്ഥികൂടത്തെ താങ്ങി നിറുത്താൻ വയ്യേ? തളർന്ന കാൽമുട്ടുകൾ മടങ്ങി ഞാൻ താറുരുകുന്ന പാതയിൽ വീണുപോകുമെന്നു തോന്നി.

മാനേജരുടെ മുറിയിൽ അദ്ദേഹവും അസിസ്റ്റന്റ് മാനേജരും ഫോർമാന്മാരും കൂടിയിരുന്നു, ഞാൻ കഴിഞ്ഞ ദിവസം ടൈപ്പ് ചെയ്തു കൂട്ടിയ കടലാസുകൾ വായിച്ചു ഒപ്പിടുകയാണ്. നെഞ്ചിൽ അമർത്തി തടവിക്കൊണ്ട് ഞാനത് നോക്കി നിന്നു.

മൂക്കിൽനിന്നു സ്വർണ്ണക്കണ്ണട എടുത്തു മാറ്റിയിട്ട് ഗൗരവത്തോടെ മാനേജർ പറഞ്ഞു: "നിങ്ങൾ ഇന്നുമുതൽ ഇവിടെ ജോലിക്കു വരണ്ടാ."

എന്റെ തലയോട്ടിനുള്ളിൽ ഒരു കൊള്ളിയാൻ തുള്ളി. ഹൃദയം വീർത്തുവീർത്ത് പൊന്തിവരുന്നു. തൊണ്ടയിലോളം എത്തി.

"സാർ....."

മുഖം ചുളിച്ചുകൊണ്ട് അദ്ദേഹം ഉറക്കെ പറഞ്ഞു: "മനസ്സിലായില്ലേ? നിങ്ങൾക്കീ ജോലി നിർവ്വഹിക്കാൻ വയ്യ. ഞങ്ങൾ വേറെ ഷാർട്ട്ഹാന്റ് ടൈപ്പിസ്റ്റിനെ നിയമിക്കാൻ ഉദ്ദേശിച്ചു കഴിഞ്ഞു."

എന്റെ നാവ് ഉള്ളോട്ട് വലിഞ്ഞുപോയി. ഫാക്ടറി കെട്ടിടങ്ങൾ എല്ലാം നിന്നു ചുറ്റിത്തിരിയുന്നു. സിമന്റ് പൂശിയ നിലം ചിതറിയകലുന്നു. ആരോ എന്റെ വിറകൊള്ളുന്ന കയ്യിൽ ഒരു കവർ തന്നു. ആരാണ്?

അവർ എന്നെ പുറംതള്ളുകയാണ്.

കുഴയുന്ന കാലുകളിൽ ആടിയും തളർന്നും ഞാൻ പുറത്തേക്കു പോന്നു. എനിക്കു പിന്നിൽ യന്ത്രങ്ങൾ അലറുകയാണ്. ചിലമ്പണിഞ്ഞ രാക്ഷസന്മാരുടെ നൃത്തം. തലച്ചോറും ഹൃദയവും കത്തിനീറുന്നു. നെരിപ്പോടുകൾ ഇരുന്നെരിയുകയാണോ?

ഞാനെന്തിനു കാളുന്ന വെയിലിൽ ഈ റെയിൽപാളങ്ങൾക്കരികെ വന്നുനിൽക്കുന്നു?

കാട്ടാന ചിന്നംവിളിക്കുന്നപോലെ സൈറൺ മുഴങ്ങി. എന്നെ പിന്നിട്ട് തൊഴിലാളികൾ ഫാക്ടറിവളപ്പിനുള്ളിലേക്ക് കടന്നുപോയി. ഞാനിനി ആ വലിയ ഗേറ്റ് കടന്ന് അവിടേക്കു ചെല്ലാൻ പാടില്ലേ?

വെയിലിൽ തീനാമ്പുകൾപോലെ തിളങ്ങുന്ന പാളങ്ങളിലൂടെ കറുത്തിരുണ്ട വാഗൺ പിന്നേയും ഇരമ്പിപ്പാഞ്ഞുവന്നു. ചെവികീറുന്ന ശബ്ദവും കാഴ്ചയില്ലാതാക്കുന്ന പുകപടലവും. എന്റെ കണ്ണുകളിൽ കല്ക്കരിത്തരികൾ പാറിവീണു.

ചുമ മുട്ടി മുട്ടി വന്നപ്പോൾ ഇരുണ്ട പുകപടലങ്ങൾ തുപ്പുന്ന പുകക്കുഴലിൽനിന്നു ഞാൻ കണ്ണെടുത്തു. മുന്നോട്ടു കുനിഞ്ഞു നിന്നു ദേഹമാകെ ഉലച്ചുകൊണ്ടു ഞാൻ ചുമച്ചു. എന്നിട്ട് തുപ്പി.

അതിൽ ചോര കലർന്നിരുന്നു.

■

പിഴച്ച പെണ്ണ്

മൂന്നു ദിവസങ്ങളായി അയാൾ ഉറങ്ങിയിട്ട്. കഠിനമായ ക്ഷീണം കണ്ണുകളിൽ ഘനീഭവിച്ച പുകപടലം പോലെ തിങ്ങിക്കൂടി നിൽക്കുകയാണ്. കൺപോളകൾ അനക്കുമ്പോൾ കൃഷ്ണമണികളിൽനിന്ന് എന്തെല്ലാമോ ഞെരിഞ്ഞടരുന്നു. തലയ്ക്കു നല്ല ഘനമുണ്ട്. ചുമന്നുകൊണ്ട് നടക്കാൻ വയ്യ. തലച്ചോർ മണ്ട മുഴുവൻ പെരുകി നിറഞ്ഞിരിക്കുമോ?

കഠിനമായ ഉഷ്ണമുണ്ട്. കിടന്നാൽ കണ്ണ് പൂട്ടാൻ കഴിയുകയില്ല. ചോരയിൽ ചൂട് നുരയിടുകയാണ്. സിരാകൂടമാകെ വെന്ത് ആവി പറക്കുന്നപോലെ.

അയാൾ ജാലകത്തിലൂടെ പുറത്തേക്ക് നോക്കി. മണ്ണിൽനിന്ന് വെളുവെളെ തിളങ്ങുന്ന ജ്വാലകൾ കിതച്ചുകിതച്ച് ഉയരുന്നു. കണ്ണ് പൊരിയിക്കുന്ന പളപളപ്പ്. ആകാശത്തിന്റെ തെല്ലത്ത് വെള്ളിക്കുന്ന് പോലെ ഒരു മേഘഖണ്ഡം വെട്ടിത്തിളങ്ങി കിടപ്പുണ്ട്.

തണുപ്പ് കോരി വിതറിക്കൊണ്ട് നേർത്ത കാറ്റ് കുണുങ്ങിക്കുണുങ്ങി വരുന്നില്ല. ഒരിലപോലും അനങ്ങുന്നില്ല. ഒരു ഊക്കൻ കൊടുങ്കാറ്റ് വീശിയിരുന്നെങ്കിൽ!

മുറിയുടെ പിൻവശമുള്ള ചെറിയ പുരയുടെ ഇറയത്ത് കിടന്നു അവൾ ഉറങ്ങുകയാണ്. ഒരു കൈ മാറിൽ മടക്കി വെച്ചിരിക്കുന്നു. മറ്റേത് പിന്നോട്ട് നീട്ടിയിട്ടിരിക്കയാണ്. ചുരുണ്ട തലമുടി പായയിൽ ചിതറിക്കിടപ്പുണ്ട്. അതിൽ ഇതൾ പൊഴിഞ്ഞ ഒരു റോസാപ്പൂ കാണാം. അതിന്റെ ഇതളുകൾ ആരാണ് കശക്കിക്കളഞ്ഞത്?

കവിൾത്തടം പായയിൽ ചേർത്തുവെച്ച് അവൾ സുഖമായി ഉറങ്ങുകയാണ്. അല്പം വിടർന്ന ചുണ്ടുകൾക്കിടയിലൂടെ വെളുത്ത പല്ലുകൾ കാണാം. കഴിഞ്ഞ രാത്രി അവൾക്കാരേയോ കൂട്ടിനു കിട്ടിയിരിക്കും. അയാൾ അവളെ ഉറങ്ങാൻ സമ്മതിച്ചിരിക്കയില്ല. തേവിടിശ്ശി! രാത്രി വരുന്നവരെയൊക്കെ രസിപ്പിച്ചിട്ട് പകൽ കിടന്നു ഉറങ്ങുന്നു!

അവളുടെ മകൾ മുറ്റത്ത് ഒരു തുമ്പിയുടെ പിന്നാലെ ഓടിക്കളിക്കുന്നുണ്ട്. പല പ്രാവശ്യവും അവൾ അതിനെ തൊട്ടുതൊട്ടില്ല എന്നിടത്തോളം അടുത്തെത്തിക്കളഞ്ഞു. പക്ഷേ കിട്ടിയില്ല. അവൾക്കാ

സമരതന്ത്രം ഇനിയും മനസ്സിലായിട്ടില്ല. നല്ലൊരു ഓമനപ്പെൺകുട്ടി. ഒരു മാൻപേടയുടെ ചുറുചുറുക്കും അഴകുമുണ്ട്. അമ്മയുടെ പാപത്തിന്റെ ഫലമാണവൾ. അവളുടെ അച്ഛനാരെന്ന് നിശ്ചയമില്ല. ആറു വർഷങ്ങൾക്കുമുമ്പ് ഇരുളിന്റെ തിരശ്ശീലക്കുള്ളിൽ അവളെ ആലിംഗനത്തിലമർത്തിക്കൊണ്ട് ആരോ പറഞ്ഞിരിക്കും: "ശാരദേ! ഞാൻ നിന്നെ ഭാര്യയാക്കിക്കോളാം."

അവൾ വഴങ്ങിയിരിക്കയില്ല. അന്നവൾ വേശ്യയായിരുന്നില്ല. അയാളുടെ ചൂടുള്ള ചുംബനം അവളുടെ കവിളുകളിൽ പൂ വിരിയിച്ചിരിക്കും. അവൾ നടുക്കത്തോടെ വിലക്കിയിട്ടുണ്ടാകും: "ഈശ്വരാ! വേണ്ടെന്ന്. ആരെങ്കിലും അറിഞ്ഞാൽ......"

"എന്റെ തങ്കമല്ലേ? ഞാൻ നിന്നെ എങ്ങനെ സ്നേഹിക്കുന്നു!"

അവൾ പിടഞ്ഞകലാൻ വേണ്ടി പാട് പെട്ടിരിക്കും. ആ അണച്ചുപിടിത്തത്തിൽനിന്നു കുതറിമാറാൻ എല്ലാ വിധത്തിലും ശ്രമിച്ചിരിക്കും.

ചുംബനങ്ങളുടെ നിരന്തരമായ പ്രവാഹത്തിൽ അയാൾ അവളെ ചേതനയറ്റ മട്ടിൽ ഒഴുക്കിയിരിക്കും. ചോര ചൂട് പിടിച്ചിട്ടുണ്ടാകും. അകമാകെ നക്ഷത്രങ്ങൾ പൂക്കുന്നപോലെ ഒരു തോന്നൽ. ചൂടും തരിപ്പുമുള്ള മാംസം വഴങ്ങിക്കൊടുത്തിരിക്കും.

അതിൽ നിന്ന് ഒരു പുതിയ ജീവൻ പൊട്ടി വിരിഞ്ഞതാണ് ആ സുന്ദരിയായ പെൺകുട്ടി. അച്ഛനാരെന്ന് അവൾക്കറിഞ്ഞുകൂടാ. അമ്മയുടെ പങ്കിലമായ ജീവിതത്തിന്റെ ആഴത്തിലേക്കു ചുഴിഞ്ഞു നോക്കാൻമാത്രം അവൾ വളർന്നിട്ടില്ല. അമ്മ അവളെ ഓമനിക്കുന്നു. ചുംബിക്കുകയും വാരിപ്പുണരുകയും ചെയ്യുന്നു. തലമുടി ചീകി മിനുക്കി റിബ്ബണിട്ട് കെട്ടിവെച്ച് കൊടുക്കുന്നു. സ്നേഹം കിനിഞ്ഞു വരുന്ന മധുര സ്വരത്തിൽ "സാവൂ!" എന്ന് വിളിക്കുകയും ചെയ്യും. അവൾക്ക് അമ്മയുടെ ചൂട് ഇഷ്ടമാണ്.

അയാൾക്ക് ചുമ വന്നു. നെഞ്ചിനുള്ളിൽ നിന്ന് ശ്വാസത്തിന്റെ തിരകൾ മറിഞ്ഞു മറിഞ്ഞു വരികയാണ്. കഴുത്ത് മുമ്പോട്ട് വളച്ചുപിടിച്ച് അയാൾ ചുമച്ചു. അവസാന ആശ്വാസത്തോടെ കഫം ജാലകപ്പഴുതിലൂടെ പുറത്തേക്ക് തുപ്പി.

ചുമ കേട്ടിട്ടായിരിക്കാം, അവൾ ഉണർന്നു കണ്ണ് തിരുമ്മി എഴുന്നേറ്റിരുന്നു. കണ്ണുകൾക്ക് അഴകുണ്ട്. മയിൽപ്പീലിയുടെ കടുംനീലിമ അലിഞ്ഞു ചേർന്നിരിക്കുന്നു. അഞ്ജനക്കല്ലുകൾ പോലെ പ്രകാശിക്കും. അവൾ അയാളെ നോക്കി പുഞ്ചിരിതൂകിക്കൊണ്ട് ചോദിച്ചു: "ഇതുവരെ ഉറങ്ങീലേ?"

അയാൾ മറുപടി പറഞ്ഞില്ല. തേവിടിശ്ശിയുടെ ഒരു സ്നേഹവും ചോദ്യവും! അയാൾ പല്ലുകൾ കടിച്ചു ഞെരിച്ചുകൊണ്ട് ജനലിന്നരികെ നിന്നു പോന്നു.

കീശയിൽനിന്നു അയാൾ ഭാര്യയുടെ കത്തെടുത്ത് നിവർത്തി. രാത്രി ഡ്യൂട്ടിയിലായിരിക്കുമ്പോൾ കിട്ടിയതാണ്. ഇതുവരെ വായിക്കാൻ പറ്റിയില്ല. മോഹം അടക്കാൻ കഴിയാതെ രണ്ടുമൂന്നു പ്രാവശ്യം അയാൾ അത് വായിക്കാൻ ശ്രമിച്ചതാണ്. എങ്കിലും ഭയം കാരണം ആ സാഹസം ചെയ്തില്ല. എപ്പോഴാണ് ഇൻസ്പെക്ടർ വന്നു ചെക്ക് ചെയ്യുക എന്നറിഞ്ഞുകൂടാ. ഡ്യൂട്ടിയിലായിരിക്കുമ്പോൾ അശ്രദ്ധ കാണിച്ചാൽ ശകാരവും പിഴയുമൊക്കെ രുചിച്ചറിയേണ്ടിവന്നാലോ?

അവൾ തന്നെയാണ് മേൽവിലാസമെഴുതിയിരിക്കുന്നത്. അത്ര വടിവുള്ള അക്ഷരങ്ങളല്ല. എങ്കിലും എഴുതിയിരിക്കുന്നത് സ്വന്തം ഭാര്യയാണ്. കവറിന്നു പുറത്തുകൂടെ നീങ്ങിയ ആ നേർത്ത ലഘുവായ വിരലുകളും കുപ്പിവളകൾ കിലുങ്ങുന്ന മെലിഞ്ഞ കൈത്തണ്ടയും അയാൾ ഓർത്തു. സന്തോഷംകൊണ്ട് പുഞ്ചിരിച്ചുപോയി.

ഓർക്കുമ്പോൾ രോമാഞ്ചവും വേദനയുമുണ്ട്. മൂന്നു ദിവസമേ ഒരുമിച്ചു താമസിച്ചിട്ടുള്ളൂ. ലജ്ജ വിട്ടുമാറുന്നതിനു മുമ്പ് അയാൾ തിരിച്ചുപോരുകയും ചെയ്തു. സ്വന്തം ഭാര്യയായിരുന്നിട്ടും അയാളുടെ മുമ്പിൽ വരാൻ അവൾ ലജ്ജിച്ചു. ഭർത്താവാണെന്ന് അവൾക്കറിയാം. എങ്കിലും, അയാൾ അവൾക്ക് അത്രയധികം പരിചയമില്ലാത്ത പുരുഷനാണ്. അവൾ ആദ്യമായി പുരുഷഗന്ധം മണത്തറിയുകയുമാണ്.

വെളിച്ചമുള്ള മുറിയിലിരുന്ന് അയാൾ അവളുടെ ഇറുകികിടക്കുന്ന ബ്ലൗസ്സിന്റെ കീഴറ്റം തൊട്ടപ്പോൾ അവൾ ചൂളിക്കൊണ്ട് വിലക്കി. കണ്ണുകളിൽ ലജ്ജ മൊട്ടിട്ടു.

"ഒന്ന് കണ്ടോട്ടേ."

"വേണ്ട."

"ലീലേ!"

"അയ്യേ! വേണ്ടെന്ന്."

അയാൾ ബ്ലൗസ്സിൽ പിടിച്ച് മേലോട്ട് ചുരുട്ടിക്കയറ്റാൻ ശ്രമിച്ചു. എന്തൊരാർത്തിയായിരുന്നു! വളകിലുങ്ങുന്ന കൈകൊണ്ട് അവൾ ശക്തിയായി തടുത്തു.

"എന്റെ ലീലയല്ലെ?"

"പിന്നെ........ഈ വെളിച്ചത്ത്......"

"ഒന്ന് കണ്ടാൽ മതി. ഞാനല്ലേ?"

"അയ്യേ! എനിക്ക് വയ്യ. വേണ്ട. വേണ്ടെന്ന്!"

വിളക്കണച്ചു. ഇരുളിൽ കിടന്ന് അവൾ ആശ്വാസത്തോടെ നെടുവീർപ്പ് വിട്ടു.

അവൾ കാണാൻ സമ്മതിച്ചില്ല. ശ്രമിച്ചതിനു സ്വല്പം പിണങ്ങുകയും

ചെയ്തു. തുടുത്തുയർന്ന മാറിടം..... നിറമെന്തെന്നുപോലും അറിയാൻ കഴിഞ്ഞില്ല.

മൂന്നു ദിവസം ഒരു മുറിയിൽ പെട്ട അപരിചിതരെപോലെ കഴിഞ്ഞിട്ട് അയാൾ യാത്ര പറഞ്ഞു പോന്നു. അവൾ വാതിലിനപ്പുറം മറഞ്ഞു നിന്നതേയുള്ളൂ. പുറത്തേക്ക് എത്തിനോക്കിയോ എന്തോ!

എന്നിട്ട് എഴുതിയിരിക്കയാണ്: "വീടൊക്കെ മറന്നു കളഞ്ഞോ? എത്ര നാളായി പോയിട്ട്! കൂടക്കൂടെ എഴുത്തുകൾകൂടി അയക്കുന്നില്ല. ജോലി, ജോലിയെന്നു പറഞ്ഞ് എന്നുമിങ്ങനെ വീടുവിട്ട് നിൽക്കുന്നതെന്താ? എന്നെ കാണേണ്ടെങ്കിലും എനിക്കെപ്പോഴും കാണണമെന്നുണ്ട്. വരില്ലേ? വഴക്കാണോ?"

അവൾ ക്ഷണിക്കുകയാണ്. വീണ്ടും കാണണമെന്നു തോന്നുന്നു ണ്ടാകും. പാവം ശുദ്ധഗതിക്കാരി! അവൾക്കറിയാമോ? കസ്റ്റംസ് വകുപ്പിൽ രാത്രി ജോലിയുള്ള ഒരു ഗാർഡിന്റെ യാതനകൾ?

അന്ന് അയാൾ അവളുടെ ചെവിയിൽ മന്ത്രിച്ചു: "രാത്രി മുഴുവൻ ഉറങ്ങാതെ കാവലിരിക്കണം. എന്തു ദുരിതമാണെന്നോ?"

"ഈശ്വരാ! തെല്ലും ഉറങ്ങിക്കൂടേ?"

"പത്ത്മുതൽ ആറ്വരെ കാക്കിയുടുപ്പുമിട്ട് ഇരുന്നുകൊള്ളണം. ഉറങ്ങുന്നു!"

അവൾ സ്നേഹത്തോടെ മാറിൽ മന്ദം തലോടി. എന്നിട്ട് നെടുവീർപ്പോടെ പറഞ്ഞു: "ദേ മാറത്ത് എല്ല് മുഴച്ചല്ലോ!"

"സാരമില്ല."

"സാരമില്ലല്ലേ? ഉണ്ട് കേട്ടോ? ആളെ എന്റെ കയ്യിൽ കിട്ടിയിട്ട് ഒന്ന് തടി വെപ്പിച്ചിട്ടേ ഇരിക്കൂ?"

"അതേയോ?"

"ഉറങ്ങിക്കോളൂ! ഇന്നെങ്കിലും ഉറങ്ങാമല്ലോ!"

അന്നയാൾ സുന്ദര സ്വപ്നങ്ങളുടെ ലോകത്തിൽ ചുറ്റിപ്പറന്നുകൊണ്ട് സുഖമായി ഉറങ്ങി.

ഇപ്പോൾ ഉറങ്ങാൻ സാദ്ധ്യമാകുന്നില്ല. മുറിയിലാകെ ചൂട് നിറഞ്ഞു നിൽക്കുന്നു. മൂന്നു ദിവസത്തെ ഉറക്കമില്ലായ്മ കണ്ണുകളിൽനിന്ന് പുക പടലം ഉയർത്തുകയാണ്.

അയാൾ പിന്നെയും ചുമച്ചു. അപ്പുറത്തെ കുടിലിന്റെ ഇറയത്തിരുന്നു കൊണ്ട് അവൾ വീണ്ടും ചോദിച്ചു: "ഇന്നും ഉറങ്ങണ്ടേ? തെല്ല് കഴി ഞ്ഞാൽ ജോലിക്കു പോകാനുള്ളതല്ലേ?"

അയാൾക്ക് ദേഷ്യം വന്നെങ്കിലും അതടക്കിക്കളഞ്ഞു: ഇവളെന്തിന് മര്യാദയ്ക്കു ജീവിക്കുന്നവരുടെ കാര്യം തിരക്കി വരുന്നു? അയാൾ ജാലക ത്തിന്റെ അഴികൾക്കിടയിലൂടെ സൂത്രത്തിൽ ഒളിഞ്ഞു നോക്കി.

പെൺകുട്ടി അമ്മയുടെ മെയ് ചാരി ചിരിച്ചു തുള്ളിക്കൊണ്ട് നിൽക്കുകയാണ്. അമ്മ അവളുടെ ചുരുണ്ട തലമുടിയിൽ വാത്സല്യത്തോടെ തലോടുന്നു.

അവൾക്ക് തുമ്പിയെ കിട്ടിക്കഴിഞ്ഞു!

മുറിയാകെ വൃത്തികേടായി കിടക്കുന്നത് കണ്ട് ഒന്നു തൂത്തുവരാൻ വേണ്ടി മാത്രമാണ് അവളെ വിളിച്ചത്. ജോലി കഴിഞ്ഞ് അയാൾ വന്നു കയറിയിട്ടേയുള്ളു. ഒന്നു കുളിച്ചിട്ട് കിടന്നുറങ്ങാനുള്ള മോഹം കലശലായുണ്ട്.

ചൂലുമായി കയറിവന്നു, അവൾ മുറി തൂത്തു. കുറച്ചു സമയമേ വേണ്ടി വന്നുള്ളുവെങ്കിലും വളരെ വൃത്തിയാക്കിക്കളഞ്ഞു. അവൾ വല്ലാതെ തളർന്ന മട്ടിലാണ്. കൂടക്കൂടെ കോട്ടുവാ വിടുകയും ചെയ്തു. അവൾ ആടിക്കുഴയാനും പുഞ്ചിരി തൂകാനും ശ്രമിച്ചുവെങ്കിലും പതിവു പോലെ അവ അഴകുറ്റതായില്ല. എങ്കിലും, ആ കണ്ണുകളുടെ തഴുകലേൽക്കുമ്പോൾ കരളിലൊരു രോമാഞ്ചം.

തൂത്തു കഴിഞ്ഞിട്ടും അവൾ മുറിയിൽ നിന്നു പോയില്ല. വാതിൽ ചാരി അവൾ ലക്ഷ്യമൊന്നുമില്ലാത്ത ഭാവത്തിൽനിന്നു. നാശം! കാര്യം കഴിഞ്ഞിട്ടും പോയിക്കൂടെ?

ആരോടെന്നില്ലാതെ അവൾ പറഞ്ഞു: "എന്റെ സാവു ഇന്ന് പട്ടിണിയാണ്."

അയാൾക്കൊന്നും പറയാൻ തോന്നിയില്ല. "രാത്രി ആരെയും കൂട്ടിനു കിട്ടിയില്ലേ?" എന്നു ചോദിക്കാൻ തോന്നിയെങ്കിലും ചോദിച്ചില്ല.

അവൾ പിന്നേയും പറഞ്ഞു: "വിശപ്പ് സഹിക്കാൻ അവളായിട്ടില്ല. പാവം പെണ്ണ്!"

അയാൾ ജാലകപ്പഴുതിലൂടെ നോക്കി. പനമ്പ് കുത്തി മറച്ച ചെറ്റയും ചാരി സാവിത്രി വാടിത്തളർന്ന് ഇരിക്കുന്നു. അവളുടെ തലമുടിയിൽ നല്ല റിബ്ബണിട്ട് കെട്ടിയിട്ടില്ല. അകലെയെങ്ങോ മിഴിയൂന്നി അവൾ ദുഃഖിതയായി ഇരിക്കുകയാണ്.

അമ്മയുടെ പാപത്തിന്റെ ഫലമാണെങ്കിലും ആ കൊച്ചുപെണ്ണ് എന്തു പിഴച്ചു? അവൾ ശുദ്ധയാണ്. ഒരു കാട്ടുപൂവിനെക്കാളും അഴകുള്ള മെയ്യും.

കുറച്ചുനേരംകൂടി മൂകയായി നിന്നിട്ട് ഒരു നെടുവീർപ്പോടെ അവൾ പോയി.

വൈകുന്നേരം ഉറക്കത്തിൽനിന്നെണീറ്റ് അയാൾ ജോലിസ്ഥലത്തേക്ക് ധൃതിയിൽ നടന്നു പോകാൻ തുടങ്ങുമ്പോൾ മറയത്തിരുന്ന് സാവിത്രി കരയുന്നത് കണ്ടു. കവിളുകളിലൂടെ കണ്ണുനീർ ഒഴുകിയിറങ്ങുന്നു. കരഞ്ഞു കരഞ്ഞു അവളുടെ നുണക്കുഴികൾ പൊട്ടിവിരിയുന്ന കവിളുകൾ ചീർത്തിട്ടുണ്ട്.

വാതിൽ ചാരി അവളുടെ അമ്മ നിൽപുണ്ട്. കുളിച്ചിട്ടില്ല. അണിഞ്ഞൊരുങ്ങിയിട്ടുമില്ല. പഴയ വസ്ത്രങ്ങൾ തന്നെയാണ് ധരിച്ചിട്ടുള്ളത്. അവൾ നന്നെ തളർന്നിരിക്കുന്നു.

അവൾ വേദനയോടെ പറയുന്നത് കേട്ടു: "കരയല്ലേ സാവൂ."

ഏങ്ങലോടെ മകൾ പറഞ്ഞു: "പിന്നെ.....എനിക്ക് വെശക്കുമ്പ കരയണ്ടാന്ന്!"

ഒരു നിമിഷം അയാളവിടെ തങ്ങി നിന്നു.

അമ്മ കണ്ണുകൾ തുടയ്ക്കുന്നു.

ഭാര്യയുടെ കത്ത് കിട്ടി. ലജ്ജ കുറയൊക്കെ വിട്ടൊഴിഞ്ഞുകഴിഞ്ഞു. അവൾ കുറെനാൾ ആശയോടുകൂടി കാത്തിരുന്നുവത്രേ. ഉള്ള് തുറന്നു കാണിച്ചുകൊണ്ട് ചോദിക്കുകയാണ്: "താനും ഒരു പെണ്ണല്ലേ? എനിക്കും ഒരമ്മയാകേണ്ടേ?"

ഭാര്യയുടെ ഗദ്ഗദം അയാളുടെ കാതുകളിൽ പ്രതിദ്ധ്വനിച്ചു. കലങ്ങിയ കണ്ണുകളുമായി നിൽക്കുന്ന അവളെ അയാൾ സങ്കൽപ്പിച്ചുനോക്കി. ലജ്ജയൊക്കെ എവിടെ പോയി?

എന്തിനു വേണ്ടിയോ അയാൾ ജാലകത്തിലൂടെ പടിഞ്ഞാറുഭാഗത്തേക്ക് നോക്കി . കാര്യമൊന്നുമുണ്ടായിട്ടല്ല. ഉഷ്ണത്തിന്റെ ശല്യവുമില്ല. ആകാശം നിറയെ കനത്തതും നീലനിറം പൂണ്ടതുമായ മേഘങ്ങൾ. ശീതം തൂവുന്ന ചുറുചുറുക്കുള്ള കാറ്റ്. എപ്പോൾ വേണമെങ്കിലും മഴ പൊഴിഞ്ഞേക്കാം.

ഇറയത്ത് സാവിത്രി തളർന്നു ചുരുണ്ടുകൂടി കിടപ്പുണ്ട്. പനമ്പു ചെറ്റ ചാരിക്കൊണ്ട് അവളുടെ അമ്മ എന്തോ ഓർത്തിരിക്കുന്നു. ചുണ്ടിൽ പുഞ്ചിരിയില്ല. കണ്ണുകളിൽ സുറുമയില്ല. തലമുടിയിൽ പൂ ചൂടിയിട്ടില്ല. അണിഞ്ഞൊരുങ്ങിയിട്ടുമില്ല.

കഴിഞ്ഞ ദിവസം അവിടെ തീപ്പുക കണ്ടില്ല. അതിന്നു മുമ്പത്തെ ദിവസവും കണ്ടില്ല. അതിന്നു മുമ്പോ? ഓർമ്മയില്ല.

രാത്രി അവിടെയാരും വന്നിരിക്കയില്ല. അവൾ എന്താണ് ഈയിടെയായി അണിഞ്ഞൊരുങ്ങാത്തത്? അവളെയാർക്കും വേണ്ടേ? അവൾ മുടി ചീകി അലങ്കരിക്കാറില്ല. പൂ ചൂടിക്കണ്ടിട്ട് പല നാളുകളായി. മുമ്പൊക്കെ പൂ ചൂടി അണിഞ്ഞൊരുങ്ങി ചുണ്ടിൽ ഒരു കൃത്രിമ മന്ദഹാസവുമായി അവൾ മാംസവിൽപനയ്ക്ക് സ്വയം പരസ്യപ്പെടുത്തിക്കൊണ്ട് നിൽക്കുമായിരുന്നു.

സാവിത്രി ഉറങ്ങിയിട്ടില്ല. അവൾ തളർന്നു കിടക്കുകയാണ്. അവളുടെ കൊച്ചു പാവാട കുറെയധികം കീറിയിട്ടുണ്ട്. അരികെ ഒരു ചെറിയ പാവ തലയുടഞ്ഞു കിടക്കുന്നു. അവൾ അതിന്റെ ഉടഞ്ഞ തലയിൽ

വാത്സല്യത്തോടെ തടവിക്കൊണ്ടിരുന്നു. അംഗഭംഗം വന്ന ആ പ്രിയപ്പെട്ട "മൃതദേഹം" അവളുടെ മിഴികൾ നിറച്ചു.

അമ്മ മകളുടെ ചുരുൾ നിറഞ്ഞ ശിരസ്സിൽ തലോടി. അവളുടെ മിഴികൾ ആർദ്രമാവുകയാണ്. ഒരു വേശ്യ കരയാൻ തുടങ്ങുന്നു!

അയാൾ കിടക്കയിൽ വന്നു കിടന്നു. ജാലകത്തിലൂടെ കുളിർ തൂവിക്കൊണ്ട് കാറ്റ് കടന്നു വന്നെങ്കിലും അയാൾക്ക് തെല്ലും ഉറക്കം വന്നില്ല. ആകാശത്തിന്റെ ഇളം നീലിമയിൽ ഉരുമ്മിക്കൊണ്ട് കാർമേഘങ്ങൾ നിരങ്ങി നീങ്ങിക്കൊണ്ടിരുന്നു. എന്തുകൊണ്ടോ കണ്ണുകൾ അടയുന്നില്ല.

കഴിഞ്ഞ രാത്രി ഡ്യൂട്ടിയിലിരിക്കുമ്പോൾ ഉറക്കം തൂങ്ങിയതിന് അയാൾക്ക് രണ്ട് രൂപ പിഴയിട്ടു. ഇൻസ്പെക്ടർ നന്നായൊന്നു ശകാരം വിളമ്പുകയും ചെയ്തു. എന്നിട്ടും ഉറങ്ങാൻ മോഹിച്ചു കിടക്കുമ്പോൾ കണ്ണുകൾ അടഞ്ഞു കിട്ടുന്നില്ല.

അയാൾ സാവിത്രിയെ ഒന്നുകൂടി നോക്കി. അവൾ അമ്മയുടെ മടിയിൽ തളർന്നുകിടന്നു ഏങ്ങിക്കരയുകയാണ്. അമ്മ ഒട്ടിയ വയറിൽ തലോടുന്നു. പിന്നെയും തലോടുന്നു.

അവളുടെ കണ്ണിൽനിന്നു തിളങ്ങുന്ന എന്തോ പൊട്ടി വീണു.

അയാൾ സ്വന്തം കണ്ണുകളിൽ വിരൽത്തുമ്പുകൊണ്ട് അറിയാതെ തൊട്ടുപോയി. അവിടെ നനവ് പറ്റിയിട്ടില്ലേ?

രാവിലെ ജോലി കഴിഞ്ഞു വന്നപ്പോൾ നല്ല മഴയുണ്ട്. പോകുമ്പോൾ കുടയെടുത്തത് ഭാഗ്യമായി. കാറ്റിൽ കുട നിലതെറ്റി ചാഞ്ഞുപോയി. വില്ലുകൾ ഞെരിയുമെന്ന് അയാൾക്കുതോന്നി. കാറ്റിന്റെ പിരിഞ്ഞു കുത്തലിൽ പെട്ട് കുട തകരേണ്ടതായിരുന്നു.

തുറന്നുകിടക്കുന്ന ജനലിലൂടെ കാറ്റു തട്ടി വെള്ളം കിടക്കയിലേക്കു തെറിച്ചു വീണെങ്കിലോ? പോയപ്പോൾ അതടയ്ക്കാമായിരുന്നു. ശ്ശെ! വേണ്ടപ്പോൾ ഒന്നും ഓർക്കുന്ന സ്വഭാവമില്ല. അയാൾ വാതിലിന്ന് മുമ്പിലേക്ക് ധൃതിയിൽ നടന്നു ചെന്നു. നല്ല കാഴ്ച തന്നെ. അയാൾ ആകെയൊന്നു ഞെട്ടി. അറിയാതെ താക്കോൽ കയ്യിൽനിന്നു താഴെ വീണുപോയി.

വാതിൽ പടിയിൽ ശിരസ്സ് ചായ്ച്ച് സാവിത്രി കിടക്കുന്നു. അവളുടെ കൊച്ചു കണ്ണുകൾ കൂമ്പിയിട്ടുണ്ട്. നെഞ്ച് ശ്വാസഗതിയിൽപെട്ട് സാവധാനം ഉയരുകയും താഴുകയും ചെയ്തു.

അവളുടെ നെറ്റിയിൽനിന്നു അളകങ്ങൾ തൂത്തകറ്റിക്കൊണ്ട് അമ്മ കുന്തുകാലിൽ ഇരിക്കുന്നു.

ഒരു നിമിഷം കഴിഞ്ഞ് അയാൾ ചോദിച്ചു: "എന്തു പറ്റി കുട്ടിക്ക്?"

അമ്മ കണ്ണുകൾ ഒപ്പി. ഗദ്ഗദം കണ്ഠത്തിൽ വന്നുമുട്ടി. "വിഷമിക്കരുത്. അവിടെ മുഴുവൻ ചോർന്നിട്ടാണ്. ചോരാത്ത ഒരടി മണ്ണില്ല. ഇവൾ പിഞ്ചല്ലേ? ഞാനിവിടെ എടുത്തു കിടത്തി."

"അവൾക്കെന്തുപറ്റി?"

"അവൾക്ക് പനിയാണ്. വയറ്റിൽ ഒന്നും ചെന്നിട്ടില്ല. പാവം പെണ്ണ്."

കുട്ടിയുടെ തളർച്ചകൊണ്ട് കൂമ്പിപ്പോയ കണ്ണുകളിലേക്ക് നോക്കി അയാൾ മിണ്ടാതെ നിന്നു. അവളുടെ ചെറിയ വയർ അസ്ഥിയിൽ പറ്റിച്ചേർന്നിട്ടുണ്ട്. അതിനുള്ളിൽ ഒന്നുമില്ലേ?

കുട നിവർത്തി അയാൾ പുറത്തേക്കിറങ്ങിപ്പോയി.

തെല്ല് കഴിഞ്ഞു അയാൾ തിരിച്ചുവന്നപ്പോൾ കയ്യിൽ ഒരു ബിസ്ക്കറ്റ് പൊതിയും മധുരനാരങ്ങയുമുണ്ട്. താഴെ വെച്ചിട്ട് അയാൾ പറഞ്ഞു: "കൊടുത്തേക്കൂ? വിശക്കുന്നുണ്ടാകും."

മധുരനാരങ്ങയുടെ തൊലി പൊളിക്കുമ്പോൾ അവൾ ഗദ്ഗദത്തോടെ പറഞ്ഞു: "ഈശ്വരൻ കാണട്ടെ. എന്റെ കുട്ടിക്കാരും തുണയില്ല. അവളുടെ അച്ഛൻ....." കണ്ണൊപ്പിയിട്ട് അവൾ തുടർന്നുപറഞ്ഞു. "ഓർക്കുമ്പോൾ..... എന്തെല്ലാം പറഞ്ഞിട്ടാണെന്നോ എന്നെ മയക്കിയെടുത്തത്? എല്ലാ ആണുങ്ങളും അങ്ങനെയാണ്. ആദ്യം എടുത്തോമനിക്കും. മടുക്കുമ്പോൾ അങ്ങ് എറിഞ്ഞുകളയുകയും ചെയ്യും. അങ്ങോരും അങ്ങനെ ചെയ്തു. കുട്ടിയായപ്പോൾ പിന്നെ എന്നെ വേണ്ടാതായി.....ഇപ്പോൾ പട്ടാളത്തിലാണ്. വേറെ ഭാര്യയുമുണ്ട്." പൊട്ടിക്കരഞ്ഞുകൊണ്ട് അവൾ പറഞ്ഞു: "എന്നെയാർക്കും കണ്ടുകൂട, ആർക്കും. ഞാൻ പിഴച്ചവളായിപ്പോയി."

അയാൾ കോരിച്ചൊരിയുന്ന മഴയത്ത് പിന്നെയും ഇറങ്ങി നടന്നു. ജോലിക്കു പോകേണ്ട നേരമായിട്ടില്ല. ഉറങ്ങാൻവേണ്ടി വന്നതാണു താനും. ഇറങ്ങി നടന്നിട്ട് കാര്യമൊന്നുമില്ല. തലച്ചോറിന് എന്തു പറ്റിയെന്ന് അയാൾ ചിന്തിച്ചുനോക്കി.

ഹോട്ടലിൽ ചെന്നിരുന്നു അയാൾ കുറെ നേരം ഉറങ്ങി. സ്വപ്നത്തിൽ അയാൾ സാവിത്രിയെ കണ്ടു. അവൾ ഒരു അഗ്നികുണ്ഠത്തിന്റെ വക്കിലേക്ക് നടന്നടുക്കുകയാണ്. ജ്വാലകൾ അവളുടെ പൂപോലെ മൃദുവായ ദേഹത്തെ എത്തിപ്പിടിക്കാൻ വേണ്ടി നാക്കു നീട്ടി അടുത്തുകൊണ്ടിരുന്നു. അവളുടെ അമ്മ അങ്ങകലെ നിന്നു ഓടിവരുന്നേയുള്ളൂ. പക്ഷേ, അവൾ അടുത്തെത്തുന്നതിനു മുമ്പ് ജ്വാലകൾ ആ ഓമനയെ വിഴുങ്ങിയെങ്കിലോ?

അവളെ പിടിച്ചു മാറ്റാൻവേണ്ടി അയാൾ കുതിച്ചടുക്കുമ്പോൾ പെട്ടെന്ന് ഞെട്ടിയുണർന്നു.

രണ്ട് ദിവസം കഴിഞ്ഞിട്ടാണ് അയാൾ മുറിയിൽ വന്നത്. ഭാര്യയുടെ വീട്ടിൽനിന്ന് രജിസ്റ്റർ ചെയ്തയച്ച കത്ത് കിട്ടി. ഒരു നല്ല പെണ്ണിനെ വല്ലയിടത്തും ചെന്നു കിടക്കുന്ന ഒരുത്തന്റെ ഭാര്യയാണെന്നു പറഞ്ഞ്

ആയുസ്സു കളയാൻ അനുവദിക്കില്ലത്രെ! അച്ഛനാണ് എഴുതിയിരിക്കുന്നത്. അവസാനം ഒരു ഭീഷണിയാണ്: "നിനക്ക് എന്റെ മകളുടെ കൂടെ വന്നു താമസിക്കാനൊക്കുമോ? ഇല്ലെങ്കിൽ പറഞ്ഞേക്ക് സൊല്ല തീർത്തേക്കാം."

കത്ത് വായിച്ചതിനുശേഷം അയാൾക്കൊരു സുഖവും തോന്നിയില്ല. കാന്റീനിൽ നിന്ന് അയാൾ കാപ്പിയും ഊണും കഴിച്ചു. രണ്ട് ദിവസം അവിടെത്തന്നെ തള്ളിനീക്കുകയും ചെയ്തു.

മുറിയിൽ ഉച്ചയോടുകൂടിയാണ് അയാൾ വന്നത്. മഴ മുറുകിപ്പെയ്യുന്നുണ്ട്. ആകാശം മൂടിക്കെട്ടിനിൽക്കുന്നു. ഉഗ്രമായ ഒരു സംഹാരനൃത്തത്തിനുള്ള അരങ്ങൊരുക്കമാണോ?

വാതിൽപ്പടിയിൽ തല ചായ്ച്ച് സാവിത്രി പുതച്ചുമൂടി കിടപ്പുണ്ട്. അരികെ അവളുടെ അമ്മയും. കണ്ടപ്പോൾ അവൾ ആദരവോടെ എഴുന്നേറ്റിരുന്നു.

താണസ്വരത്തിൽ അയാൾ ചോദിച്ചു; "കുട്ടിക്കെങ്ങനെയിരിക്കുന്നു?"

ക്ഷീണത്തോടെ അവൾ പറഞ്ഞു: "വളരെ കൂടിയിട്ടുണ്ട്. രാത്രി മുഴുവൻ പിച്ചു പേയും പറഞ്ഞുകൊണ്ടേയിരുന്നു."

അയാൾ പുതപ്പ് മാറ്റി കുട്ടിയെ നോക്കി. ദേഹം ഏതാണ്ട് പകുതിയായിക്കഴിഞ്ഞു. അവൾ കിടന്നു ഞരങ്ങുകയാണ്. ദേഹത്തിൽനിന്നു ചൂട് പറന്നുയരുന്നു.

അവൾ അരികെയിരുന്ന് മകളുടെ പൊള്ളുന്ന ദേഹം തലോടി. കുട്ടി ദീനമായി ഞരങ്ങിക്കൊണ്ടേയിരുന്നു.

കാറ്റടിച്ചു ജലകണങ്ങൾ അവളുടെ മെയ്യിൽ തെറിച്ചു വീണു. അവൾ അസഹ്യമായ വെറുപ്പോടെ കിടന്നു പുളയുന്നത് അയാൾ കണ്ടു.

മുറിതുറന്നുകൊണ്ട് അയാൾ പറഞ്ഞു: "അവളെ അകത്ത് കയറ്റി കിടത്തിക്കോളൂ! മഴച്ചാറൽ മേൽ വീഴുന്നത് കണ്ടില്ലേ?"

അവൾ കുട്ടിയെ താങ്ങിയെടുത്ത് അകത്തേക്ക് കൊണ്ടു വന്നു. അയാൾ ആ പൊള്ളുന്ന ദേഹം വാങ്ങി വിരിപ്പ് തട്ടിക്കുടഞ്ഞ് അതിൽ കിടത്തി. ചെറിയൊരു ഞരക്കത്തോടെ അവൾ കിടക്കയിൽ അമർന്നു കിടന്നു.

നാഴികകൾ നീങ്ങിക്കൊണ്ടിരുന്നു.

സന്ധ്യയായപ്പോൾ അവൾ ചോദിച്ചു: "ഇന്ന് ജോലിക്ക് പോകണ്ടേ? എന്താ മറന്നുകളഞ്ഞോ?"

താണസ്വരത്തിൽ അയാൾ പറഞ്ഞു: "ഞാനിന്ന് പോകുന്നില്ല."

"എന്തേ?"

"ഒന്നുമില്ല......ഒരു സുഖം തോന്നുന്നില്ല."

ജനലിലൂടെ പുറത്തേക്ക് നോക്കിക്കൊണ്ട് അവൾ കുറെ നേരം നിന്നു. അയാൾ അവളുടെ ചിതറിക്കിടക്കുന്ന നീണ്ട തലമുടിയിൽ നോക്കി. അതിൽ തൈലം പുരട്ടിയിട്ടില്ല. ചീകി മിനുക്കിയിട്ടില്ല. പൂ ചൂടിയിട്ടില്ല.

അയാൾ തെല്ല് അറപ്പോടെ ചോദിച്ചു: "എന്താണിങ്ങനെ ഒന്നിലും ശ്രദ്ധയില്ലാതെ നടക്കുന്നത്?"

ഗദ്ഗദം കണ്ഠത്തിലോളം വന്നു മുട്ടി. അവൾ നാവിളക്കി: "എനിക്കെല്ലാം മടുത്തു. ആർക്കുവേണ്ടി ഞാൻ അണിഞ്ഞൊരുങ്ങണം? എങ്ങും ശാപവും തുറിച്ചുനോട്ടവും കാർക്കിച്ചുതുപ്പലുമാണ്. മറ്റൊന്നും എന്നെ എതിരേൽക്കാനില്ല. എനിക്കൊന്നിനും വയ്യ. വിശന്നു വിശന്നു ചാവട്ടെ. എന്നാലും......"

കണ്ഠത്തിൽ മുറ്റിയ വേദന വിഴുങ്ങിക്കൊണ്ട് അവൾ പറഞ്ഞു: "എനിക്കിന്നാരുമില്ല. ഞാനും ഈ കുഞ്ഞും മാത്രം. പാവം കുട്ടി! അതിനേയും ആർക്കും കണ്ടുകൂടാ. അവൾ പിറക്കേണ്ടായിരുന്നു. അവൾക്ക് തീയിലൂടെ വളരണം!"

അയാളുടെ നെഞ്ചിനുള്ളിൽ കഴപ്പും വേദനയും അനുഭവപ്പെട്ടു. ഒരു പെണ്ണ് ജീവിതത്തിൽ വിരക്തയാവുകയാണ്. മരണത്തിനുവേണ്ടി അവൾ കാത്തിരിക്കുകയാണ്. ഒരു പെണ്ണ് മരണം മോഹിക്കുന്നു!

അയാൾ മുറിയിൽ വെളിച്ചമുണ്ടാക്കി.

ഉഗ്രമായി കാറ്റ് വീശി. മരങ്ങളുടെ ഇടതിങ്ങിയ പച്ചിലത്തഴപ്പ് ഞെരിച്ചു തകർത്തുകൊണ്ട് കാറ്റ് ചീറിയോടുകയാണ്. വൃക്ഷക്കൊമ്പുകൾ ഒടിഞ്ഞുവീഴുന്നുണ്ട്. സകല ദിക്കുകളും ജ്വലിപ്പിച്ചുകൊണ്ട് കൊള്ളിയാൻ തുടരെ തുടരെ മിന്നി. എല്ലാം കിടുകിടുപ്പിക്കുന്ന ഇടിനാദവും. ആകാശം തകർന്നു വീഴുകയാണോ?

എല്ലാം ഞെരിച്ചു തകർത്തുകൊണ്ട് ഉഗ്രവേഗത്തോടെ കാറ്റ് വീശുകയാണ്. ഘോരമായ മഴയും.

തെല്ല് ഇടർച്ചയോടെ അവൾ പറഞ്ഞു: "രാത്രി കുറെയായല്ലൊ. ഞാനിനി പോകട്ടെ?"

ജാലകപ്പഴുതിലൂടെ കൊള്ളിയാൻ കടന്നു വന്നു. ഉഗ്രമായ ചൂടും കണ്ണഞ്ചിക്കുന്ന വെളിച്ചവും. അയാൾ ജനലിന്റെ കതക് വലിച്ചടച്ചു.

അവൾ പിന്നെയും പറഞ്ഞു: "എന്ത് മഴയാണ്! ഞാൻ പോകട്ടെ?"

അപ്പുറം അവളുടെ ചെറ്റപ്പുര ചോർന്നൊലിക്കുകയാണ്. ഒരുപക്ഷേ, അത് ഈ ഭ്രാന്തൻ കാറ്റിൽപെട്ട് കരിയിലപോലെ പറന്നുപോയേക്കാം.

അയാൾ അവളുടെ മുഖത്തേക്ക് നോക്കി. ആ കണ്ണുകളിൽ നീർ ഉറഞ്ഞുകൂടുകയാണ്. ഗദ്ഗദത്തോടെ അവൾ പറഞ്ഞു: ì എന്റെ പുര ഇന്ന് തകരും. ഇനിയെനിക്ക്......കിടക്കാനൊരിടം....."

പുറത്ത് മരങ്ങൾ കടപുഴകി വീഴുന്ന ശബ്ദം കേട്ടു. കാറ്റടിക്കുന്നു. മഴയും മിന്നലും..........

അയാൾ മടിച്ചു മടിച്ചു പറഞ്ഞു: "സാവിത്രി ഇവിടെ കിടക്കുകയല്ലേ? രാവിലെ ഡോക്ടറെ വരുത്താം."

ആർദ്രമായ മിഴികളോടെ അവൾ അയാളെ നോക്കിനിന്നു.

അർദ്ധരാത്രിയുടെ ഹൃദയമിടിപ്പ്പോലെ ദൂരെയെങ്ങോ കോഴി കൂവുന്ന ശബ്ദം അവ്യക്തമായി കേട്ടു.

അയാളുടെ ഹൃദയം ഉറക്കെ മിടിക്കുന്ന ശബ്ദം കാതുകളിൽ വന്നലച്ചു. ശിരസ്സിനു ഭാരം കൂടുകയാണ്. അത് ചായ്ക്കാൻ ചൂടുള്ള ഒരിടത്തിനുവേണ്ടി അയാൾ ദാഹിച്ചു.

മയിൽപ്പീലിയുടെ കടുംനീലിമ പുരണ്ട കണ്ണുകളോടെ അവൾ നോക്കിനിൽക്കുന്നു. അതിൽ കുടിലതയില്ല. ആർദ്രത ഊറിവരുന്നു. കോണുകളിൽ മുത്ത് മുളയ്ക്കുന്നു.

അയാൾ അവളുടെ അരികിലേക്ക് നീങ്ങിച്ചെന്നു. എന്നിട്ട് അലിവൂറി നിൽക്കുന്ന ആ കണ്ണുകളിലേക്ക് പാരവശ്യത്തോടെ നോക്കിനിന്നു.

"ശാരദേ!"

"എന്തോ?"

അനുസരണയുള്ള ഒരു സ്ത്രീയുടെ കരളുലഞ്ഞുവന്ന മൃദുസ്വരം! അവളുടെ ചുണ്ടുകളിൽ ഗദ്ഗദം വന്നു മുട്ടി നിൽക്കുന്നു.

ഭാരമുള്ള അയാളുടെ ശിരസ്സ് ചൂടുള്ള ഒരിടവും തേടി ചാഞ്ഞപ്പോൾ അവളുടെ ഹൃദയമിടിപ്പുകൾ അയാളുടെ ചെവിയിൽ എന്തോ മന്ത്രിച്ചു.

■

നാളെ അവർ എവിടെയായിരിക്കും

ഈ മുറിയും ചുറ്റുപാടുമുള്ള ശാന്തസുന്ദരമായ അന്തരീക്ഷവും ഞാൻ ഉപേക്ഷിക്കാൻ പോവുകയാണ്. എനിക്കിനി ഇവിടെ സ്ഥാനമില്ല. എനിക്കിവിടെ യാതൊരാളുമായി ഇനി ബന്ധമില്ല. സ്നേഹിച്ച ഈ വീടിനെയും വീട്ടുകാരെയും വിട്ട് എനിക്ക് പോകാതെ വയ്യ.

ഈ വീട്ടിൽ ഒരിക്കൽക്കൂടി എനിക്ക് കടന്നുവരാൻ പാടില്ല!

വേദനയോടെ ഞാൻ ജനലഴികൾക്കിടയിലൂടെ പുറത്തേക്കു നോക്കി. വെളിച്ചം ഊറിവരുന്നു. മുറ്റത്തെ ചാമ്പമരം ഉദയരശ്മികൾ തൂക്കിയ തോരണമണിഞ്ഞ് ഉലയുന്ന ചില്ലകളുമായി നിൽപ്പുണ്ട്. വെളുത്തു തുടുത്ത ചാമ്പയ്ക്ക കുലകളിൽ തൂങ്ങിക്കിടക്കുകയാണ്. അണ്ണാൻ ചാമ്പയ്ക്ക കരണ്ടുകൊണ്ട് കുലകളിൽ ഞാന്നുകിടക്കുന്നത് കണ്ടു.

കിണറ്റുവക്കിലെ ചട്ടിയിൽവെച്ചിട്ടുള്ള ആ ചുവന്ന റോസ ഒരു പുതിയ പൂവുമായി കാറ്റിൽ ആടിയുലയുകയാണ്. ഇന്നലെ അതിലൊരു മൊട്ടേ ഉണ്ടായിരുന്നുള്ളൂ. രാത്രി നല്ല നിലാവുണ്ടായിരുന്നു. നിലാവിനുവേണ്ടി അതു ചുണ്ടുവിടർത്തിയതായിരിക്കും. അതിന്റെ തുടുത്ത് ചുമന്ന ഇതളുകളിൽ പ്രഭാതരശ്മികൾ ഉമ്മകൾ കോരിച്ചൊരിയുകയാണ്.

എനിക്കിനി ഇവിടെനിന്ന് ആരും ചുവന്ന റോസാപ്പൂക്കൾ പറിച്ചു തരികയില്ല!

ഏതാനും മാസങ്ങൾക്ക് മുമ്പ് ഞാനിവിടെ ആദ്യമായി വന്നപ്പോൾ ഈ പനിനീർച്ചെടി മൊട്ടിടാൻ തുടങ്ങിയിരുന്നില്ല. ചാമ്പ പൂക്കാൻ തുടങ്ങിയിട്ടേ ഉള്ളൂ. അന്ന് നല്ലവളായ ആ ജ്യേഷ്ഠത്തി ചെടികൾക്കു വെള്ളം പകർന്നുകൊടുത്തുകൊണ്ട് നിൽക്കുകയായിരുന്നു.

ഗേറ്റിൽ വന്നുനിന്ന് ഞാൻ വിളിച്ചുചോദിച്ചു: "ത്രേസ്യാച്ചേടത്തിയുടെ വീടല്ലേ ഇത്?"

അവർ ബക്കറ്റ് ചരലിൽ വെച്ചിട്ട് നിവർന്നുനിന്ന് എന്നെ നോക്കി. കാഴ്ച കുറഞ്ഞ ആ കണ്ണുകൾ എന്നിൽനിന്ന് എന്തെല്ലാമോ വായിച്ചു മനസ്സിലാക്കിയിരിക്കുകയാണ്. ആ ചുണ്ടുകളിൽ ചിരി വിരിഞ്ഞു. സന്തോഷത്തോടെ അവർ പറഞ്ഞു: "വരാം, വരാം, എനിക്കാളെ പെട്ടെന്നു മനസ്സിലായില്ല. വന്നേ."

കൈ കഴുകി വൃത്തിയാക്കിയിട്ട് അവരെന്നെ വരാന്തയിലേക്ക് കൂട്ടിക്കൊണ്ടുപോയി. തകർന്ന ഒരു ചൂരൽകസേര നീക്കിയിട്ടുകൊണ്ട് അവർ പറഞ്ഞു: "ഉള്ളതിൽ ഇരിക്കാം. ഇവിടെ മാന്യന്മാരൊക്കെ വന്നാൽ ഒന്നിരിക്കാൻ കൊടുക്കാനില്ല."

ബലഹീനമായ ആ പഴയ കസേരയിൽ ഞാൻ പേടിയോടുകൂടി ഇരുന്നു. ഒരുപക്ഷേ, അതു തകർന്നുവീണേക്കാം. പിന്നോട്ടൊന്നു മലർന്നപ്പോൾ കൂർത്ത ചൂരൽപ്പൊളികൾ പുറത്ത് കുത്തിത്തറച്ചു.

ചിരിച്ചുകൊണ്ട് അവർ ചോദിച്ചു: "അപ്പോൾ മുറി നോക്കാൻ വന്ന ആളല്ലേ?"

എന്നെപ്പറ്റി ഒരു സുഹൃത്ത് അവരോട് പറഞ്ഞിട്ടുണ്ട്. എനിക്കൊരു മുറി വേണമെന്ന് അവർക്കറിയാം. എന്റെ പേരു പറഞ്ഞിട്ട് അവർ ചോദിച്ചു: "ഇപ്പോഴൊന്നും എഴുതാറില്ലേ?"

"ബഹളമില്ലാത്ത ശാന്തമായ ഒരു മുറി കിട്ടിയിട്ടുവേണം എനിക്കിനി എഴുതാൻ തുടങ്ങാൻ."

ഈ നഗരത്തിൽ സൗകര്യമുള്ള ഒരു മുറി കിട്ടാൻവേണ്ടി ഞാൻ അലയുകയായിരുന്നു. ബഹളമില്ലാത്ത ഒരന്തരീക്ഷം അവിടെ ഉണ്ടായിരിക്കണം. രാജപാതക്കരികെ ഒരു ഹോട്ടലിന്റെ മേൽനിലയിലായിരുന്നു എന്റെ താമസം. നഗരത്തിലെ പ്രധാന സിനിമാതിയേറ്റർ അതിനെതിരെയാണ്. പാതയിലൂടെ ബസ്സും കാറും ലോറിയും ക്രൂരമായി ചിന്നംവിളിച്ചുകൊണ്ട് ഒന്നിനു പുറകെ ഒന്നായി കുതിച്ചുപായും. പാതയിലൂടെ നടന്നുപോകുന്നവരുടെ ചെരിപ്പുകൾ ഉരയുന്ന പരുക്കൻ ശബ്ദം മുറിയിൽ കിടന്നുകൊണ്ടുതന്നെ വ്യക്തമായി കേൾക്കാം. ഒന്നു കണ്ണുചിമ്മുമ്പോൾ തീവണ്ടിയുടെ നിർദ്ദയമായ ചൂളംവിളി കാതുകളിൽ മുഴങ്ങും. ശിരസ്സിലൂടെ അതിന്റെ ചക്രങ്ങൾ ഉരുളുകയാണോ? എല്ലാം ഇടിഞ്ഞുതകരാൻ പോകുന്നപോലൊരു തോന്നൽ.

ഞാൻ തൂങ്ങുന്ന കൺപോളകൾ തിരുമ്മിക്കൊണ്ടു പിന്നെയും മുറിയന്വേഷിച്ചു അലയാൻ തുടങ്ങി.

ഇവിടെയാണ് എനിക്കന്ന് മുറി കിട്ടിയത്.

മുറി തുറന്നു താക്കോൽ എന്റെ വലതുകയ്യിൽ തന്നെ സൂക്ഷിച്ച് ഏൽപ്പിക്കുമ്പോൾ ആ നല്ല സ്ത്രീ അവരുടെ നല്ല സ്വരത്തിൽ പറഞ്ഞു: "താമസം തുടങ്ങാൻ നല്ല ദിവസമാണിന്ന്. കർത്താവേ! നന്മ വരുത്തണേ!"

മുറിയിൽ കിടക്കയില്ലാത്ത ഒരു മടക്കു കട്ടിലും ഒരു വട്ടമേശയും പഴയ കസേരയുമുണ്ട്. കട്ടിലിന്റെ കനം കുറഞ്ഞ അഴികൾ കുത്തേറ്റ് ഒരു ചെറിയ സമർദ്ദംകൊണ്ടുതന്നെ നുറുങ്ങിപ്പോകും. ജനലിന് കൊളുത്തില്ലെന്ന് ഒരു ഞെട്ടലോടെ ഞാൻ കണ്ടുപിടിച്ചു. പുറത്തുനിന്ന് ആർക്കു വേണമെങ്കിൽ ഒരു നീണ്ട ആയുധംകൊണ്ട് എന്നെ വധിക്കാം. എന്റെ പുസ്തകങ്ങൾ, പേന, വസ്ത്രം, എല്ലാം അവനെടുക്കുകയും ചെയ്യാം.

ഈ വീട്ടിൽ വൈദ്യുത വിളക്കുകളില്ല. ശുദ്ധജലമെടുക്കാൻ പൈപ്പുമില്ല. കലങ്ങിയ വെള്ളമുള്ള ഒരു കിണറുണ്ട്. പണമില്ലാതിരുന്നതുകൊണ്ട് അവർ ലൈറ്റും പൈപ്പും എടുത്തില്ല.

എന്റെ കുണ്ഠിതം മനസ്സിലാക്കിയിട്ടായിരിക്കാം, അവർ പറഞ്ഞു: "ഒന്നും പേടിക്കാനില്ല കേട്ടോ! ഞങ്ങളുടെയൊക്കെ കണ്ണ് ഇതിനു ചുറ്റുമുള്ളപ്പോ പേടിയെല്ലാം വെറുതെ."

എന്റെ പുതിയ മുറിക്കു ചുറ്റും ശാന്തമായ പരിസരങ്ങളാണ്. ഇതിനടുത്ത് രാജപാതയില്ല. ചെറിയ റോഡിലൂടെ ബസ്സും കാറും ലോറിയും ഇരച്ചുപായുകയില്ല. ഉറക്കം തൂത്തകറ്റിക്കൊണ്ട് തീവണ്ടി ചൂളംവിളിക്കുകയില്ല.

എന്റെ അയൽക്കാർ ഉദ്യോഗസ്ഥന്മാരും അവരുടെ ഭാര്യമാരുമൊക്കെയാണ്. അവർ വിദേശികളാനുതാനും. ഭർത്താവ് രാവിലെ പാന്റും കോട്ടും ധരിച്ചു സൈക്കിളിൽ ആഫീസിലേക്കു പോയാൽ പിന്നെ സുന്ദരിയായ ഭാര്യ തനിച്ചാണ്. കുഞ്ഞിനെ ഒക്കിലെടുത്ത് അവൾ വരാന്തയിലൂടെ സാവധാനം നടക്കുന്നത് കാണാം. അല്ലെങ്കിൽ, കുഞ്ഞിനെ ചരലിലിരുത്തിയിട്ട് അവൾ ബക്കറ്റെടുത്ത് ചെടികൾക്കു വെള്ളമൊഴിക്കും. കാറ്റിൽ മത്സരിച്ചു പറക്കുന്ന സാരിത്തുമ്പും തലമുടിച്ചുരുളുകളും......പൂവിൽ നിന്നു പൂവിലേക്കു പാറി വീഴുന്ന അഴകുള്ള കണ്ണുകൾ..........

വൈകുന്നേരം കുഞ്ഞിന്റെ അച്ഛനെ ഓർത്ത് അതിനെ മാറോടണച്ച് ഓമനിച്ചുകൊണ്ട് അമ്മ ഗേറ്റിൽ നിൽക്കും. സൈക്കിളിന്റെ ബെല്ല് കേൾക്കുമ്പോൾ അവളുടെ ചുണ്ടിൽ നക്ഷത്രം വിരിയുന്നതു കാണാം. സൈക്കിൾ ചുമരിൽ ചാരിയിട്ട് അമ്മയുടെ കൈയിലിരുന്നു തുള്ളുന്ന കുഞ്ഞിനെ അച്ഛൻ ആർത്തിയോടെ വാരിയെടുത്തു കവിളുകൾ മുകരുന്നു.

ത്രേസ്യാച്ചേടത്തിയുടെ വീട്ടിൽ വേറെയും താമസക്കാരുണ്ട്. ചെറുപ്പക്കാരിയും സുന്ദരിയുമായ ഭാര്യയോടുകൂടി ഒരു മുനിസിപ്പാലിറ്റി ജോലിക്കാരൻ. വടക്കെ അറ്റത്തെ മുറിയിൽ ഒരു തപാൽ ശിപായിയും അമ്മയും ഭാര്യയും സ്കൂളിൽ പോകുന്ന രണ്ട് കുട്ടികളും. ആസ്പത്രിയിൽ ക്ലാർക്കായി നിയമനം കിട്ടിയിട്ടുള്ള ആ നീണ്ട് മെലിഞ്ഞ മനുഷ്യൻ ഒരു ചെറിയ മുറിയിൽ തനിച്ചാണ്. അയാൾ മധുരമായി ബുൾബുൾ വായിക്കും.

രാത്രി മുനിസിപ്പാലിറ്റി ജോലിക്കാരൻ തിരിച്ചുവരും. പുള്ളി ഒരു രസികനാണ്. അയാളുടെ ചെറുപ്പക്കാരിയായ ഭാര്യക്കു എപ്പോഴും പരിഭവമാണ്. അവൾ കെഞ്ചിക്കൊണ്ട് പറയും: "പിന്നെ........നിങ്ങൾ ഇന്നും വരാൻ വൈകിയല്ലോ! നല്ല പണിയാണ് കേട്ടോ! ഞാനെത്ര നേരമായി കാത്തിരിക്കുന്നു!"

അയാൾ ഉറക്കെ പൊട്ടിച്ചിരിക്കും. ഭാര്യയുടെ കവിളിൽ നോവിക്കാതെ നുള്ളിയിട്ട് ഒരു സിനിമാപ്പാട്ട് ഈണത്തിൽ പാടുകയും ചെയ്യും. അവളുടെ

ചുണ്ടുകൾക്കിടയിൽനിന്ന് ഒരമ്പിളിക്കീറ് ഒളിഞ്ഞൊളിഞ്ഞ് എത്തി നോക്കും.

"ഒന്ന് ചുമ്മാ ഇരിക്കെന്ന്! വൈകിവന്നിട്ടിപ്പ ഒരു നുള്ളലും പുന്നാരോം.... ഓ!" ഭാര്യയുടെ സ്നേഹമധുരമായ പരിഭവമാണ്.

"പിണങ്ങാതെ എന്റെ കിളിയേ!" പിന്നെ ചിരിയാണ്. തരിവള കിലുങ്ങുന്നപോലെ.

അതൊന്നും മുഷിപ്പിക്കുകയില്ല. കയ്പ് കലരാത്ത ആനന്ദം പകർന്നു തരികയും ചെയ്യും. ആഫീസിലെ പകൽ മുഴുവനുമുള്ള ജോലിക്കുശേഷം എനിക്ക് മുറിയിൽ വന്നിരുന്ന് എഴുതാം. ഒന്നും ശല്യമായിട്ടില്ല.

ഉറങ്ങുമ്പോൾ തീവണ്ടിയുടെ ചൂളംവിളി കാതുകളിലൂടെ തുളച്ചു കയറുകയില്ല.

ഉള്ളതിൽ നല്ല മുറികളെല്ലാം വാടകയ്ക്ക് കൊടുത്തിരിക്കയാണ്. ശേഷിച്ച ഒരു മുറിയിലാണ് അവരുടെ താമസം. എന്റേതിനോട് തൊട്ടുള്ള മുറിയാണത്. മുമ്പിൽ ചെറിയൊരു വരാന്ത. അതിനു തൊട്ടു കിടപ്പു മുറിയും തീൻമുറിയും മറ്റെല്ലാംകൂടിയായ ആ ഒരേയൊരു മുറി. അവർക്കടുക്കളയില്ല. അതിനു പകരം മുറ്റത്ത് ഓലകൊണ്ടുള്ള ഒരു വളച്ചു കെട്ടുണ്ട്. അതിലാണ് പാചകം.

ചെന്നതിന്റെ നാലാമത്തെ ദിവസമാണ് ത്രേസ്യച്ചേടത്തിയുടെ മകൾ അവിടെ താമസമുണ്ടെന്ന വിശേഷവാർത്ത ഞാൻ കേട്ടത്.

"ലില്ലി!" എന്ന് ഇടക്കിടയ്ക്ക് അവൾ വിളിക്കുന്നത് ഞാൻ കേൾക്കാറുണ്ട്. പക്ഷേ, ആരും മറുവിളികേട്ടിരുന്നില്ല. ശ്രദ്ധിക്കുമ്പോൾ പാദങ്ങൾ തിണ്ണയിലൂടെ ഉരഞ്ഞു നീങ്ങുന്ന ശബ്ദം അവ്യക്തമായി കേൾക്കാം.

ഉരഞ്ഞു നീങ്ങുന്ന ആ പാദങ്ങളുടെ ഉടമസ്ഥയെ നാലാമത്തെ ദിവസം ഞാൻ കണ്ടു.

പ്രായം കഴിഞ്ഞിട്ടും പാവാട വിടാത്ത ഒരു വലിയ പെണ്ണ്. അടുക്കളയിലേയ്ക്ക് മിന്നൽവേഗത്തിൽ കടന്നു പോവുകയായിരുന്നു. കയ്യിൽ ഒരു അലുമിനിയം പാത്രവും അതിൽ സ്വൽപം അരിയുമുണ്ട്. വെളുത്ത കൈത്തണ്ടകളിൽ കിലുങ്ങുന്ന കുപ്പിവളകൾ. ആ കണ്ണുകൾ പാദങ്ങളുമായി അദൃശ്യമായ ഒരു ചരടുകൊണ്ടു ബന്ധിക്കപ്പെട്ടപോലെ തോന്നി.

ആസ്പത്രിയിലെ ക്ലാർക്കും ബുൾബുൾ വായനക്കാരനുമായ ആ നീണ്ട് മെലിഞ്ഞ മനുഷ്യൻ പറഞ്ഞു: "അതാണ് ലില്ലി. ത്രേസ്യാച്ചേട്ടത്തിയുടെ ഇളയ മകൾ. ഞാനവളെ 'ബൊമ്മ' എന്ന ഓമന പേരിട്ട് വിളിക്കുന്നു. മിസ്സ് ബൊമ്മ മിണ്ടിക്കേൾക്കുന്നത് ഒരദ്ഭുതസംഭവം പോലെയാണ്."

ലില്ലി വളരെ കുറച്ചേ സംസാരിക്കാറുള്ളൂ. വല്ല ചോദ്യവും ചോദിച്ചാൽ ഒരു വാക്കിൽ മറുപടി തീർക്കും. ദേഹം നിറയെ തൂങ്ങിക്കിടക്കുന്ന

ചങ്ങലകൾ അനങ്ങിയാൽ കിലുങ്ങുമെന്ന് ഭയപ്പെട്ടിട്ടെന്നമാതിരിയാണ് നടക്കുന്നത്. ആണിന്റെ മുമ്പിൽ അവൾ ചെല്ലാറില്ല. ഞാൻ വരാന്തയിൽ ചെല്ലുമ്പോൾ വാതിൽക്കൽനിന്ന് ആരോ പിടഞ്ഞുമാറുന്ന ശബ്ദം കേൾക്കാം. അത് ലില്ലിയാണ്.

ത്രേസ്യച്ചേടത്തിയുടെ വരാന്തയിലെ ഭിത്തിയിൽ ഏതാനും ഫോട്ടോ തൂക്കിയിട്ടുണ്ട്. അവരുടെ പൂർവ്വകാലജീവിതം ആ സ്ഫടികക്കൂടുകൾക്കുള്ളിൽ പ്രതിബിംബിച്ചുകിടക്കുകയാണ്. ആ നല്ല കാലത്ത് ഫോട്ടോ എടുക്കൽ അവർക്കെളുപ്പമായിരുന്നു. അത് ഒരു ചിലവാണെന്ന് തോന്നിയിരുന്നില്ല.

ഒരു ദിവസം അവർ ആ ചിത്രക്കൂടുകൾക്കകത്തെ ലോകവുമായി എന്നെ പരിചയപ്പെടുത്തി.

നടുവിൽ മാലയിട്ട് അലങ്കരിച്ചു വെച്ചിട്ടുള്ളതാണ്, ത്രേസ്യാച്ചേടത്തിയുടെയും ഭർത്താവിന്റെയും ഒരുമിച്ചുള്ള ഫോട്ടോ. അതിന്റെ ഫ്രെയിമിൽ സ്വർണ്ണം പൂശിയിട്ടുണ്ട്. വിലപിടിച്ച വസ്ത്രങ്ങളണിഞ്ഞു ലജ്ജാലോലമായ മന്ദഹാസം പൊഴിച്ചുകൊണ്ടു ത്രേസ്യാച്ചേടത്തി നിൽക്കുന്നു. മെയ്യിൽ ഭംഗിയുള്ള ആഭരണങ്ങളുണ്ട്. ആപ്പിൾപഴത്തിന്റെ തുടുതുടുപ്പുള്ള കവിളുകൾ. അവർക്കരികെ അവരുടെ തോളിൽ മന്ദമായി സ്പർശിച്ചുകൊണ്ടു ഒരു സുന്ദരനായ യുവാവ്. ചുരുണ്ട തലമുടി പിമ്പോട്ട് ചീകിവെച്ചിട്ടുണ്ട്.

“അതാണ് എന്റെ ഭർത്താവ്. എന്ത് നല്ല മനുഷ്യനായിരുന്നു.” അവരുടെ തൊണ്ടയിടറി. ആ കണ്ണുകൾ നനയുന്നുവെന്നു എനിക്കു തോന്നി.

ആ ഛായാചിത്രത്തിൽനിന്നും കണ്ണെടുക്കാതെ ഞാൻ നോക്കിനിന്നു. അവരിങ്ങനെ തൊട്ടുരുമ്മി നിൽക്കുമ്പോൾ അതുല്യമായ ഒരാകർഷണശക്തിയുണ്ട്. മഞ്ഞും നിലാവും പുൽകിയിണങ്ങിയ മാതിരിയുള്ള സുന്ദരമായ ഒരു യോജിപ്പ്.

അവരുടെ വിവാഹം ആർക്കും ഇഷ്ടപ്പെട്ടിരുന്നില്ലത്രെ, ആ സുന്ദരനായ യുവാവ് ധാരാളം കുടിക്കുമെന്നതാണ് പ്രധാന കാരണം. പണം കടിഞ്ഞാണില്ലാതെ ചിലവിടാൻ അയാൾക്ക് തെല്ലും മടിയില്ല. ആനന്ദിക്കാൻവേണ്ടി അയാൾ എന്തും ചെയ്യും. അയാൾക്ക് പിന്നിൽ സ്ത്രീകളുമായി ബന്ധമുള്ള ചില അശ്ലീല കഥകളുണ്ടുതാനും.

എങ്കിലും ത്രേസ്യ, സേവിയറെ സ്നേഹിച്ചു.

വീട്ടുകാർക്കു അതൊട്ടും ഇഷ്ടമായിരുന്നില്ല. ഒരു ദിവസം അയാൾക്ക് ചോദിച്ചു: “ത്രേസ്യ, നിനക്കെന്റെ കൂടെ വരാൻ മനസ്സുണ്ടോ?”

സുന്ദരിയും കുലീനയുമായ ഒരു പെണ്ണിന്റെ കണ്ഠം ഇടറി. അവളുടെ തൊണ്ടയിൽ കാട്ടുമുള്ളു ഞെരിഞ്ഞു: “വിളിച്ചാൽ ഞാനെവിടെയും പോരാനൊരുക്കമാണ്. എന്നെ സംശയിക്കരുതേ! ഈ ജന്മത്തിൽ ഞാൻ മറ്റാരേയും.....”

അയാൾ വിളിച്ചു. അവൾ ഇറങ്ങിച്ചെല്ലുകയും ചെയ്തു. ബന്ധുക്കൾ വിരോധിച്ചെങ്കിലും അവർ ഭാര്യഭർത്താക്കന്മാരായി.

ഈ വീട്ടിൽ വളരെ കൊല്ലങ്ങൾക്കുമുമ്പു അവർ വന്നുകയറി. ഭാര്യയോടൊപ്പം താമസിക്കാൻവേണ്ടി അയാൾ വാങ്ങിയതാണ് ഈ വീട്. വിദേശങ്ങളിൽനിന്ന് അയാൾ ചെടികൾ വരുത്തി മുറ്റം നിറയെ വെച്ചു പിടിപ്പിച്ചു. ഡാലിയ, പോപ്പി, കാനാ, മേരി ഗോൾഡ് തുടങ്ങിയ ചെടികൾ വിരിഞ്ഞു തുടുത്ത പൂക്കൾ കാറ്റിലാട്ടിക്കൊണ്ട് മുറ്റം നിറയെ നിന്നിരുന്നു.

ചെടിക്കിടയിൽ ഭാര്യയും ഭർത്താവുംകൂടി കുട്ടികളെ ഓമനിച്ചു കൊണ്ടു നിൽക്കുന്ന ആ ചിത്രത്തിൽ നോക്കിനിന്നപ്പോൾ അവരുടെ കണ്ണുകൾ നിറഞ്ഞു. ഗദ്ഗദത്തോടെ അവർ പറഞ്ഞു: "കുട്ടികളെ ജീവനായിരുന്നു. നടക്കാൻ പോയിട്ട് തിരിച്ചുവരുമ്പൊ സിൽക്കുടുപ്പുകളും കളിക്കോപ്പും ചോക്കലേറ്റുമൊക്കെയായി പലതും ഉണ്ടാകും."

അയാൾ വലിയ ഉല്ലാസപ്രിയനായിരുന്നു. ഉള്ളതുമുഴുവൻ അയാൾ കുടിച്ചുതീർത്തു. ധനപരമായ കഴിവിന്റെ ആഴം കണ്ടപ്പോൾ അവർ നടുങ്ങി. സ്നേഹത്തോടെ അവർ അയാളെ ഉപദേശിച്ചു: "പണം കുറച്ചു ശ്രദ്ധയോടെ ചിലവ് ചെയ്യണേ! കുട്ടികൾക്ക് നാമല്ലാതെ ആരാണൊരു തുണ?"

ആ സ്നേഹമുള്ള മനുഷ്യൻ ഇന്നവരോടൊപ്പമില്ല.

അവർക്കു ആകെ ശേഷിച്ച ധനം ഈ വീടും ചില്ലറ ആഭരണങ്ങളുമാണ്. ആഭരണങ്ങൾ ഇന്നില്ല. മൂത്ത മകളെ കല്ല്യാണം കഴിച്ചു കൊടുക്കാൻവേണ്ടി അവർ അതെല്ലാം ഉപേക്ഷിച്ചു. വരൻ ഒരു സാധാരണക്കാരനും ക്രൂരസ്വഭാവക്കാരനുമാണ്. വളരെ ശുപാർശകൾക്കും വിലപേശലിനും ശേഷം മാത്രമേ അയാൾ വിവാഹത്തിനും സമ്മതം മൂളിയുള്ളൂ.

ഇടർച്ചയോടെ അവർ പറഞ്ഞു; "അപ്പനുണ്ടായിരുന്നെങ്കിൽ ഈ വിവാഹത്തിന് ഒരിക്കലും സമ്മതിക്കില്ലായിരുന്നു എന്തു ചെയ്യാം! അതേ ഒരു വഴികണ്ടുള്ളൂ. അതിനുതന്നെ എത്ര പാടുപെട്ടെന്റെ കർത്താവേ! എന്നിട്ടും ആ മഹാപാപി ഇടക്കിടയ്ക്ക് എന്റെ മോളെ അടിച്ച് വെളിക്കിറക്കും."

എന്റെ മുറി നിത്യവും രാവിലെ തൂത്തുവൃത്തിയാക്കാൻ വരുമ്പോൾ അവർക്ക് എന്തെങ്കിലും പറയാനുണ്ടാകും. എന്റെ മുറിയോട് അവർക്ക് പ്രത്യേക വാത്സല്യമാണ്. അതിൽ അതുമിതുമൊക്കെ അലസമായി ഇടുന്നത് അവർക്കിഷ്ടമല്ല. സിഗരറ്റുകുറ്റി മുറിയിൽ കണ്ടാൽ അവർ എടുത്ത് പുറത്തേക്കെറിയും.

പല തവണയും അവർ പറഞ്ഞു: "ഈ മുറി ഒന്ന് വൃത്തിയായി സൂക്ഷിക്കണേ മോനേ! ഇല്ലെങ്കിൽ..... ഇല്ലെങ്കിൽ ആ സ്നേഹമുള്ളയാളിന്റെ ആത്മാവ് ഇവളോടു പൊറുക്കില്ല."

ഒരു ദിവസം മുറിയിലേക്ക് കയറിവന്ന് അവർ ആ മടക്കുകട്ടിലിൽ വളരെ സൂക്ഷിച്ചുനോക്കുന്നതുകണ്ടു. അതിന്റെ കുത്ത് പിടിച്ച അഴികളിൽ അവർ കൊട്ടിനോക്കി. അവ നുറുങ്ങിപ്പോകാറായിട്ടുണ്ട്.

കണ്ണുകൾ നിറച്ചുകൊണ്ട് അവർ പറഞ്ഞു: "ഈശോയേ! ഇതും പോകാറായി."

അതിന്റെ അർത്ഥം എനിക്കന്ന് മനസ്സിലായില്ല.

ഒരിക്കൽ മുറിയുടെ വാടകചോദിക്കാൻ വന്നപ്പോൾ അവർ പറഞ്ഞു: "മുമ്പൊന്നും ഞാനീ മുറി ആർക്കും വാടകയ്ക്ക് കൊടുത്തിരുന്നില്ല. മറ്റെല്ലാം കൊടുത്തെങ്കിലും ഇത് മാത്രം ഞാൻ കാത്തുസൂക്ഷിച്ചു. പൂജാമുറി ഞാൻ കൊടുത്തു. എന്നിട്ടും ഇതുമാത്രം....."

ഒടുവിൽ ഒരു തേങ്ങലോടെ അവൾ പറഞ്ഞു: "ഇത് ഞങ്ങളുടെ കിടപ്പുമുറിയായിരുന്നു മോനേ!"

ഈ മുറിയിലെ ഓരോ അണുവിനും ആയിരം ചുംബനങ്ങളുടെ കഥകൾ പറയാനുണ്ട്. ഇതിലാണ് അവരുടെ മധുവിധു ആഘോഷിക്കപ്പെട്ടത്.

ഒരു കാലത്ത് അവർ ഈ വീട്ടിലെ ഒരു മുറിയും വാടകയ്ക്കു കൊടുത്തിരുന്നില്ല. പട്ടിണി അവരെ വിട്ടുപോകാത്ത നാളുകളായിരുന്നു അന്ന്. എങ്കിലും അന്യപാദങ്ങൾക്കു അവർ ഇവിടെ പ്രവേശനം അനുവദിച്ചില്ല.

അന്ന് അവരെങ്ങനെ ജീവിച്ചു? കണ്ണിനു നല്ല കാഴ്ചയുള്ള ആ നാളുകളിൽ അവർ ചിത്രത്തയ്യലിൽ അതിവിദഗ്ദ്ധയായിരുന്നു. നല്ല പരുക്കൻ ശീലയിൽ അവർ അതിമനോഹരമായ കവിത തുന്നിപ്പിടിപ്പിക്കും. കതകുകളിലെ തിരശ്ശീലകളിൽ അവർ ഭംഗിയേറിയ ചിത്രങ്ങൾ തുന്നിപ്പിടിപ്പിച്ചു. മുൻവശത്തെ വാതിലിലെ തിരശ്ശീലയിൽ കടലിന്റെ പ്രതിച്ഛായയായിരുന്നു. ആർത്തിരമ്പുന്ന കടലും ചുണ്ടിൽ പൊട്ടിച്ചിരിയുമായി കുതിച്ചുപായുന്ന തിരമാലകളും. മീതെ കടൽകാക്കകൾ ചിറകടിച്ചു നീന്തുന്നു. പശ്ചാത്തലത്തിൽ അന്തിച്ചോപ്പണിഞ്ഞ തുടുമേഘങ്ങൾ.

കിടക്കയിലും തലയിണയിലും അവർ ഓരോ വലിയ പനിനീർപ്പടർപ്പു സൂചികൊണ്ട് നട്ടുപിടിപ്പിച്ചു. തമ്മിൽ പിണഞ്ഞുകൂടി പടർന്നുകയറുന്ന പനിനീർ വള്ളികളിൽ നിറയെ പച്ചയിലകളാണ്. ഇടയിൽ പൂക്കളും. ഒരു നീലക്കുയിൽ ഇരുന്നു കൂകുന്നു. അതിനു ചുറ്റുമായി വർണ്ണാക്ഷരങ്ങളിൽ അവർ "Forget Me Not" എന്ന് തുന്നിച്ചേർത്തിരുന്നു.

മുത്തുകൾകൊണ്ട് ഒരു പ്രത്യേക രീതിയിൽ അവർ തയ്യൽ വേലകൾ കൊരുത്തുണ്ടാക്കും. നൂലിൽ വിശേഷപ്പെട്ട മുത്തുകൾ കോർത്ത് അവർ പല മനോഹരരംഗങ്ങളും നെയ്തെടുത്തിട്ടുണ്ട്. മഴവില്ലിന്റെ നെറ്റിപ്പട്ട മണിഞ്ഞ കാർമേഘങ്ങളെ നോക്കി പീലിച്ചിറകുകളുടെ പടർപ്പ് വിടർത്തിയാടുന്ന ഒരു മയിലിന്റെ രൂപം അത്യാകർഷകമായിരുന്നു. ഏഴുതരം മുത്തുകൾകൊണ്ടാണ് അവരാ മഴവില്ല് കൊരുത്തെടുത്തത്. മറ്റൊരു സൃഷ്ടി മിന്നാമിനുങ്ങുകൾ മിന്നിമിന്നി ഇഴയുന്ന ഒരു മുളയുടേതാണ്.

ഒരു കുന്നിന്റെ ഉച്ചിയിൽ ഉദയസൂര്യന്റെ തുടുത്തു ചുവന്ന മുഖം എത്തിനോക്കുന്നേയുള്ളൂ. ചുറ്റുപാടും ചോരക്കതിരുകൾ ചിതറുന്നു. അതിന്റെ പശ്ചാത്തലത്തിലാണ് അവർ മിന്നിത്തിളങ്ങുന്ന "WELCOME" എന്ന സ്വാഗതാക്ഷരങ്ങൾ പ്രയാസപ്പെട്ട് തയ്ച്ചു പിടിപ്പിച്ചത്.

ആ സുന്ദരസൃഷ്ടി കാണാൻവേണ്ടി പലരും അവിടെ വന്നിരുന്നു.

ആ പ്രിയപ്പെട്ട കലാസൃഷ്ടികൾ ഇന്ന് അവരുടെ വീട്ടിലില്ല. ഓർക്കുമ്പോൾ അവരുടെ കരളിൽ വേദന വിങ്ങും, കണ്ണുകൾ നിറയും.

അവർക്കും മക്കൾക്കും ജീവിക്കാൻ ഒരു വഴിയും കണ്ടില്ല. അടുപ്പിൽ കനൽ മിനുങ്ങാതെ ദിവസങ്ങൾതന്നെ കടന്നുപോകുന്നതും നോക്കി വേദന കടിച്ചിറക്കിക്കൊണ്ട് അവർ ചുമ്മാ ഇരുന്നു. പെരുകിവരുന്ന വിശപ്പ് അടക്കാൻ മാർഗ്ഗമൊന്നും കണ്ടില്ല. മൂത്ത മകൾ വാതിൽപ്പടിയിൽ ശിരസ്സ് ചായ്ച് തളർന്നുകിടന്നു. കൂടെ ഇളയവളും. പ്രാർത്ഥന ചൊല്ലാൻകൂടി അവർക്കു വയ്യ. അപ്പൻ അവരെ മെത്തയിൽ കിടത്തിയാണ് വളർത്തിക്കൊണ്ടുവന്നത്. വിശപ്പിന്റെ രുചി അവർ അനുഭവിച്ചിട്ടില്ല.

വിശപ്പിൽ വാടിത്തളർന്ന സുന്ദരികളായ പെൺകുട്ടികൾ.

അവർ ആ അഴകുള്ള കലാസൃഷ്ടികളിൽ മിഴിയൂന്നിക്കൊണ്ട് വളരെ നേരം ഉലാത്തി. ഒന്നിനോടും അവർക്കൊരു പ്രീതിക്കുറവ് തോന്നിയില്ല. ഒന്നിനേയും പിരിയാൻ വയ്യ. പക്ഷേ, മക്കൾ വാടിത്തളർന്ന് കിടക്കുകയാണ്.

തിരമാലകൾ കുതിച്ചാർക്കുന്ന കടലിന്റെ ചിത്രം തുന്നിപ്പിടിപ്പിച്ച ആ തിരശ്ശീല അവർ വിറയ്ക്കുന്ന കൈകൊണ്ട് സാവധാനം ചുരുട്ടിയെടുത്തു. നേർത്ത വർണ്ണങ്ങൾകൊണ്ട് അത്യധികമായ ശ്രദ്ധയോടെ വളരെനാൾ മിനക്കെട്ടിരുന്നു തുന്നിത്തീർത്തതാണ് ആ അലങ്കാരയവനിക. അതിൽ തൊട്ടപ്പോൾ അവരുടെ കരൾ നൊന്തു.

ആ വക്കീലിന്റെ പുതുതായി പണിത ഇരുനിലക്കെട്ടിടത്തിലേക്ക് ഇടറുന്ന പാദങ്ങളോടെ അവർ കയറിച്ചെന്നു. ആ ചിത്രാങ്കിതമായ തിരശ്ശീലയിൽ തൊട്ടുനോക്കി വക്കീലിന്റെ സുന്ദരിയായ ഭാര്യ കൊതിയോടെ പറഞ്ഞ വാക്കുകൾ അവർ തേട്ടിത്തേട്ടി ഓർത്തു:

"കർത്താവെ! എന്ത് ചന്തമുള്ള ഡോർ കർട്ടൻ! ഞങ്ങളുടെ ബെഡ് റൂമിലെ വാതിലിൽ ഇത് തൂക്കിയിട്ടാൽ.......ഹും! കൊതിച്ചിട്ടെന്തു കാര്യം!"

വക്കീലിന്റെ ഭാര്യ പൊതിയഴിച്ച് അതിനുള്ളിലെ ആ അലകടൽ നിവർത്തി വാതിലിൽ തൂക്കി. കാറ്റിൽ അത് ആടിയുലയുന്നത് കണ്ടപ്പോൾ അവർക്കു സന്തോഷമായി ത്രേസ്യച്ചേടത്തിയുടെ കയ്യിൽ അവർ നോട്ട് വെച്ചുകൊടുക്കുകയും ചെയ്തു.

അന്ന് അവിടെ ഉയർന്നുവ്യാപിക്കുന്ന തീപ്പുക കണ്ടു. വിശപ്പ് കെട്ടടുങ്ങുകയും ചെയ്തു. എങ്കിലും ത്രേസ്യച്ചേടത്തി ഉണ്ടില്ല. അവർക്കു ഒരു വറ്റെങ്കിലും അകത്തെത്തിക്കാൻ സാധിച്ചില്ല. രാത്രി അവർക്കുറക്കം

വന്നില്ല. അവരുടെ വാതിലിൽ ആ അലകടലില്ല! അത് വക്കീലിന്റെ കിടപ്പുമുറിയുടെ പ്രധാന വാതിലിൽ കിടന്നു ആടിയുലയുകയാണ്.

അവർ ആ കലാസൃഷ്ടികൾ ഓരോന്നോരോന്നായി പെറുക്കി വിറ്റു. ഈസ്റ്റർ തുടങ്ങിയ വിശേഷാവസരങ്ങളിൽ അവർക്ക് ഉടുപ്പും മറ്റു പല സാധനങ്ങളും വിലകൊടുത്തുതന്നെ വാങ്ങണം. ആ സുന്ദരവസ്തുക്കളെ ഒരാശ്രയമായിട്ടുള്ളൂ. പനിനീർപ്പടർപ്പ് തുന്നിച്ചേർത്ത ആ കിടക്കയും തലയിണയുംകൂടി അവർ വിറ്റുകളഞ്ഞു. ആ സ്നേഹമുള്ള ഭർത്താവിന്റെ രോമനിബിഡമായ മാറിൽ ശിരസ്സണച്ച് സുന്ദരസ്വപ്നങ്ങൾ കണ്ട് അവർ കിടന്നിരുന്നത് ആ കിടക്കയിലായിരുന്നു!

മഴവില്ല് മുകരുന്ന കാർമേഘങ്ങളെനോക്കി പീലിവിടർത്തിയാടുന്ന ആ മയിലിന്റെ, മുത്തുകൊണ്ട് നെയ്തെടുത്ത രൂപംകൂടി അവർ വിറ്റു!

അവരുടെ സ്വരം ഇടറി. അകം നിറഞ്ഞു വിങ്ങുന്ന വേദനയോടെ അവർ പറഞ്ഞു. "മറ്റൊരു വഴിയുമില്ലായിരുന്നു. മോനേ! ഞാനതെല്ലാം വിറ്റപ്പോൾ എന്റെ ജീവനിൽ പകുതിയും എങ്ങോ പൊയ്പോയി. മറ്റൊരു വഴിയുണ്ടായിരുന്നെങ്കിൽ....."

ആ മനോഹരസൃഷ്ടികൾ ഒന്നൊഴിയാതെ അവർ വിറ്റു തീർത്തു.

എല്ലാം വിറ്റു തീർന്നപ്പോൾ പിന്നെയും വിശപ്പിന്റെ ദിവസങ്ങൾ ആവർത്തിച്ചു. എത്ര ദിവസം വിശപ്പ് സഹിച്ചുകൊണ്ടു കാത്തിരിക്കും?

അവർ വീട്ടിന്റെ മുറികൾ വാടകയ്ക്കു കൊടുക്കാൻ തുടങ്ങി. ഒരു മുറിമാത്രം കൊടുത്തതുകൊണ്ടു വലിയ ആദായമൊന്നുമില്ല. ആ വീട്ടിൽ ലൈറ്റും പൈപ്പുമില്ല. മന്തുരോഗഭയമുള്ളവർ ആ കിണറിലെ വെള്ളത്തിൽ കുളിക്കാൻ ധൈര്യപ്പെടുകയില്ല. ആ കിണറ്റിൽ ദീർഘകാലമായി കുളിച്ചതുമൂലം ത്രേസ്യാച്ചേടത്തിയുടെ കാലിലും കയ്യിലും മുട്ടുവരെ മന്ത് വീർത്തു കെട്ടിനിൽകുകയാണ്.

ഭർത്താവിനൊപ്പം മധുവിധുകൊണ്ടാടിയ ആ ശയനമുറിയെങ്കിലും കൊടുക്കരുതെന്നു അവർക്കാഗ്രഹമുണ്ടായിരുന്നു. അത് സാധിച്ചില്ല. അവർക്കു മറ്റൊരു വരവുമില്ല.

അവർക്കു ഞെരുങ്ങി താമസിക്കാൻ ഒരു മുറി മാത്രം വിട്ടിട്ടു ശേഷമുള്ളതെല്ലാം കൊടുത്തു; ഉണ്ണിഈശോയുടെയും കന്യകാമറിയത്തിന്റെയും മറ്റും ചിത്രങ്ങൾ വെച്ചിട്ടുള്ള പൂജാമുറിപോലും.

ഖേദത്തോടെ അവർ പറഞ്ഞു: "ഇവിടെ പ്രായമായ പെൺകുട്ടികളുണ്ട്. ഇത് പാടില്ലായിരുന്നു. ഈശോയേ! പുറത്തിറങ്ങി ഇന്നും നടന്നൂടാ. മുറി വാടകയ്ക്ക് കൊടുത്തതിന് ഞങ്ങൾക്കിന്നും ചീത്തപ്പേരാണ്."

മുറികൾ മുഴുവൻ വാടകയ്ക്ക് കൊടുത്തെങ്കിലും അവർക്കിന്നും ദാരിദ്ര്യമാണ്. അവർക്കു വേറെ വരവില്ല. മുറികളിൽ ആരേയും സ്ഥിരതാമസക്കാരായി വിശ്വസിച്ചുകൂടാ. അയൽവീടുകളിൽ ബട്ടൻ അമർത്തുമ്പോൾ ഇരുളിൽ വിടരുന്ന വൈദ്യുതവിളക്കുകളും ജലധാരകൾ തൂകുന്ന

പൈപ്പുമുള്ളപ്പോൾ ഇവിടെ മണ്ണെണ്ണപുകയേറ്റിട്ട് വേണം വെളിച്ചം കാണാൻ. വെള്ളത്തിൽ മന്ത് രോഗബീജങ്ങൾ ധാരാളമുണ്ടുതാനും. അതുകൊണ്ട് പലരും ഇടയ്ക്ക് താമസം മതിയാക്കി പോകും. മുറി ആളില്ലാതെ ഒഴിഞ്ഞുകിടക്കുകയും ചെയ്യും. വളരെ താണ വാടക മാത്രമേ ആരും ആ മുറികൾക്ക് കൊടുക്കുകുയുള്ളൂ.

ഓരോ മാസത്തിന്റെയും ഒടുവിലത്തെ പകുതിയിൽ അവിടെ ദിവസം ഒരു നേരമേ അടുപ്പിൽ തീ എരിയാറുള്ളൂ. അത് മിക്കവാറും ഉച്ച നേരത്തായിരിക്കും. ഉച്ചക്കു മാത്രമേ അവരന്നു ഉണ്ണുകയുള്ളൂ. സന്ധ്യക്ക് മകൾ മുട്ടിൽ കുനിഞ്ഞുനിന്ന് ചെറിയ പ്രാർത്ഥനാപുസ്കത്തിൽനിന്ന് പതിഞ്ഞ സ്വരത്തിൽ പാടുകയും സ്തോത്രങ്ങൾ ചൊല്ലുകയും ചെയ്യും. അമ്മയും ഭക്തിയോടെ അതെല്ലാം ഏറ്റുപാടുകയും ചൊല്ലുകയും ചെയ്യും.

വിളക്കണച്ചിട്ട് അവർ വളരെ നേരത്തെ കിടക്കും. കാത്തിരുന്നിട്ട് ഒന്നും കഴിക്കാനില്ലാഞ്ഞിട്ടായിരിക്കാം. എങ്കിലും രാത്രിയുടെ നിശ്ശബ്ദതയിൽ പിളർപ്പുണ്ടാക്കിക്കൊണ്ട് ത്രേസ്യച്ചേടത്തിയുടെ നീണ്ട ചുമ മുഴങ്ങിക്കൊണ്ടേയിരിക്കും. ഉച്ചയ്ക്കുശേഷം അവരുടെ ചുമ ഏറാറാണത്രേ പതിവ്. കയ്യിലും കാലിലും മുട്ടുവരെ മന്ത് വീർത്തു നിൽപ്പുണ്ട്. അതിനും പുറമെ ഈ ഭയങ്കരമായ ചുമയും. ഓരോ ചുമയും വായുവിലേക്ക് കുതിച്ചുപായുമ്പോൾ കെട്ടിടം കുലുങ്ങുകയാണ്.

ബുൾബുൾ വായനക്കാരൻ അർദ്ധരാത്രി കോപത്തോടെ വിളിച്ചു പറയുന്നത് കേൾക്കാം: “ഒന്നു ചുമ്മാ കിടക്കൂ ചേടത്തി! ഈ പൊട്ട മുറിയിൽ വാടകതന്ന് താമസിക്കാമെന്നുവെച്ചാലും ഒന്നുറങ്ങാൻ സമ്മതിക്കില്ലേ?”

പക്ഷേ അവർ പിന്നെയും ചുമയ്ക്കുകയാണ്. അതടക്കാൻ പാട് പെടുന്തോറും കൂടിക്കൂടിവരികയാണ്, ശ്വാസം വലിച്ചുപിടിച്ചുകൊണ്ട് അവർ പറയുന്നതു കേൾക്കാം: “ചേട്ടത്തി എന്തുചെയ്യും മോനേ? ഉപദ്രവിക്കണമെന്ന് വെച്ച് ചുമയ്ക്കുകയില്ല മോൻ പൊറുത്ത് താ!”

ബുൾബുൾ വായനക്കാരന്റെ മുറിയിൽനിന്ന് അടക്കിപ്പിടച്ച ശാപം കേൾക്കാം.

രാവിലെ അവർ എന്റെ അരികിൽ വന്നുനിന്ന് പരാതി പറഞ്ഞു:

“മോൻ കേട്ടോ അങ്ങോർ പറഞ്ഞ ചീത്ത? എപ്പോഴും എന്നെ ചീത്ത പറയലാണ് തൊഴിൽ. ചുമച്ചാൽ ഞാനെന്തു ചെയ്യും?” അവരുടെ കണ്ഠത്തിൽ ഇടർച്ച വന്നു ഞെരുങ്ങി: “ഞാനിങ്ങനെ ചീത്ത കേട്ട് ശീലിച്ചിട്ടില്ല. നല്ല തറവാട്ടിലാണ് ഞാൻ ജനിച്ചു വളർന്നത്.”

പിന്നെയും അവർക്കു പലതും പറയാനുണ്ട്. ആ ബുൾബുൾവായനക്കാരന് ജോലി ജനറൽ ആസ്പത്രിയിലെ മെഡിക്കൽസ്റ്റോറിലാണ്. ധാരാളം മരുന്ന് അയാൾ കൈകാര്യം ചെയ്യുന്നുണ്ട്. അവരുടെ രോഗത്തിന് എന്തെങ്കിലും മരുന്ന് കൊണ്ടുവന്നുതരാൻ പലതവണ കെഞ്ചിയിട്ടുണ്ട്. എങ്കിലും ഒരു തുള്ളി മരുന്ന് അവർക്കു കൊടുത്തിട്ടില്ല.

ഗദ്ഗദത്തോടെ അവർ പറഞ്ഞു: “മോനറിയ്വാ? അങ്ങോർ ദിവസേന ഓരോ കെട്ടു അതുമിതുമായി പറ്റിച്ചുകൊണ്ടു വരും; വീട്ടിൽ പോകുമ്പോൾ ആ വലിയ ട്രെങ്ക് പെട്ടി നിറയെ പറ്റിച്ചെടുത്ത മരുന്നും കൊണ്ടു പോകും. എനിക്കൊരു തുള്ളി തന്നാലെന്ത് നഷ്ടമാണ്!”

ഒരു ദിവസം അവർ എന്റെ മുറിയിലെ വട്ടമേശമേൽ ഒരു ചുവന്ന റോസാപ്പൂവ് കൊണ്ടുവന്നുവെച്ചു.

പൂർവ്വസ്മരണകളുടെ നൊമ്പരം തിന്നുകൊണ്ട് അവർ പറഞ്ഞു: “മുമ്പൊക്കെ ഞാനിവിടെ മുടങ്ങാതെ പൂ കൊണ്ടുവെക്കാറുണ്ടായിരുന്നു. അദ്ദേഹത്തിന് പൂക്കളോട് എന്തിഷ്ടമായിരുന്നെന്നോ!”

“എനിക്ക് ചുവന്ന റോസാപ്പൂക്കൾ ഇഷ്ടമാണ് ചേട്ടത്തി!”

അതിനുശേഷം മുറി തൂത്ത് വൃത്തിയാക്കിയാൽ അവരാദ്യം ചെയ്യുക ഒരു ചുവന്ന പനിനീർപ്പൂവ് ഇറുത്ത് മേശമേൽ വെക്കുകയാണ്.

മാസത്തിന്റെ രണ്ടാമത്തെ പകുതിയിൽ ചേട്ടത്തി വാടക ചോദിച്ചു സമീപിക്കാൻ തുടങ്ങും. അവധിക്കുമുമ്പ് വാടകകൊടുക്കാൻ ആരും ചുമതലപ്പെട്ടിട്ടില്ലല്ലോ? അവർക്ക് അരി വാങ്ങാൻ പണമില്ലെന്ന് എല്ലാവർക്കുമറിയാം.

അവർ വന്നുനിന്നു എന്നോട് പരാതി പറയാൻ തുടങ്ങി: “കേട്ടോ വിശേഷം? എല്ലാവരോടും ഒരഞ്ചുറുപ്പിക ചോദിച്ചു മോനേ! ചേട്ടത്തിക്ക് ഒരു ശില്ലി കിട്ടീല. മുനിസിപ്പാലിറ്റിക്കാരൻ പറഞ്ഞത് കേൾക്കണ്ടേ, ‘കൊടുത്ത കാശിന് താമസിച്ച് തീർന്നിട്ടില്ല; അതിന് മുമ്പ് പൊറുതികേട് തുടങ്ങിയല്ലോ!’ എന്ന്! ഇതൊരു കച്ചവടമായി ചേടത്തി കരുതീട്ടില്ല. ഓരോന്ന് പറയുമ്പോ കേൾക്കുകതന്നെ.” എന്നിട്ട് അവരെന്തോ ചിന്തിച്ചുകൊണ്ട് നിന്നു. ആ നെഞ്ച് വികസിച്ചു ചുരുങ്ങുന്നതു കണ്ടു.

അവർ താണസ്വരത്തിൽ ചോദിച്ചു: “മോന്റെ കീശേൽ കാശ് കിടപ്പുണ്ടോ? ചില്ലറ വല്ലതും.....”

“ശമ്പളം കിട്ടിയില്ലല്ലോ ചേടത്തീ.”

“ഉണ്ടെങ്കിൽ മോനെ തരുള്ളൂ. അതെനിക്കറിയാം. എന്ത് ചെയ്യാം? ഇല്ലാതായല്ലോ! ദൈവം കൊടുക്കേണ്ടവർക്ക് കൊടുത്തില്ലാ.”

ഒരു ദിവസം വാതിലിൽ മുട്ട് കേട്ടു. കണ്ണ് തിരുമ്മിക്കൊണ്ട് ഞാൻ ചോദിച്ചു: “ആരാണ്?”

“ചേടത്തിയാണ്. ഒന്നു തുറന്നേ?”

വാതിൽ തുറന്നപ്പോൾ അത്ര രസമുള്ള കാര്യമല്ല കേട്ടത്. അവർക്ക് പത്തുറുപ്പികവേണം. ആർക്കും അത് രുചിക്കുകയില്ല. വരുന്ന മാസത്തെ വാടകകൂടി അവർ പല തവണകളിലായി എന്നിൽനിന്ന് ഈടാക്കിക്കഴിഞ്ഞു. വന്നു ചോദിക്കുമ്പോൾ കൊടുത്തുപോകും. എന്തെന്നാൽ എനിക്ക് പട്ടിണിയുടെ അയൽക്കാരനാകാൻ വയ്യ!

"ചേടത്തി! എന്റെ കീശ കാലിയായിട്ട് രണ്ടാഴ്ചയായി."

അവരുടെ കണ്ണുകളിൽ നിരാശയുടെ ഇരുൾ വീണു. യാചിക്കുന്ന ഭാവങ്ങളോടെ അവർ പറഞ്ഞു: "മോൻ ചേട്ടത്തിയെ ഉപേക്ഷിക്കരുത്. വീട്ടുപാത്രങ്ങൾ പെറുക്കി പണയം വെച്ചതാണ്. ഇന്നെടുപ്പിച്ചില്ലെങ്കിൽ ലേലത്തിൽ വിറ്റുപോകും. എവിടുന്നെങ്കിലും നിവൃത്തിച്ചുതരണേ!"

നാശം പിടിക്കാൻ! എപ്പോഴും എന്നെ ഉപദ്രവിക്കൽ ഒരു തൊഴിലായി ത്തീർന്നല്ലോ!

ഒരു സുഹൃത്തിന്റെ കയ്യിൽനിന്നു ഞാൻ പണം കടം വാങ്ങി അവരെ ഏല്പിച്ചു. ആ കണ്ണുകൾ തെളിഞ്ഞു. കൃതജ്ഞത പ്രകടിപ്പിക്കാൻ വാക്കുകൾ കിട്ടാതെ വിഷമിച്ചുകൊണ്ട് അവർ പറഞ്ഞു: "ഒന്നാംതിയതി തിരിച്ചുതരാം കേട്ടോ? അന്ന് ചേടത്തിക്ക് എല്ലാരും വാടകതരും."

ഒന്നാംതിയതി സന്ധ്യക്ക് ഞാൻ മുറിയിൽ തിരിച്ചുചെല്ലുമ്പോൾ വരാന്തയിലിരുന്ന് അവർ കരയുകയാണ്. കണ്ണീർ ഇറ്റുവിഴുന്നത് ഞാൻ കണ്ടു.

കണ്ണൊപ്പിക്കൊണ്ട് ഗദ്ഗദത്തോടെ അവർ പറഞ്ഞു: "ചേടത്തീടെ ആശയൊക്കെ പോയി മോനേ! ആരും വാടക തന്നിട്ടില്ല. അത് സഹിക്കാ മായിരുന്നു. ആ മുനിസിപ്പാലിറ്റിക്കാരനില്ലേ, അങ്ങോരും പെണ്ണും മുറിവിട്ട് പോയതാണ് സഹിക്കാൻ വയ്യാത്തത്. ഞാനൊരു തെറ്റും ചെയ്തിട്ടില്ല."

മുനിസിപ്പാലിറ്റിക്കാരൻ അയാളുടെ ഭാര്യയോടൊപ്പം മുറി ഒഴിഞ്ഞു കൊടുത്ത് പോയിക്കഴിഞ്ഞു.

ഒരു ദിവസം ഉണർന്നത് പുറത്ത് ബഹളം കേട്ടുകൊണ്ടാണ്. ബുൾ ബുൾ വായനക്കാരൻ ഒരു വലിയ പെട്ടി ഒരു ചെറുക്കന്റെ തലയിൽ കയറ്റിവെക്കുന്ന ലഹളയാണ്. ഭാരം അധികമായതുകൊണ്ട് ചെറുക്കന്റെ കഴുത്ത് ഒന്നിടിഞ്ഞുതാണിട്ടുണ്ട്. ആ ചുരയ്ക്കവയർ കുറച്ചധികം വീർ ത്തിട്ടുമുണ്ട്. ആ കാഴ്ചയും നോക്കി ത്രേസ്യാച്ചേടത്തി ഒന്നുംമിണ്ടാതെ നിൽക്കുന്നു. അവരുടെ മുഖം വിളറിയിട്ടുണ്ട്.

ബുൾബുൾ വായനക്കാരൻ എനിക്ക് പ്രഭാതവന്ദനം തന്നുകൊണ്ട് പറഞ്ഞു: "ഞാൻ മുറി ഒഴിഞ്ഞുകൊടുത്ത് പോവുകയാണ്. ഇനിയി ങ്ങോട്ട് ഇല്ലേയില്ല. അത്രക്ക് മടുത്തിട്ടാണീ യാത്ര."

ആ ചെറുക്കന്റെ പിന്നാലെ ഒരു തുകൽസഞ്ചിയും തൂക്കിപ്പിടിച്ച് അയാൾ പോയി.

രണ്ടു മുറികൾ ഒഴിഞ്ഞുകിടക്കുകയാണ്. അവരുടെ ആദായത്തിൽ നിന്നു ഒരു വലിയ ഭാഗം പെട്ടെന്നു ഇല്ലാതായിരിക്കയാണ്. ചേട്ടത്തി അകത്തേക്ക് കയറിപ്പോയി. അന്നു മുഴുവൻ അവരുടെ മുഖത്ത് വിളർപ്പു ണ്ടായിരുന്നു. ആരോടും സംസാരിച്ചില്ല. വിഷാദംപൂണ്ടുകൊണ്ടു ഒരേ ഇരിപ്പ് തന്നെ.

മുറി ഒഴിഞ്ഞുകിടക്കുന്നതിന്റെ ഫലം ഞാനാണ് അനുഭവിച്ചത്.

എപ്പോഴും അവർക്കു പണം കടമായി വേണം. രാവിലെ വാതിലിൽ മുട്ടി അവരെന്നെ ഉണർത്തും.

"ആരാണ്?"

"ചേടത്തി. ഒന്ന് പുറത്ത് വാ മോനെ. കാണട്ടെ."

പുറത്ത് ചെല്ലുമ്പോൾ അവരുടെ വിളർത്ത മുഖം കാണാം. അവർ എന്റെ നേരെ നോക്കുകയില്ല. കീഴ്പ്പോട്ട് തലതാഴ്ത്തി നിന്നുകൊണ്ട് പതുക്കെ ചോദിക്കും: "ചില്ലറയുണ്ടോ കയ്യിൽ?"

"ഒന്നുമില്ലല്ലോ ചേടത്തി."

"ഒന്നും? നോക്കിയാട്ടെ. വല്ലതും കാണും. ഞങ്ങളിന്ന് കാപ്പിയുണ്ടാക്കാൻ ഒരു വഴിയും കണ്ടിട്ടില്ല: ഒന്നു നോക്ക് മോനേ!"

ഞാൻ എന്റെ ഒഴിഞ്ഞ കീശ അവർക്കു തുറന്നുകാണിച്ചുകൊടുക്കും. ആ മുഖം ഇരുളുന്നത് കാണാം.

സന്ധ്യയ്ക്കുതന്നെ വിളക്കണച്ച് അവർ കിടക്കും. ഇടവിടാതെ ചുമച്ചുകൊണ്ടിരിക്കും. ചുമ ഈയിടെയായി കുറെ ഏറിയിരിക്കുകയാണ്. അവർ വളരെ ക്ഷീണിച്ചിട്ടുമുണ്ട്. കണ്ണുകൾ ഒന്നുകൂടി കുഴിഞ്ഞു.

അവർ ചുമയ്ക്കുമ്പോൾ തൊട്ടടുത്ത് നിന്നുതന്നെ കോട്ടുവാ വിടുന്നതും കേൾക്കാം. പിന്നെ നെടുവീർപ്പുകളും.

അത് ലില്ലിയുടേതാണ്!

ലില്ലി അവർക്കൊരു പ്രശ്നമായിത്തീർന്നിരിക്കുന്നു. അവൾ യുവതിയാണ്. അവൾക്ക് അനങ്ങുമ്പോൾ സംഭ്രമം കൊള്ളുന്ന നിറഞ്ഞ മാറിടമുണ്ട്. നീലക്കണ്ണുകളും. പാദങ്ങളിൽ നോക്കിക്കൊണ്ടുള്ള ആ ഏകാഗ്രമായ ചലനംകൂടി അവളെ പേടിപ്പെടുത്തും.

ലില്ലിക്ക് ജീവിതയാത്രയിൽ ഒരു കൂട്ടുകാരനെ കിട്ടിയിട്ടില്ല.

മകളെപ്പറ്റി ആ അമ്മയ്ക്ക് ഒട്ടധികം പറയാനുണ്ട്. അപ്പന് ആ മകളോടായിരുന്ന കൂടുതൽ സ്നേഹം. മരിക്കുന്നതുവരെ അയാൾ അവളെ മെയ്യിൽനിന്നു മാറ്റിയിരുന്നില്ല. ഇന്നവൾ യുവതിയാണ്. അപകടങ്ങളുടെ മേഖലയിൽ അവൾ തുണയില്ലാതെ പകച്ചു നിൽക്കുന്നു.

അവർ ഹൃദയത്തിനു മീതെ കൈവെച്ചമർത്തിക്കൊണ്ട് പറയും: "ഈശോയേ! ഞാനതിനെ കാറ്റും വെളിച്ചവും തട്ടാതെ വളർത്തിയെടുത്തതാണ്. ഒന്നു പുറത്തിറങ്ങിക്കണ്ടിട്ട് കണ്ണടയ്ക്കാൻ കഴിയൂലേ?"

ലില്ലി ഭാര്യയായി കണ്ടിട്ടുവേണം അവർക്കു മരിക്കാൻ. അവരല്ലാതെ അവൾക്കാരും സഹായത്തിനില്ല.

നിരാശയും വേദനയും സഹിക്കാനാകാതെ വിഷമിച്ചുകൊണ്ടു അവർ പറയും: "അവൾക്കു സ്ത്രീധനം കൊടുക്കാനൊരു വഴിയുമില്ല. അവൾക്കു

ഒരാഭരണവുമില്ല. ഒരു നേരത്തെ കഞ്ഞിക്കു വിഷമിക്കുന്ന ഞാനെവിടുന്നുണ്ടാക്കും?"

എല്ലായ്പ്പോഴും അവർക്കതാണ് ചിന്ത. അവർ ആ ചിന്തയുടെ ഊഷ്മാവിൽ ഉരുകുകയാണ്. ഉണ്ടില്ലെങ്കിലും മകളെ ഒരു പുരുഷനു ഏല്പിച്ചുകൊടുക്കൽ അവരുടെ ചുമതലയാണ്.

അവർ ശോഷിച്ചു ശോഷിച്ചു അസ്ഥിയും തോലുമായിക്കഴിഞ്ഞു.

ഒരു ദിവസം പാന്റും കോട്ടുമിട്ട ഒരു മാന്യനും സിൽക്കുസാരിയും വാനിറ്റുബാഗുമൊക്കെയുള്ള സുന്ദരിയായ ഒരു സ്ത്രീയും അവിടേക്കു കയറിവന്നു. അവർ ഓരോ മുറിയിലും കയറി സൂക്ഷ്മമായി പരിശോധിച്ചു. വളരെ നേരം അവരവിടെ ചുറ്റിപ്പറ്റി നിന്നു. പോകുമ്പോൾ സിൽക്കുസാരിക്കാരി വെണ്ടയ്ക്കാ വിരലുകൾക്കൊണ്ടു വാനിറ്റിബാഗു ആട്ടിയിട്ടു കിളിക്കൊഞ്ചലോടെ പറഞ്ഞു: "വീടും ചുറ്റുപാടും എനിക്കു വളരെ പിടിച്ചു."

അവർ മുറി വാടകക്കെടുക്കാൻ വന്നതായിരിക്കും.

ഒരാഴ്ചമുമ്പ് ത്രേസ്യച്ചേടത്തി എന്റെ മുറിയിലേക്ക് കയറി വന്നു. അവരുടെ മുഖം വാടി വിളറിയിട്ടുണ്ട്. ആ കണ്ണുകൾ ഒരു മഹാപരാധം ചെയ്തപോലെ പ്രകാശം പൊലിഞ്ഞു ചുറ്റും തുറിച്ചുനോക്കുന്നു.

അവരുടെ സ്വരം അതിനു മുമ്പൊരിക്കലും അങ്ങനെ ഇടറിയിട്ടില്ല. "അടുത്താഴ്ച എന്റെ മോൻ ഈ മുറി ഒഴിഞ്ഞുതരണം. ചേടത്തിക്ക് ഈ പാപത്തിനുകൂടി വിധിയുണ്ട്."

ഞെട്ടലോടെ ആ വിളർത്ത കണ്ണുകളിലേക്ക് തുറിച്ചുനോക്കി. അവ നനയുകയാണ്.

ഗദ്ഗദ്ത്തോടെ അവർ പറഞ്ഞു: "ലില്ലിയെ കെട്ടിച്ചു കൊടുക്കണ്ടേ? ഞാനൊരു വഴിയും കണ്ടില്ല. എനിക്കാരും തുണയില്ല. അവളെ എത്ര നാൾ കാത്തുവെച്ചുകൊണ്ടിരിക്കും? ഞാൻ തീ തിന്നുകയാണ്......... ഒരാഴ്ചകൂടി നമ്മുക്കിവിടെ പാർക്കാം. പിന്നെ ലില്ലിയും ചേട്ടത്തിയും മോനും ഇവിടന്ന് മാറിക്കൊടുക്കണം. എന്റീശോ! കർത്താവേ! ഇവിടെ...... ഇവിടെ ഇതിന്റെ ഉടമസ്ഥർക്ക് താമസിക്കണം."

"ഉടമസ്ഥന്മാരോ?"

അവർ മുഖം തിരിച്ചു. ആ കണ്ണുകൾ നിറഞ്ഞുകഴിഞ്ഞു. അവരുടെ കണ്ഠത്തിൽ ഗദ്ഗദം വിങ്ങി: "ഞാനീ വീട് വിറ്റു മോനേ!"

അവർ വീടും അതിലെ ഉപകരണങ്ങളും വിറ്റു കഴിഞ്ഞു!

എനിക്കിനി ഈ വീട്ടിൽ സ്ഥാനമില്ല. ഇന്ന് എനിക്കീ മുറി ഉപേക്ഷിച്ചു പോകണം. ഇനിയൊരിക്കലും എനിക്കതിൽ കടന്നുവരാൻ പാടില്ല.

ചുവന്ന വെളിച്ചം പരന്നുകഴിഞ്ഞു. എന്റെ ഉള്ളംനിറയെ വേദനയും.

പെട്ടി തൂക്കിയെടുത്തുകൊണ്ട് ഞാൻ പുറത്തേക്കിറങ്ങി. കാലുകൾ ഇടറുകയാണ്.

വരാന്തയിലിരുന്ന് അവരും മകളും ഒരു പഴയ ചാക്കിൽ എന്തെല്ലാമോ ഒതുക്കിവെക്കുകയാണ്. ബൈബിളും പ്രാർത്ഥനാപുസ്തകങ്ങളും ഉണ്ണിയേശുവിനെ എടുത്തു നിൽക്കുന്ന കന്യകാമാതാവിന്റെ വിശുദ്ധചിത്രവും മറ്റുമാണ്.

"ചേടത്തീ! ഞാൻ പോവുകയാണ്." എങ്ങനെയോ ഞാൻ പറഞ്ഞൊപ്പിച്ചു.

അവർ മുഖമുയർത്തി നോക്കി ആ കവിളിലെ ചാലുകളിൽ നിന്ന് പ്രകാശം തീരെ പൊലിഞ്ഞുപോയി: അവിടെ ഇരുൾ വ്യാപിക്കുകയാണ്. ആ കണ്ണുകൾ നനഞ്ഞുതുടങ്ങുന്നു.

"ഞങ്ങളും പോവുകയാണ് മോനേ!" അവരുടെ സ്വരം ഇടറി. ആ ചുണ്ടുകൾ വിറപൂണ്ടു.

ഞാൻ മുഖം തിരിച്ചുകളഞ്ഞു. ഒരു പുതിയ പൂവുമായി ആ പനിനീർച്ചെടി ആടിയുലഞ്ഞു നിൽപ്പുണ്ട്. ആ ചുമന്നുതുടുത്ത ഇതളുകളെ പ്രഭാതരശ്മികൾ മുകരുന്നു.

എനിക്കിനി ആരും ഇവിടെനിന്ന് ചുവന്ന റോസാപ്പൂക്കൾ ഇറുത്തുതരാനില്ല!

പെട്ടിയും തൂക്കിപ്പിടിച്ച് ഞാൻ നടന്നു. ഗേറ്റിൽ വന്നു നിന്നു ഞാനവരെ വീണ്ടും നോക്കി.

അവർ എന്നേയും നോക്കി വരാന്തയിൽ ഇരിക്കുകയാണ്. അവരുടെ പിന്നിൽ ആ മകൾ വാതിൽ മറഞ്ഞുനിൽപുണ്ട്. നാളെ അവളിവിടെ ഇങ്ങനെ നിൽക്കുകയില്ല. ആ നല്ലവളായ ജ്യേഷ്ഠത്തിയും. നാളെ അവർ എവിടെയായിരിക്കും?

ആ നല്ലവളായ ജ്യേഷ്ഠത്തിയുടെ വലതുകയ്യിൽ ബൈബിൾ ഇരുന്നു വിറയ്ക്കുന്നു.

–ആ കണ്ണുകൾ നിറയുന്നു!

■

ഒരു പാതിരപ്പൂവിന്റെ കഥ

മണൽ തൂവിയ മുറ്റത്ത് ഏഴിലംപാല പൂത്തു നിൽക്കുന്നുണ്ട്. തൂങ്ങിക്കിടക്കുന്ന പൂച്ചെണ്ടിൽ തങ്ങിയിരുന്നു ഒരു പച്ചത്തത്ത ഊഞ്ഞാലാടുന്നത് ഞാൻ നോക്കിക്കൊണ്ടിരുന്നു. കാറ്റത്ത് ഞെട്ടറ്റു വീഴുന്ന പരുത്തിപ്പൂക്കളെ തുടുത്ത ജലനാളങ്ങളിലെടുത്തു കൊണ്ട് നൂറു വാര അപ്പുറത്തു കൂടി പുഴ ഒഴുകിക്കൊണ്ടേയിരിക്കുന്നു. ആറ്റിന്നു വളരെ മുകളിലായി ഏകാകിയായ ഒരു പരുന്ത് ചരട് പൊട്ടിയ പട്ടം പോലെ ചുറ്റുന്നുണ്ട്.

കാറ്റ് കൊഴിച്ചിട്ട മുല്ലപ്പൂക്കൾകൊണ്ട് മുറ്റം മൂടിയിരിക്കുകയാണ്.

ഈ ചെറിയ വീടിന്റെ വരാന്തയിലിരുന്ന് എത്ര നേരം സ്വപ്നം കാണും? എനിക്ക് ദുസ്സഹമായ ഏകാന്തത തോന്നും. ആഫീസിലെ മുഷിപ്പിക്കുന്ന ജോലി കഴിഞ്ഞ് ഈ മരവിച്ച ഏകാന്തതയുടെ അന്തരീക്ഷത്തിലേക്ക് വരേണ്ടിയിരുന്നില്ല. എപ്പോഴാണ് മനുഷ്യ ശബ്ദം കേൾക്കാൻ കഴിയുക?

പുഴയിലേക്ക് വളഞ്ഞു നിൽക്കുന്ന തെങ്ങിന്റെ മുതുകിലിരുന്ന് ഒരു മരംകൊത്തി ചുറുചുറുക്കോടെ ആഞ്ഞാഞ്ഞു മേടുന്ന ശബ്ദം ഞാൻ ശ്രദ്ധിച്ചു. താളനിബദ്ധമല്ലെങ്കിലും കൂട്ടുകാരീ, നീ ശബ്ദമുണ്ടാക്കിക്കൊണ്ടേയിരിക്കൂ! ഈ അസഹ്യമായ ഏകാന്തതയിൽ നിന്റെ പിഴച്ച താളം സംഗീതാത്മകമായി തോന്നുന്നു.

പക്ഷേ, അധികം വൈകാതെ കുപ്പിവളകളുടെ സംഗീതമോലുന്ന ശബ്ദം ഞാൻ കേട്ടു. നവോഢയുടെ കൊഞ്ചൽ പോലെ, മെല്ലെ മെല്ലെ ലോലമായി.

തൊട്ടടുത്ത വീടിന്റെ ജനലഴികൾക്കപ്പുറത്തു നിന്നാണ്. ഒരു പുഞ്ചിരിയുടെ ശാലീനമായ മാതൃക പോലെ ഒരു പനിനീർപ്പൂവ് ഞെരുക്കമുള്ള തലമുടിയിൽ തങ്ങിയിരുപ്പുണ്ട്. വർണ്ണപ്പകിട്ട് പൊലിഞ്ഞു തുടങ്ങിയ ചുവന്ന റിബ്ബണിൽ ചിതറി വിടരാൻ വെമ്പുന്ന തലമുടി ഞെരുങ്ങുകയാണ്.

ശാന്തിയുടെ പ്രതീകമായ യേശുവിന്റെ വലിയ പടം ചുമരിൽ അല്പം ചരിച്ചു വെച്ചിട്ടുണ്ട്. നിറയെ പൂക്കളുമായി വെളുത്തു മെലിഞ്ഞ ഒരു

കൈ അതിനു നേരെ ഉയരുന്നത് ഞാൻ നോക്കിക്കൊണ്ടിരുന്നു. കൈത്തണ്ട നിറയെ കുപ്പിവളകൾ.

യേശുവിന്റെ മുഖത്തിനു നേരെ ഉയർത്തിയ അവളുടെ കണ്ണുകളിൽ നിഷ്കപടമായ വെളിച്ചം സ്ഫുരിക്കുന്നത് ഞാൻ കണ്ടു. ചക്രം ഘടിപ്പിച്ച കസേരയിൽ നിശ്ചലമായിരുന്നു വിറയ്ക്കുന്നചുണ്ടുകൾ കൊണ്ട് അവളെന്തോ പിറുപിറുത്തു. അവ്യക്തമാണെങ്കിലും വയലിനിൽ അതിമൃദുവായി സ്പർശിക്കുമ്പോളുള്ള സ്വരമാധുര്യം എനിക്കനുഭവപ്പെട്ടു. മിശിഹായോട് അവളെന്തോ രഹസ്യം പറയുകയാണ്. അലിവിന്റെ വെളിച്ചമുള്ള മിശിഹായുടെ കണ്ണുകളിൽ നനവൂറുന്നുണ്ടെന്ന് എനിക്കു തോന്നി.

അവളുടെ വെളുത്ത കവിളിലൂടെ കണ്ണുനീരൊഴുകി പൊട്ടി വീഴുന്നത് ഞാൻ കണ്ടു. നനവു പൂണ്ട പനിനീരിതൾ പോലെ അവളുടെ കവിൾത്തടം തുടുത്തു. മഞ്ഞുതുള്ളികൾ തങ്ങിയ ശംഖുപുഷ്പം പോലെ ആർദ്രവും നിർമ്മലവുമായ അവളുടെ കണ്ണുകളിലേക്ക് നോക്കി എന്റെ മനസ്സിനുള്ളിൽ ഞാൻ ചോദിച്ചു: കൊച്ചുമാലാഖേ? നിന്റെ കരളിലെ വേദനയെന്താണ്?

നെഞ്ചിൽ കുരിശു വരച്ചിട്ട് അവൾ തിരിഞ്ഞപ്പോൾ ഞങ്ങളുടെ കണ്ണുകൾ തമ്മിലിടഞ്ഞു. അവൾ ഞെട്ടിയെന്ന് എനിക്കു തോന്നി. അവളുടെ മുഖത്ത് ലജ്ജയും വിളർച്ചയുമുണ്ടായി. ഞാനെന്തോ കുറ്റം ചെയ്തെന്ന് എന്റെ ഹൃദയം അവ്യക്തമായി മന്ത്രിച്ചു.

മേശയിൽ ചാരി വെച്ചിരുന്ന രണ്ട് ഊന്നുവടികൾ തപ്പിയെടുത്ത് പ്രയാസത്തോടെ കക്ഷത്തിൽ ചേർത്തു വെച്ചിട്ട് അവൾ യാന്ത്രികമായ ചലനങ്ങളോടെ ചാടിച്ചാടിപോയി. എന്റെ മിടിക്കുന്ന ഹൃദയം അനുകമ്പയോടെ കേണു: വിശുദ്ധയായ മാലാഖേ! സ്വർണ്ണച്ചിറകകൾക്കു പകരം ചക്രമുള്ള കസേരയും ഊന്നുവടികളും നിനക്കു വിധിച്ചതാരാണ്?

രാത്രി ഏകാന്തത ദുസ്സഹമായി തോന്നി. ഏഴിലംപാലയുടെ പൂച്ചെണ്ടിലിരുന്ന് ഊഞ്ഞാലാടിയിരുന്ന പച്ചത്തത്ത എങ്ങോ പോയി. തെങ്ങിന്റെ മുതുകിൽ കൊക്കുകൊണ്ടു തട്ടി താളമിട്ടിരുന്ന മരംകൊത്തി വിശ്രമിക്കുകയും ചെയ്തു. മരവിച്ച മൂകതയിൽ പാലയിലകളിൽ കാറ്റേറ്റുണ്ടായ മർമ്മരം മാത്രം പോറലേൽപ്പിച്ചുകൊണ്ടിരുന്നു. പാലപ്പൂക്കളുടെ ലഹരി പിടിപ്പിക്കുന്ന സുഗന്ധം പൂശിയ കാറ്റ് മന്ദം വീശി. നിലാവിൽ പ്രസന്നഭാവം പൂണ്ട് ആറ്റിലേക്ക് നോക്കിക്കൊണ്ട് ഞാൻ കിടന്നു.

പക്ഷേ, കൺപോളകൾ തളർന്നടയുമ്പോൾ അവളുടെ ഭക്തിമയമായ പ്രാർത്ഥനാഗാനം ഞാൻ കേട്ടു. തളർന്ന കൈ കൊണ്ട് ഞാൻ കുരിശു വരച്ചു. ഹൃദയമിടിപ്പിന്റെ പ്രതിധ്വനിയുള്ള അവളുടെ പ്രാർത്ഥനയിൽ എന്റെ ഉള്ളം അലിയുകയായിരുന്നു.

മണൽ വിരിച്ച മുറ്റത്ത് ചക്രമുരുളുന്ന ശബ്ദം കേട്ടുകൊണ്ടാണ് രാവിലെ ഉണർന്നത്. മധുരമായ വളകിലുക്കം ഉണ്ട്. തളർന്ന കൺപോളകൾ തിരുമ്മിയിട്ട് ജനലഴികൾക്കിടയിലൂടെ ഞാൻ വെളിയിലേക്ക് നോക്കി. ഉരുളുന്ന കസേരയുടെ ചക്രങ്ങളിൽ പിടിച്ച് നിരക്കിനിരക്കി ചെന്ന് ആ പെൺകുട്ടി പനിനീർച്ചെടികളിൽ നിന്ന് പൂർണ്ണമായി വിടർന്ന പൂക്കൾ ഇറുത്തെടുക്കുകയാണ്. കുളിച്ചിട്ട് ഈർപ്പം മാറാത്ത അവളുടെ ചുരുണ്ട തലമുടി മുന്തിരിക്കുലയുടെ ആകൃതിയിൽ അലങ്കരിച്ചു കെട്ടിയിരിക്കുന്നു. പൂക്കളിൽനിന്ന് പകർന്ന വിശുദ്ധമായ മന്ദഹാസം അവളുടെ മുഖത്തും കണ്ണുകളിലും ഉണ്ട്.

ഞങ്ങൾ പരസ്പരം നോക്കി, ലേശം പകച്ചിട്ട് ലജ്ജയോടെ അവൾ ചിരിച്ചു. ഞാനും ചിരിച്ചു. അവളുടെ ചുണ്ടിലെ പുഞ്ചിരി പെട്ടെന്ന് വിടർന്ന് മനോഹരമായി.

എനിക്ക് തോന്നി സുന്ദരിയായ ഈ പതിനഞ്ചുകാരിയും ഞാനും വളരെ മുമ്പേ സുഹൃത്തുക്കളായിരുന്നു. എവിടെവെച്ചോ ഞാൻ നിന്നെ കണ്ടിട്ടില്ലേ? പുഞ്ചിരി തത്തുന്ന നിന്റെ ചൈതന്യമുള്ള കണ്ണുകൾ ഞാനോർക്കുന്നു.

ഒരു വിടർന്ന പനിനീർപ്പൂവിൽ വിരൽത്തുമ്പ് ചേർത്തുകൊണ്ട് അവൾ ചോദിച്ചു: "പൂ ഇറുത്തോട്ടെ?"

എന്റെ കാതുകളിൽ ജലകണങ്ങൾ വീഴുകയാണെന്ന് തോന്നി. ചിരിച്ചുകൊണ്ട് ഞാൻ പറഞ്ഞു: "ഞാനല്ലല്ലോ തോട്ടക്കാരൻ!"

മുഖം കുനിച്ച് ലജ്ജയോടെ അവൾ പറഞ്ഞു: "ഞാനാണ് നനച്ച് വളർത്തിയതെങ്കിലും വേണ്ടെന്ന് പറഞ്ഞാൽ തൊടില്ല."

ഞാൻ പറഞ്ഞു: "ഇറുത്തെടുത്തോളൂ! എനിക്ക് പൂക്കൾ കാണുകയേ വേണ്ടൂ."

ഭക്തിയുടെ ലാളിത്യം കലർന്ന സ്വരത്തിൽ അവൾ പറഞ്ഞു: "എനിക്ക് ഉണ്ണിയീശോവിന്റെ മുമ്പിൽ വെക്കാനാണ്. എന്നും ഇവിടെന്നാണ് ഇറുക്കുക."

ലില്ലിയെന്ന് ആരോ സ്നേഹപൂർവ്വം വിളിച്ചപ്പോൾ അവൾ പൂക്കൾ കൈക്കുമ്പിളിൽ നിന്ന് മടിയിലേക്ക് ഇട്ടു. വള കിലുങ്ങുന്ന കയ്യിൽ ഒരു പൂ വെച്ച് ജനലഴികൾക്കിടയിലൂടെ അവൾ എന്റെ നേരെ നീട്ടിത്തന്നു. അവൾ പുഞ്ചിരി തൂകി. ഞാൻ കൈനീട്ടി പൂ വാങ്ങുമ്പോൾ അവളുടെ വെളുത്ത കവിൾതടം തുടിച്ചു. ഊന്നുവടികളിൽ താങ്ങി അവൾ ചാടി ച്ചാടി അകന്നുപോയപ്പോൾ ഞാനാപൂവെടുത്ത് മണത്തുകൊണ്ട് ഉള്ളിൽ സ്വയം ചോദിച്ചു: ലില്ലിയെന്ന് നിനക്കാരാണ് പേരിട്ടത്? ലില്ലിപൂവിന്റെ വിശുദ്ധ സൗന്ദര്യം നിന്നിൽ അലിഞ്ഞു ചേർന്നിരിക്കുന്നു.

വൈകുന്നേരം തിരിച്ചു വന്നപ്പോൾ അവൾ വരാന്തയിൽ നിൽപ്പുണ്ട്. എന്നെ നോക്കി അവൾ ഹൃദ്യമായ പുഞ്ചിരി തൂകി. ഉള്ളം മുഴുവൻ

നിലാവു തൂകുന്ന പുഞ്ചിരി. നേർത്ത ശീലയിൽ എന്തോ തുന്നുകയാണ്. ഊന്നുവടികൾ ഇല്ലായിരുന്നെങ്കിൽ, ഈ കാലുകൾക്ക് ജീവനുണ്ടായിരുന്നെങ്കിൽ, അവളെത്ര സുന്ദരിയായിരിക്കും!

നേർത്ത ശീല താഴെ വെച്ചിട്ട് ഊന്നുവടികളിൽ താങ്ങി അവൾ ചാടിച്ചാടി വന്നു. ചുരുണ്ട തലമുടിയിൽ നിന്ന് ഒരു പാളി ചിതറി അവളുടെ വെളുത്ത കവിളിൽ തലോടിക്കൊണ്ടിരുന്നു.

ഇത്ര വേഗം അവൾ എന്റെ സുഹൃത്തായിക്കഴിഞ്ഞോ?

"പ്രാർത്ഥന കഴിഞ്ഞോ?" ചിരിച്ചുകൊണ്ട് ഞാൻ ചോദിച്ചു.

അവൾ പുഞ്ചിരി തൂകിക്കൊണ്ട് തലകുലുക്കി.

വരാന്തയിൽ തൂണോടു ചേർന്ന് ഒരു പൂത്ത ലത പോലെ അവൾ പറ്റി നിന്നപ്പോൾ ഞാൻ ചോദിച്ചു: "ലില്ലി മിശിഹായോട് പറഞ്ഞതെന്താണ്?"

അവൾ എന്റെ മുഖത്തേയ്ക്കു ലജ്ജയോടെ നോക്കി. മുഖം കുനിച്ചിട്ട് അവൾ മെല്ലെ പറഞ്ഞു: "എന്റെ കാലിന് സ്വാധീനം തരണേയെന്ന്."

പറക്കാൻ തുടങ്ങിയ പക്ഷി ചിറകറ്റ് കാറ്റിൽ കിടന്നു പിടയ്ക്കുന്ന ചിത്രം ഞാനോർമ്മിച്ചു. നന്നെ വേദന തോന്നി. വെളിച്ചത്തിന്റെയും മാധുര്യത്തിന്റെയും ഈ കാലഘട്ടത്തിൽ ഈ പ്രതികാരം നിന്നോട് ചെയ്തതാരാണ്?

അവളുടെ കണ്ണുകളിൽ നിന്നു പ്രകാശം മങ്ങിയകലുന്നതു ഞാൻ കണ്ടു. ആർദ്രത ഊറിയൂറി വന്നു. ഗദ്ഗദത്തോടെ അവൾ പറഞ്ഞു: "ഞാൻ നൃത്തം ചെയ്തിരുന്നു."

ഊറാൻ തുടങ്ങിയ അവളുടെ കണ്ണുകളിലേക്ക് ഞാൻ നോക്കിക്കൊണ്ടിരുന്നു. മരവിച്ച കാലുകൾ ചലിപ്പിച്ച് അവൾ നൃത്തം ചെയ്യുന്ന രംഗം സഹതാപത്തോടെ വിഭാവനം ചെയ്തു.

വിശുദ്ധിയുടെ കൈത്തിരിപോലെ പ്രകാശിക്കുന്ന അവളുടെ കണ്ണുകൾ നനഞ്ഞു. ഇടർച്ചയോടെ അവൾ നൃത്തം ചെയ്തിരുന്ന കഥ പറഞ്ഞു.

അവൾക്കു നൃത്തം ചെയ്യാൻ ഇഷ്ടമായിരുന്നു. സംഗീതം സ്വരധാരകൾ പെയ്യുന്ന അന്തരീക്ഷത്തിൽ അവൾ മയങ്ങി കോരിത്തരിച്ച് താളനിബിഡമായ ചലനങ്ങളോടെ നൃത്തം ചെയ്യും. തിരശ്ശീല വീഴുമ്പോൾ ആയിരം കൈകൾ ആഹ്ലാദത്തോടെ കൂട്ടിയടിക്കുന്ന ശബ്ദം കേൾക്കാം.

മൂന്നു വർഷങ്ങൾക്കു മുമ്പ് അവൾ അവസാനമായി നൃത്തം ചെയ്തു. മഴക്കാറുകൾ കണ്ട ഒരു മയിലിന്റെ കഥ.

അടുത്ത ദിവസം അവൾക്കു പനി തുടങ്ങി. പനി മാറിയപ്പോൾ കാലുകൾ അനങ്ങിയില്ല. തൊട്ടിട്ട് അറിയുന്നില്ല. മരവിച്ചുപോയി.

നീലശംഖുപുഷ്പം പോലെ നിർമ്മലമായ അവളുടെ കണ്ണുകൾ നിറയുന്നതു കണ്ടപ്പോൾ എന്റെ ഹൃദയം വേദന കൊണ്ടു വിങ്ങി.

ഇടർച്ചയോടെ അവൾ പ്രാർത്ഥിച്ചു: "ഈശോമിശിഹാതമ്പുരാൻ എന്റെ കാലുകൾക്ക് ജീവൻ തന്നിരുന്നെങ്കിൽ.... ഒന്നനക്കാറായെങ്കിൽ!"

എന്റെ ഹൃദയം അവളുടെ പ്രാർത്ഥന ആവർത്തിച്ചു.

രാത്രി അവൾ പ്രാർത്ഥന ചൊല്ലുന്നത് ഞാൻ കേട്ടു. എന്റെ ഹൃദയം നൊന്തുനൊന്തു അവളോടൊപ്പം പ്രാർത്ഥിച്ചു; മാലാഖകളുടെ താരാട്ട് കേട്ടവനേ! ഈ ഭാരമുള്ള കുരിശ് ഇവളിൽ നിന്ന് വേർപെടുത്തേണമേ!

സെയിന്റ് മാത്യുവിലെ വരികൾ ഞാനോർമ്മിച്ചു: "ആന്റ് ബിഹാൾഡ്, ദേ ബ്രോട്ട് ടു ഹിം എ മാൻ സിക് ആഫ് ദ പാൽസി , ലയിംഗ് ഓൺ എ ബെഡ്......"

"എഴുന്നേൽപ്പിൻ!" എന്ന് യേശു പറഞ്ഞപ്പോൾ രോഗി എഴുന്നേറ്റു പോയി!

ഉണർന്നിട്ട് ജാലകത്തിലൂടെ പനിനീർച്ചെടികൾ നിറഞ്ഞ മുറ്റത്തേക്കു നോക്കുമ്പോൾ ആദ്യം കാണുക ചക്രമുള്ള കസേരയിലിരുന്ന് പൂവിറുക്കുന്ന അവളെയാണ്. പ്രപഞ്ചം മുഴുവൻ പുഞ്ചിരി തൂകുന്നുവെന്നും എവിടെ നിന്നോ സംഗീതം ഒഴുകി വരുന്നുവെന്നും തോന്നും. പക്ഷേ എവിടെയോ കണ്ണീരിന്റെ നനവുണ്ട്. എവിടെയോ ഗദ്ഗദവുമുണ്ട്.

നേർത്ത ശീലയിൽ ലളിതവും സുന്ദരവുമായ ഓരാശയം തുന്നിപ്പിടിപ്പിച്ചുകൊണ്ട് അവൾ എന്നോട് വർത്തമാനം പറഞ്ഞു, അവൾ ചെയ്തിട്ടുള്ള നൃത്തങ്ങളെ പറ്റിയാണ്. അസ്തമിക്കുന്ന സൂര്യഗോളം. നിരങ്ങിയിറങ്ങുന്ന ചക്രവാളം. ഇരുളിന്റെ ചിറകുകൾക്കിടയിൽ മറഞ്ഞു തുടങ്ങുന്ന കടൽത്തീരം. അവൾ കടൽത്തീരത്തു നിന്ന് അകലേയ്ക്കു നോക്കി. കടലിൽ പോയ മുക്കുവൻ ഇനിയും വന്നില്ല. കാത്തുകാത്തു കാൽ തളർന്നു. പിന്നെ....... നക്ഷത്രങ്ങളുടെ പ്രകാശത്തിൽ ഒരൊഴിഞ്ഞ തോണിമാത്രം, കരയിലണയുമ്പോൾ അവൾ തളർന്നു വീഴുന്നു.

അവൾ സാഭിമാനം പറഞ്ഞു: "അതിനെനിക്കു പത്തു സമ്മാനങ്ങൾ കിട്ടി."

"ജലദേവത" എന്ന നൃത്തം അവൾക്കു ചെയ്യാൻ കഴിഞ്ഞില്ല. പരിശീലിച്ചപ്പോഴേക്കും കാലുകൾ മരവിച്ചുപോയി. ഓളങ്ങൾക്കിടയിൽ വിടർന്നുവരുന്ന താമരയിൽ നിന്ന് ജലദേവത ജലപുഷ്പങ്ങൾ ചൂടി ആടിത്തുടങ്ങും. ഒരു നീരൊഴുക്കിന്റെ ചലനം പോലെയാണ്. നുര തുപ്പുന്ന ജലപാതകൾ കൊണ്ടാണ് വസ്ത്രമണിഞ്ഞിരിക്കുക. തലമുടി ജലമുകുളങ്ങൾപോലെ തുടിച്ചുകൊണ്ടിരിക്കും.

അവൾ എന്റെ മുമ്പിൽ നിന്ന് ജലദേവതയുടെ നൃത്തം ചെയ്യാൻ ഞാനാശിച്ചു.

നദിയിലേക്കു വളഞ്ഞു നിൽക്കുന്ന തെങ്ങിന്റെ മുതുകിലിരുന്നു താളം കൊത്തിയുണ്ടാക്കുന്ന നശിച്ച മരംകൊത്തിയെ ഞാൻ ശപിച്ചു. അതിന്റെ ശബ്ദം എനിക്കിനി കേൾക്കണ്ട. ഏഴിലംപാലയുടെ പൂച്ചെണ്ടിലിരുന്നു തത്ത ഊഞ്ഞാലാടാൻ തുടങ്ങിയപ്പോൾ ഞാൻ പറഞ്ഞു: "നിനക്ക് നൃത്തം ചെയ്യാൻ വശമില്ല. ശല്യം ചെയ്യാതെ കടന്നു പോകൂ!"

ഉൾനാട്ടിലെ എന്റെ പ്രേമഭാജനത്തിനു ഞാനെഴുതി: "ഇഡിയറ്റ്! എനിക്കിവിടെ ഒരു കൂട്ടുകാരിയെ കിട്ടിയിരിക്കുന്നു. നിനക്കു വർഗ്ഗസഹജമായ അസൂയയുണ്ടോ?"

(മറുപടിയിൽ അവൾ എഴുതി: "അപ്പോൾ ഞാൻ മാത്രമല്ല മഠയി.")

അദ്ധ്യാപികയായി ജോലി ചെയ്യുന്ന അമ്മച്ചി വൈകുന്നേരമാണ് തിരിച്ചു വരിക. മദ്ധ്യവയസ്സു കഴിഞ്ഞ ആ സ്ത്രീ അവളെ തഴുകുകയും ചുംബിക്കുകയും ചെയ്യുമ്പോൾ കണ്ണുകൾ നിറഞ്ഞിരിക്കും. അവർ പറഞ്ഞു: "എന്റെ ലില്ലിക്ക് ഒരു ചേട്ടനെ കിട്ടിയല്ലൊ!"

ഞങ്ങൾ പരസ്പരം നോക്കി. വിശുദ്ധിയുടെ കൈത്തിരിപോലെ അവളുടെ കണ്ണുകൾ പ്രകാശിച്ചു.

അമ്മച്ചി കണ്ണുകൾ ഒപ്പിക്കൊണ്ട് പറഞ്ഞു: "ചേട്ടന് തൂവാല തുന്നലാണ് ലില്ലിയുടെ തൊഴിൽ. ഇനിയും തീർന്നില്ല."

അപ്പൻ വളരെ മുമ്പേ മരിച്ചു. അമ്മച്ചിക്ക് കിട്ടുന്ന ശമ്പളം മാത്രമാണ് ആകെയുള്ള വരവ്. ഈ ചെറിയ വീട് വാടകയ്ക്കു കൊടുത്തിരുന്നില്ല. പക്ഷേ, കൊടുക്കാതെ വയ്യെന്നായിരിക്കുന്നു. ലില്ലിയെ ചികിത്സിച്ച് സുഖപ്പെടുത്താനുള്ള പണമുണ്ടാക്കാൻ കഴിവില്ലെങ്കിൽ അമ്മച്ചി ജീവിച്ചിരിക്കുന്നതിനു വലിയ അർത്ഥമില്ല.

അവർ അവളെ അണച്ചു പിടിച്ച് ഉമ്മകൾകൊണ്ട് മൂടിയിട്ട് പറഞ്ഞു: "ചെയ്യാത്ത ചികിത്സയൊന്നുമില്ല. പണമൊക്കെ തീർന്നു."

ഞങ്ങൾ മൂകമായി ഇരുന്നു. അവൾ മുറ്റത്ത് മുല്ലപ്പൂക്കൾ പൊഴിഞ്ഞു വീഴുന്നത് നോക്കി. അവളത് ഓടിച്ചെന്ന് പെറുക്കിയെടുത്തിരുന്നെങ്കിൽ! ഓടിച്ചെന്നു പെറുക്കിയെടുത്തു മുല്ലപ്പൂക്കൾ കൊണ്ട് അവൾ കൊരുത്തു തരുന്ന മാല അണച്ചു പിടിച്ച് എനിയ്ക്കൊന്ന് ആശ്വസിയ്ക്കണമെന്നുണ്ട്. അപ്പോൾ എന്റെ കരളിൽ മഞ്ഞിൻ പരലുകൾ പൊഴിഞ്ഞുവീഴുന്നു വെന്നു തോന്നും.

തൂവാലയിൽ അവളുടെ ഭാവനയിൽ വിരിഞ്ഞ ഒരാശയം തുന്നിച്ചേർത്തുകൊണ്ടിരുന്നപ്പോൾ ഒരു ദിവസം അവൾ ചോദിച്ചു: "ലൂർദ് എന്നൊരിടമുണ്ടോ ചേട്ടാ?"

ചിരിച്ചുകൊണ്ട് ഞാൻ തലയാട്ടി.

അവളുടെ കണ്ണുകളിൽ പ്രതീക്ഷയുടെ പ്രകാശമുണ്ടായി.

"അമ്മച്ചി പറഞ്ഞു: അവിടെ ചെന്ന് പ്രാർത്ഥിച്ചാൽ എനിക്ക് നടക്കാറാവുമെന്ന്."

അവൾ മുഖം കുനിച്ചു. കവിൾത്തടം ദുഃഖത്തിന്റെ നിഴൽ വീണു മങ്ങുകയും വിറകൊള്ളുകയും ചെയ്തു. നിരാശയോടെ അവൾ പറഞ്ഞു: "ദൈവം വിധിച്ചിട്ടില്ല. അമ്മച്ചിക്കു പണമുണ്ടായിരുന്നെങ്കിൽ പോകാമായിരുന്നു. ആശിച്ചിട്ട് ഫലമില്ല."

"ലില്ലി ഇവിടെയിരുന്നു പ്രാർത്ഥിച്ചോളൂ!"

കാൽവരിയിലെ ദൈവപുത്രന്റെ പടത്തിനുമുമ്പിൽ പൂച്ചെണ്ടർപ്പിച്ച് അവൾ ചക്രമുള്ള കസേരയിലിരുന്നു പ്രാർത്ഥനാഗീതം പാടുന്നത് ഞാൻ കേട്ടു. എന്റെ ഹൃദയമിടിപ്പ് അവളുടെ ഗാനത്തിനു ലോലമായ താളമിട്ടുകൊണ്ടിരുന്നു.

ജീസസ്! മുട്ടുവിൻ, തുറക്കപ്പെടുമെന്ന് അങ്ങ് പ്രവചിച്ചിരുന്നുവല്ലോ! പളുങ്കുപോലെ തെളിഞ്ഞു പ്രകാശിക്കുന്ന ഈ പെൺകുട്ടിക്കു ദയയുടെ വാതിൽ തുറക്കപ്പെടുകയില്ലേ?

സെയിന്റ് ലൂക്കിലെ പത്തു കുഷ്ഠരോഗികളെ യേശു ഒരു സായാഹ്നത്തിൽ സുഖപ്പെടുത്തിയ കഥ എനിക്കോർമ്മ വന്നു.

ഒരു ദിവസം അമ്മച്ചി പറഞ്ഞു: "എന്റെ ലില്ലി മെലിഞ്ഞു വരുന്നു. അവൾക്ക് ആധിയാണ്." തലയിലെ നരച്ച രോമങ്ങളിൽ തലോടിക്കൊണ്ട് അവർ ഗദ്ഗദത്തോടെ പറഞ്ഞു: "ഞാൻ മരിച്ചാൽ എന്റെ നടക്കാത്ത മകൾക്ക് ആരുമില്ല."

ഞങ്ങൾ വിദൂരതയിലേക്കു നോക്കികൊണ്ടിരുന്നു. പരുത്തിയുടെ പൂക്കൾ ഓളങ്ങളിൽപെട്ട് ഒലിച്ചുപോകുന്നു. ഒരു ചെറിയ വഞ്ചിയിലിരുന്നു ഏകാകിയായ ഒരു ചൂണ്ടൽക്കാരൻ അലസമായി തുഴയുന്നു.

വാടി ഞെട്ടറ്റു വീഴുന്ന മുല്ലപ്പൂക്കളിലേക്കു ഞാൻ വിങ്ങുന്ന ഹൃദയത്തോടെ നോക്കിക്കൊണ്ടിരുന്നു: പൊഴിഞ്ഞു വീഴുന്ന പൂക്കളോട് എന്റെ ഹൃദയം വിങ്ങി വിങ്ങി ചോദിച്ചു: നിങ്ങളുടെ ജീവിതത്തിന്റെ അർത്ഥമെന്തായിരുന്നു? ഒരു നിമിഷത്തെ ആയുസ്സുള്ള പുഞ്ചിരിയും ഒരു ഇലയിളകിയുണ്ടാവുന്ന കാറ്റിനു നുണയാൻ തികയാത്ത സുഗന്ധവുമായിരുന്നോ?

ഊന്നുവടികളിൽ തങ്ങി ചാടിച്ചാടിചെന്ന് ഉദയത്തിനു മുമ്പേ കുളിച്ചിട്ടാണ് അവൾ പ്രാർത്ഥന തുടങ്ങുക. മിശിഹായോട് അവൾ ഹൃദയവേദന അറിയിക്കുമ്പോൾ കണ്ണുകൾ നിറഞ്ഞിരിക്കും. സ്വരം ഇടറും. മിശിഹാ എന്നെങ്കിലും ദയയുടെ കടാക്ഷംകൊണ്ട് അവളെ അനുഗ്രഹിക്കും. അന്നവൾക്ക് ഏറ്റവും മനോഹരമായി നൃത്തം ചെയ്യാം.

ഒരു ദിവസം അവൾ ഉരുളുന്ന കസേരയിലിരുന്നു വിടർന്ന ചിരിയോടെ എന്നെ സമീപിച്ചു. തയ്ച്ചു തീർത്ത തൂവാല വള കിലുങ്ങുന്ന

കയ്യിൽ വെച്ച് അവളെനിക്കു നീട്ടിത്തന്നു. ആഹ്ലാദം അവളുടെ കവിളുകളെ തുടുപ്പിച്ചു.

ഞാനത് നിവർത്തി നോക്കി. വിവിധ വർണ്ണങ്ങളിലുള്ള നൂലുകൊണ്ട് അവളൊരു മനോഹരമായ ചിത്രം തുന്നിപ്പിടിപ്പിച്ചിരിക്കുന്നു. ജല മുകുളങ്ങൾ ഉമ്മ ചാർത്തുന്ന താമരദളങ്ങൾക്കിടയിൽ നിന്ന് ഉലഞ്ഞു നൃത്തം ചെയ്യുന്ന ജലദേവതയുടെ ചിത്രം.

മധുരവികാരം ഇരച്ചു പൊങ്ങിയപ്പോൾ തളർന്ന സ്വരത്തിൽ ഞാൻ പറഞ്ഞു: “ഒരു വിടർന്ന താമരയിൽ നിന്ന് ലില്ലി നൃത്തം ചെയ്ത് ഉയർന്നുവരുന്നത് എനിക്കു കാണണം.”

“കർത്താവിന്റെ അനുഗ്രഹമുണ്ടാകട്ടെ. ചേട്ടനു വേണ്ടി ഞാനൊരി ക്കൽ നൃത്തം ചെയ്യും.” അവൾ ഭക്തിയോടെ കുരിശു വരച്ചു.

ആറ്റിൽ ജലപ്പരപ്പ് പൊങ്ങുന്നത് ഞാൻ നോക്കിക്കൊണ്ടിരുന്നു. താമരയിൽ പുതുതായി പൂക്കൾ വിരിഞ്ഞിട്ടുണ്ട്. ഓളവും കാറ്റുമേറ്റ് അവ നൃത്തം ചെയ്യുന്നത് കാണാം.

രാവിലെ അവൾ വളരെനേരം പ്രാർത്ഥനയിൽ ലയിച്ചിരുന്നു. പ്രതീക്ഷയുടെ ദീപ്തി അവളുടെ കണ്ണുകളിൽ ഞാൻ കണ്ടു.

ഉരുളുന്ന കസേരയിലിരുന്ന് അവൾ എന്റെ നേരെ വന്നു. അവളുടെ വെളുത്ത മുഖം ഗൗരവപൂർണ്ണമായിരുന്നു.

അവൾ പതുക്കെ ചോദിച്ചു: “സ്വപ്നം ഫലിക്കുമോ ചേട്ടാ?”

ഞാൻ അവളുടെ വെളിച്ചം തത്തുന്ന കണ്ണുകളിലേക്കു നോക്കി ക്കൊണ്ട് പറഞ്ഞു: “ചിലപ്പോൾ, എന്താ?”

വികാരം അവളുടെ മുഖത്ത് ഇരച്ചു കയറി. അവൾ ആകെ രോമാഞ്ച മണിയുകയാണെന്ന് എനിക്കു തോന്നി. അവൾ പറഞ്ഞു: “ഇന്നലെ രാത്രി ഞാനൊരു നല്ല സ്വപ്നം കണ്ടു.”

വളരെ നേരം പ്രാർത്ഥിച്ചു കരഞ്ഞിട്ടാണ് കഴിഞ്ഞ രാത്രി അവൾ ഉറങ്ങിയത്. വയലിൻ കമ്പികൾ വിറച്ചുണ്ടായതു പോലെ ഇമ്പമുള്ള ശബ്ദം എങ്ങുനിന്നോ പുറപ്പെട്ടുകൊണ്ടിരുന്നു. അവൾ നീന്തുന്ന സുവർണ്ണ മേഘങ്ങൾക്കിടയിലാണ്. സ്വർണ്ണച്ചിറകുകൾ ധരിച്ച മാലാഖ മാർ മനസ്സിലാകാത്ത ഭാഷയിൽ എന്തോ പാടിക്കൊണ്ടിരുന്നു. അവളുടെ കണ്ണുകൾക്കു മുമ്പിൽ നക്ഷത്രങ്ങൾ പാറിപ്പറക്കുകയായിരുന്നു. അമ്പിളി ക്കലയിലെ കതകു തുറന്ന് ദൈവപുത്രൻ ഇറങ്ങി വരുന്നത് അവൾ കണ്ടു. കരുണ വഴിയുന്ന കണ്ണുകൾ വിരിയിച്ച് യേശു അവളെ നോക്കി. പുഞ്ചിരി പൊഴിച്ചുകൊണ്ട് അതിലോലമായ സ്വരത്തിൽ അദ്ദേഹം കല്പിച്ചു: “ലില്ലി നൃത്തം ചെയ്തോളൂ!”

മാലാഖമാരുടെ അതിമധുരമായ പ്രാർത്ഥനാഗാനത്തിനൊപ്പം നക്ഷത്രങ്ങൾക്കിടയിൽ നൃത്തം ചെയ്തു കൊണ്ടിരുന്നപ്പോൾ അവൾ പുഞ്ചിരി തൂകിക്കൊണ്ട് ഉണർന്നു.

അവളുടെ നീലമിഴികളിൽ പുഷ്യരാഗത്തിന്റെ ഒളിമിന്നൽ ഞാൻ കണ്ടു.

അവളുടെ മധുരമായ പ്രാർത്ഥനാഗാനത്തിൽ അലിയുന്ന ഹൃദയവുമായി ഞാൻ കിടന്നു. ഉറക്കത്തിലെ അബോധാവസ്ഥയിൽ വയലിൻ കമ്പികളിൽ ആരോ വിരൽത്തുമ്പു കൊണ്ട് മൃദുവായി തട്ടുന്ന ശബ്ദവും വളരെ നേർത്ത ചിലമ്പൊലിയും ഞാൻ കേട്ടു.

എങ്ങുനിന്നോ കരച്ചിൽ കേട്ടുകൊണ്ട് ഞാൻ ഞെട്ടിയുണർന്നു. വളകിലുങ്ങുന്ന വെളുത്ത കൈ പനിനീർപ്പൂവ് നീട്ടിത്തന്നില്ല. കോരിത്തരിപ്പിക്കുന്ന പ്രാർത്ഥനാഗാനം കേൾക്കുന്നില്ല.

ഞാൻ ഓടിച്ചെന്നു കൂട്ടത്തിനിടയിലൂടെ നിറഞ്ഞ കുളത്തിലേയ്ക്കിറങ്ങി.

ഊന്നുവടികൾ വെള്ളത്തിൽ നിശ്ചലമായി പൊന്തിക്കിടപ്പുണ്ട്.

ജലമുകുളങ്ങൾ ഉമ്മ ചാർത്തുന്ന താമരദളങ്ങൾക്കിടയിൽ നിന്ന് ഉലഞ്ഞു നൃത്തം ചെയ്യുന്ന ജലദേവത പെട്ടെന്നു നീരാവിയായി അപ്രത്യക്ഷമാകുന്ന പോലെ എനിക്കു തോന്നി.

താമരയിലകൾക്കിടയിൽ വള്ളികളുടെ പുണരലിൽപെട്ട് അവൾ മരിച്ചു കിടക്കുന്നു.

■

കുരിശുയുദ്ധത്തെപ്പറ്റി ഒരു കോമഡി

മാഞ്ചുവട്ടിൽ മാങ്ങ വീണിട്ടുണ്ടോ എന്നു നോക്കാൻ ചെന്നതായിരുന്നു. കണ്ടപ്പോൾ വിസ്മയം കൊണ്ട് തുള്ളിച്ചാടാൻ തോന്നിപ്പോയി. വലിയ തുകൽപ്പെട്ടി തൂക്കിപ്പിടിച്ച്, ചുണ്ടിൽ പരിഭ്രമം കലർന്ന പുഞ്ചിരിയുമായി അയാൾ ഗേറ്റിനപ്പുറം വന്നു നിൽക്കുന്നു. വെളുത്ത ദേഹം രക്തകാന്തി കലർന്നു കൊഴുത്തു തടിച്ചിരിക്കുന്നു. കവിളുകൾ പണ്ടത്തേതിലും തുടുക്കുകയും കണ്ണുകളിൽ പൊലിയാതെ നിന്നിരുന്ന കുസൃതിയുടേതായ ആ പ്രകാശം ഇരട്ടിക്കുകയും ചെയ്തിട്ടുണ്ട്.

“ഇക്ക!” ആരോടെന്നില്ലാതെ സാഹ്ളാദം മന്ത്രിച്ചുകൊണ്ട്, ചിറകിനു പുതുജീവൻ കിട്ടിയ ഒരു പൂമ്പാറ്റയെപ്പോലെ ഓടിച്ചെന്നു, അവൾ ഗേറ്റു തുറന്നു. ഭാരമുള്ള തുകൽപ്പെട്ടി അനായാസമായി തൂക്കിപ്പിടിച്ചുകൊണ്ട്, ചുവന്ന ചരലിലൂടെ മന്ദം നടക്കുമ്പോൾ അവളുടെ ചുരുണ്ട തലമുടിയിൽ തടവി വാത്സല്യപൂർവ്വം അയാൾ പറഞ്ഞു. “ഒന്നരക്കൊല്ലം കൊണ്ട് നീ വളർന്ന് ഒരു പെണ്ണായിക്കളഞ്ഞല്ലോ!”

അവൾ ലജ്ജയോടെ ചിരിച്ചുകൊണ്ട് മുഖം കുനിച്ചു. അവളുടെ ഹൃദയത്തിൽ ഒരു ചെറിയ നീറലും അനുഭവപ്പെട്ടു. പ്രിയപ്പെട്ട ഇക്കയെ കണ്ടിട്ട് ഒന്നരവർഷമാകുന്നു. അവസാനം വന്നു പോകുമ്പോൾ വെളുത്ത ദേഹം നന്നെ നേർത്തിരുന്നു. കവിളുകൾ രക്തകാന്തി കലർന്നു തുടുത്തിരുന്നില്ല. ഇത്ര ഓജസ്സും കുസൃതിയുടെ നെയ്ത്തിരി കത്തുന്ന കണ്ണുകളുമുണ്ടായിരുന്നില്ല.

എപ്പോഴും പുഞ്ചിരി തൂവുകയും പാട്ടു മൂളുകയും ചെയ്യുന്ന ഇക്കയെപ്പറ്റി ഓർത്തപ്പോൾ വേദനയും ആഹ്ളാദവും കലർന്ന വികാരമുണ്ടായി. ആ വെളുത്തു നീണ്ട വിരലുകൾ കൊണ്ട് തലമുടിയിൽ തലോടിയിട്ട്, ചെറിയ നുണക്കുഴിയിൽ കിക്കിളിക്കൊള്ളുമാറ് നുള്ളിയിട്ട്, അതിമനോഹരമായി പാട്ടു പാടിക്കേൾപ്പിച്ചിട്ട് കാലമെത്രയായി!

എപ്പോഴും തടിച്ച പുസ്തകവും നോക്കി ഇരിക്കുന്ന ഇക്കയെ മഹാൻ എന്നു അവൾ വിളിക്കുമായിരുന്നു. അപ്പോൾ ഇക്ക പറയും: “ചാമ്പയ്ക്കേ! നീ വളരുമ്പോൾ ഞാൻ നിന്നെയൊരു ഡാൻസുകാരിയാക്കും.”

"ഡാൻസ് എന്നു വെച്ചാലെന്താ?" അവൾ നിഷ്ക്കളങ്കമായി ചോദിച്ചു.

പെട്ടെന്നു വിരിഞ്ഞ ചെറിയ നുണക്കുഴികളിൽ അരുമയായി നുള്ളിക്കൊണ്ട് കുസൃതിച്ചിരിയോടെ പറഞ്ഞു: "അഴകുള്ള പെൺകുട്ടികളുടെ വളരെ ഭംഗിയേറിയ അപസ്മാരമിളക്കമൊണ് ഡാൻസ്."

അവൾക്കു അപമാനബോധമുണ്ടായി. ചുണ്ടുകൾ കൂർപ്പിച്ചു, പിണങ്ങി നിന്നുകൊണ്ട് പറഞ്ഞു: "ഞാനതു ചെയ്യൂല. മനസ്സില്ല."

ഇക്ക വീണ്ടും നുണക്കുഴിയിൽ നുള്ളി ഒരു കൊച്ചു ചന്ദ്രക്കലയുണ്ടാക്കി. "ശരി ഭവതിയുടെ ഇഷ്ടം. വളർന്നു പെണ്ണാകുമ്പോൾ ഞാൻ നിന്നെ ഒരു മുഴുവൻ ഒട്ടകത്തെ നിർത്തിപ്പൊരിച്ച് വിഴുങ്ങുന്ന, മൂന്നു കെട്ടിയ ഒരു മുട്ടൻ അറബിക്ക് കെട്ടിച്ചു കൊള്ളാം. സമ്മതിച്ചോ?"

"പോ, ഇക്കാ!"

അവൾ ആകെ ലജ്ജിച്ചു ചുവക്കുകയും ദേഷ്യം കൊണ്ട് കാന്താരി മുളകു പോലെ എരിയുകയും ചെയ്തു. ഇക്കായ്ക്ക് കുസൃതി വളരെ കൂടിപ്പോകുന്നു.

ദൂരെയുള്ള ജോലിസ്ഥലത്തു നിന്നു ആഴ്ചയിലൊരിക്കൽ വരുമ്പോൾ സലീം ചിത്രാങ്കിതമായ മധുരബിസ്ക്കറ്റുകൾ വർണ്ണചിത്രങ്ങളുള്ള ടിന്നിൽ അവൾക്കായി കൊണ്ടുവരും. ഇടയ്ക്കെല്ലാം വളരെ മനോഹരമായ പാവാടയും ബ്ലൗസ്സും തയ്പിച്ചു കൊണ്ടുവരികയും ചെയ്യും. അവളുടെ ചാമ്പയ്ക്കാനിറത്തിനിണങ്ങിയ ശീല തിരഞ്ഞെടുക്കാൻ ലോകത്തിൽ സലീം എന്ന മഹാനു മാത്രമെ കഴിയൂ എന്നു പൂർണ്ണ വിശ്വാസമായിരുന്നു. മറ്റുള്ളവർ (ബാപ്പയെന്ന ഗംഭീരൻ ഉൾപ്പെടെ) കൊണ്ടു വരുന്ന പീറത്തുണികളും വികൃതമായ ആഭരണങ്ങളും അണിഞ്ഞു മുമ്പിൽ ചെല്ലുമ്പോൾ ഇക്കാ പറയുമായിരുന്നു: "നീയിപ്പോൾ പഞ്ചൻലാമയുടെ പ്രജയെപ്പോലിരിക്കുന്നു."

മഹാൻ സംസാരിക്കുമ്പോൾ വിചിത്രഭാഷയുടെ സാരം മുഴുവൻ എപ്പോഴും മനസ്സിലാകാറില്ല. ആ ഭാഷയിലേ സംസാരിക്കൂ. തുകൽ സഞ്ചി തുറന്നു, മിനുങ്ങുന്ന ബ്ലൗസ്സും പൂവും പൂമ്പാറ്റയും നിറയെയുള്ള ഞെറിച്ചു തുന്നിയ പാവാടയും നക്ഷത്രത്തിന്റെ പ്രകാശമുള്ള കല്ല് പതിച്ച കണ്ഠാഭരണവും എടുത്തു കൊടുത്തിട്ട് ഇക്ക പറഞ്ഞു: "അകത്തു പോയി അണിഞ്ഞു ഒരു മലയാളിപ്പെണ്ണായി വരൂ!"

വസ്ത്രം ധരിച്ചു, കൺമഷിയെഴുതി, കണ്ഠാഭരണവുമണിഞ്ഞു, ലജ്ജിച്ചു മുമ്പിൽ വന്നപ്പോൾ ഇക്കാ ബഹുകുസൃതിയോടെ ചിരിച്ചു: "ചാമ്പയ്ക്കേ! നീയിപ്പോൾ ശലമോന്റെ നിധികുംഭങ്ങൾക്കു സൃഷ്ടിക്കാൻ കഴിയാത്ത ആമ്പൽപ്പൂവിനേക്കാളും മനോഹരിയാണ്."

"പോ ഇക്കാ!" നിന്നു ചുവന്നു പോയി.

"പോ ചാമ്പയ്ക്കേ!"

രക്ഷയില്ല. ഓടി അകത്തു കയറിക്കളഞ്ഞു. സലീം എന്ന മഹാപുരുഷന്റെ പൊട്ടിച്ചിരി തന്റെ നേരെ ഊരിയെറിഞ്ഞ മണിച്ചിലങ്കകൾ പോലെ പിന്തുടർന്നെത്തുകയും ചെയ്തു.

പിന്നെ അന്തരീക്ഷം ക്രമേണ ഇരുളാൻ തുടങ്ങി. ബന്ധുക്കളുടെ ഇടവിടാതെയുള്ള അപവാദങ്ങളായിരുന്നു കാരണം. ഇക്ക പറയുമായിരുന്നു: "അല്ലാഹു ബന്ധുക്കളെ പടച്ചപ്പോൾ എല്ലാവരിലുമായി പകർന്നു നിറച്ച വിഷത്തിൽ ബാക്കി വന്നതു മാത്രമെ പാപികൾക്ക് കിട്ടിയുള്ളൂ."

ഇക്കയുടെ ജോലിസ്ഥലമായ പട്ടണത്തിൽ പോയി, കോടതിക്കാര്യങ്ങളും വ്യവസായങ്ങളും കഴിഞ്ഞു തിരിച്ചു വന്ന ബന്ധുക്കളിൽ ഒരാൾ പറഞ്ഞു: "സലീം വഴി തെറ്റാതെ ഒന്നു സൂക്ഷിച്ചോളണം."

ഗംഭീരനായ ബാപ്പ മെതിയടിപ്പുറത്തു നിന്നു മലയെ ഇളക്കുന്ന ഭാവത്തിൽ ബന്ധുവിനെ നോക്കിയിട്ട് പറഞ്ഞു: "സലീം എന്റെ മോനാണ്, വളഞ്ഞ മാർഗ്ഗം കണ്ടാൽ പിന്തിരിഞ്ഞു കളയും."

ബന്ധു സ്വല്പം പകച്ചുകൊണ്ട് തുടർന്നു: "പക്ഷേ, മഞ്ഞമുള പോലെ നേർത്ത ഒരു ക്രിസ്ത്യാനിപ്പെണ്ണുമായി ചിരിച്ചു രസിച്ച്, എന്നും പാർക്കിലെ കാറ്റുമേറ്റ് നടപ്പുണ്ട്."

ബാപ്പ സ്തംഭിച്ചു പോയി. "നേര് പറ."

"മൂന്നു ദിവസം ഞാൻ കണ്ടതാണ്. ആപ്പീസിൽ അടുത്തടുത്താണ് ഇരിപ്പും."

വീട്ടിൽ കൊടുങ്കാറ്റിന്റെ ആരംഭമായി. ഉപദ്രവികളായ ഈ നശിച്ച ബന്ധുക്കൾ കള്ളം പറയുന്നു: ഇക്ക എന്ന മഹാപുരുഷൻ ഇടയ്ക്കു പ്രാർത്ഥിക്കാറുള്ള വാചകം അവൾ ഓർത്തു: "സർവ്വലോകങ്ങളുടെ സ്രഷ്ടാവെ! ഈ ബന്ധുക്കളുടെ ചുംബനങ്ങളിൽ നിന്ന് അങ്ങെന്നെ കാത്തു രക്ഷിക്കേണമേ! ശത്രുക്കളുടെ വെട്ടും കുത്തും ഞാൻ തടഞ്ഞു കൊള്ളാം."

തുകൽസഞ്ചിയിൽ ബിസ്ക്കറ്റുമായി ഇക്ക വന്നു കയറിയപ്പോൾ ഉമ്മയും ബാപ്പയും മിണ്ടിയില്ല. ഇക്ക ചിരിച്ചു കൊണ്ട് അങ്ങുമിങ്ങും നടന്നു ക്ഷമ കെട്ടപ്പോൾ അവളെ വിളിച്ചു ചോദിച്ചു: "ഉമ്മയും ബാപ്പയും ഏകാന്ത തടവുകാരെപ്പോലെ കഴിയുന്നതെന്താ?"

അവൾ രഹസ്യമായി സംഭവം പറഞ്ഞു. അപ്പോൾ സലീം എന്ന മഹാപുരുഷൻ ലഘുവായി വിളറിയെന്നു തോന്നി. അവളെ അണച്ചു പിടിച്ച് ഞരുക്കമുള്ള തലമുടിയിൽ ഇളങ്കാറ്റടിക്കുന്ന പ്രതീതിയുണ്ടാകുമാറ് അതിലോലമായി തലോടിക്കൊണ്ട് ഇക്കാ പതുക്കെ ചോദിച്ചു: "നല്ലവളായ ഒരു നാത്തൂനെ നീ ഇഷ്ടപ്പെടുകയില്ലെ?"

അവൾ തെല്ലു നേരം പകച്ച് നിന്നിട്ട് ആഹ്ളാദത്തോടെ ഉത്തരം കണ്ടെത്തി: "ഇസ്ലാമാണെങ്കിൽ കല്ല് വെച്ച ഒരു പൊൻമോതിരം ഞാൻ ഇട്ടുകൊടുക്കും."

വിളറിയ പുഞ്ചിരിയോടെ ഇക്കാ പറഞ്ഞു: "അവൾ ഈസാനബി അലഹിസ്സലാമിന്റെ ഒരു കുഞ്ഞാടാണ്. അതിനാൽ മോതിരം വേണ്ട. ഒരു കറുത്ത കുപ്പി വള കൊടുക്കുമോ?"

മുഖം ചുവന്നു പോയി. തിട്ടമായി പറഞ്ഞു: "ഹില്ല. ഞാനവൾക്ക് ചൂലുകൊണ്ട് ഒരസ്സലടി വെച്ചു കൊടുക്കും."

ഇക്ക എന്ന മഹാൻ കുലുങ്ങിയില്ല: "അവൾ മനോഹരമായി കെസ്സു പാട്ടുകൾ പാടും. കേൾക്കുമ്പോൾ നിന്റെ കരളിൽ പളുങ്കുപോലെ ഒരാലിപ്പഴം അമർന്നിരുന്നു ചിരിച്ചു ചിരിച്ച് അലിയുന്ന പോലെ തോന്നും."

പറയുമ്പോൾ മഹാപുരുഷൻ കുളിരണിയുന്നുണ്ടായിരുന്നു. ഒരു പെണ്ണിനെപ്പറ്റി ഇങ്ങനെ സ്തുതിച്ചു പറയാൻ നാണമില്ലല്ലോ!

പക്ഷെ ബാപ്പയും ഉമ്മയും ദിവസം മുഴുവനും തീവ്രമായ മൗനം അവലംബിക്കുകയും മുഖം വീർപ്പിച്ചു കിടക്കുകയും ചെയ്തു. ഇക്ക പറഞ്ഞു: "പുള്ളികൾ ശീതസമരം തുടങ്ങിയിരിക്കുന്നു. നമ്മുടെ പ്രിയ ഉമ്മബാപ്പമാരെ എപ്പോളാണ് തേള് കുത്തിയത്?"

വിളറിയ ചിരിയുമായി ഇക്ക അതിരാവിലെ പോയി.

പിന്നെ വന്നത് നാലുകെട്ടിൽ ഉഗ്രമായ കൊടുങ്കാറ്റ് ഇളക്കി വിടാൻ വേണ്ടിയായിരുന്നു. ഊണു കഴിഞ്ഞു വിശ്രമിക്കുമ്പോൾ പതിവുപോലെ മുഖം വീർപ്പിച്ചിരിക്കുന്ന ഉമ്മയോടു ഇക്ക പുഞ്ചിരി വിടാതെ തന്നെ എന്തോ പറഞ്ഞു. പെട്ടെന്നു ഉമ്മ ചാടിയെണീറ്റു, ബാപ്പയുടെ മുമ്പി ലേക്കു കൊടുങ്കാറ്റുപോലെ ഓടി.

"കേട്ടോ! കുരുത്തം കെട്ട പൊന്നാരമോന്റെ തീരുമാനം."

"ഹെന്തെന്ന് പറ." ബാപ്പ രൂക്ഷമായി നോക്കി.

ദേഹം മുഴുവൻ ധരിച്ചിരുന്ന ആഭരണങ്ങൾ കിലുക്കിക്കൊണ്ട് ഉമ്മ പറഞ്ഞു: "പുന്നാരമോൻ ആ നസ്രാണിപ്പെണ്ണിനെക്കെട്ടാമ്പോണെന്ന്!"

ബാപ്പ ഭൂകമ്പമുണ്ടായപോലെ ഞെട്ടിയിട്ട് ഉമ്മയെ തുറിച്ചു നോക്കി. ചുണ്ടിലിരുന്ന വലിയ ചുരുട്ടിൽ നിന്നു പുറപ്പെട്ട പുകപടലം ഒരു മേഘം പോലെ വരാന്തമുഴുവൻ തിങ്ങി നിറഞ്ഞു.

ബാപ്പ ഗർജ്ജിച്ചു: "എവിടെ ഇബ്ലീസിന്റെ കുതിര?"

നാലുകെട്ടിൽ നിന്നു വിളറിയ മുഖവും കുനിച്ച്, സലീം എന്ന മഹാ പുരുഷൻ ഒരു നവവധുവിനെപ്പോലെ മന്ദം നടന്നു വന്നു ബാപ്പയുടെ വലിയ ചാരുകസേരയോടു ചേർന്നു നിന്നു. കവിളിൽ ഒരു തുള്ളി ചോര യില്ല.

ബാപ്പയുടെ ചോരക്കണ്ണുകൾ എരിഞ്ഞു.

"അപ്പൊ നീ തീരുമാനിച്ചല്ലെ?"

ഇക്ക ദയനീയമായി വിളറി. മനോഹരമായ പാട്ടുകളിൽ ഇമ്പം ചേർത്തിരുന്ന സ്വരം ഇടറി.

"അഞ്ചു കൊല്ലം അവൾ എന്നെ വിശ്വസിച്ചു കാത്തിരുന്നു. അവളിൽ ഗുണങ്ങൾ മാത്രമെ ഞാനിക്കാലമത്രയും കണ്ടുള്ളൂ. ദോഷം കണ്ടില്ല. ഇനി അവളെ നീറ്റിത്തീർക്കാൻ എനിക്ക് കരുത്തില്ല."

ബാപ്പ ചീറി: "ഞായം! എന്നാൽ നീ അതു നടത്തി അവളുമായി ആനപ്പൊറത്തിരുന്നു ഈ പടിവാതില് കടന്നേക്കരുത്. കല്പനയാണ്. കടന്നാ തട്ടിന്മോളിൽ ഒരു തോക്കുണ്ട്. ഒരുണ്ട നിനക്ക്. ഒരുണ്ട നിന്റെ പുന്നാരനസ്രാണിച്ചിക്കും. പൊയ്ക്കോ!"

മഹാപുരുഷൻ പൊട്ടിക്കരയുമെന്നു തോന്നി. വിളറി വെളുത്ത മുഖം മെല്ലെ ഉയർത്തി ഉമ്മയെ നോക്കി. "ഉമ്മാ!"

ഉമ്മയിൽനിന്ന് ഒരു വല്ലാത്ത തേങ്ങിക്കരച്ചിലും ചെറിയ അലർച്ചയും പുറപ്പെട്ടു. "പൊയ്ക്കോ! നീ കെടന്ന വയറ്റത്തു കുത്തി."

ഇക്ക വിളിച്ചു: "ഐഷാ!"

അവൾ ഒന്നും തിരിയാത്ത മട്ടിൽ ആ വെളുത്ത ദേഹത്തോടു ചേർന്നു നിന്നു. അവൾ കരഞ്ഞു പോകുമെന്നു തോന്നി. മെല്ലെ തലമുടിയിൽ തടവിക്കൊണ്ട് ഇക്കാ ചോദിച്ചു: "പോകട്ടെ?"

അവളുടെ മിഴികളിൽ രണ്ടു തുള്ളികൾ ഉറഞ്ഞു കൂടുമ്പോൾ വിളറിയ മുഖം കുനിച്ചുപിടിച്ചുകൊണ്ട് ഇക്ക ഗേറ്റു കടന്നു മറയുന്നതു കണ്ടു.

രണ്ട് ദിവസം കഴിഞ്ഞു കമ്പി വന്നു: കൊണ്ടു വന്ന ശിപായി അർത്ഥം പറഞ്ഞുകൊടുത്തു. "മേരിയെ വിവാഹം ചെയ്തു-സലീം."

എരിഞ്ഞുകൊണ്ടിരുന്ന വലിയ ചുരുട്ട് ബാപ്പയുടെ കയ്യിൽ നിന്നു താഴെ വീണു. തെല്ല് നേരം സ്തംഭിച്ചിരുന്നിട്ട് ഉറച്ച കാൽവെപ്പുകളോടെ നാലുകെട്ടിലേക്ക് കടന്നു ചെന്നു. ഉമ്മ നിസ്കാരം കഴിഞ്ഞു പ്രാർത്ഥി ക്കുകയായിരുന്നു: "തമ്പുരാനെ! സലീമിനു നല്ല ബുദ്ധി തോന്നിക്കണേ!"

ബാപ്പ കഠിനമായ കോപത്തോടെ, കമ്പി വാചകമെഴുതിയ കടലാസ് ചുരുട്ടി ഒരു ഗോളമാക്കി ഉമ്മയുടെ വെളുത്ത മുഖത്തേക്കു ആഞ്ഞെറി ഞ്ഞിട്ട് അലറി: "നിന്റെ ദുആ അല്ലാഹു സ്വീകരിച്ചെടീ!"

ഉമ്മ ഞെട്ടി വിറച്ചു: "ഹെന്ത്?"

"അവൻ നമ്മൾക്കു കമ്പിയടിച്ചിരിക്കണ്. ഞാൻ നസ്രാണിച്ചി മേരിയെ കെട്ടി ആനപ്പുറത്തിരുത്തീട്ടുണ്ട്-പ്രിയപുത്രൻ സലീം; എന്ന്."

ഉമ്മ തുറിച്ചു നോക്കി ഇരുന്നിട്ട് ബോധശൂന്യയായി വീണു. മുഖത്തു പനിനീർ തളിച്ചിട്ടും വളരെ കഴിഞ്ഞേ കണ്ണു തുറന്നുള്ളൂ. ദിവ്യ വെളിപാടുണ്ടായ പോലെ പറഞ്ഞു: "അവൻ എന്റെ മോനല്ല."

കനത്ത മെതിയടിയിട്ടടിച്ച് ബാപ്പ കോണിപ്പടികൾ കയറി മുകളി ലേക്കു പോകുമ്പോൾ താഴെയുള്ള സർവ്വവും തകർക്കുമെന്നു തോന്നി. ഭയന്നു നടുങ്ങിയ അവൾ ഉള്ളിൽ വിങ്ങിപ്പൊട്ടി.

"പാവപ്പെട്ട ഇക്ക."

ബാപ്പ പുതിയ കാഷ്മീർ സാൽവ കൊണ്ടു തന്നെ തോക്കെടുത്തു അമർത്തിത്തുടച്ചു. മിനുക്കം തൃപ്തികരമാകാഞ്ഞിട്ട് ഒന്നുകൂടി അമർത്തി ഉഴിഞ്ഞു. മരുന്നു നിറച്ച ചെറിയ ഉണ്ടകൾ ഇടുന്നതു കണ്ടപ്പോൾ അവൾ ഏങ്ങിക്കരഞ്ഞു പോയി. ബാപ്പ തോക്കുമായി ഉമ്മയുടെ മുമ്പിൽ വന്നു നിന്നു. മെതിയടി ആഞ്ഞു ചവുട്ടിക്കൊണ്ട് യുദ്ധം പ്രഖ്യാപിച്ചു: "അവനും അവന്റെ കള്ളമൂരിയും പടി കടക്കണ നേരം ഞാനില്ലെങ്കിൽ വിളിപ്പിക്കണം. ഒറക്കമാണെങ്കിലൊണർത്തണം. തോക്ക് നെറച്ചു വെച്ചിട്ടുണ്ട്."

പിന്നെ നാലുകെട്ടിന്നുള്ളിൽ എപ്പോഴും ഒരു യുദ്ധത്തിന്റെ അന്തരീക്ഷം തന്നെയായിരുന്നു. ഏത്തപ്പഴത്തോളം വലിയ ചുരുട്ട് ബാപ്പ ഏഴെട്ടണ്ണം വീതം ദിവസവും വലിക്കുകയും സർവ്വരോടും കോപിക്കുകയും ചെയ്തു. അവൾ അടുത്തു ചെല്ലുമ്പോൾ ദഹിപ്പിക്കാൻ പോകുന്നവിധം നോക്കിയിട്ട് പറയും: "ഫോ മൂമ്പീന്ന് അവന്റെ പുന്നാരപ്പെങ്ങളല്ലെ?"

ഇക്ക അയച്ച ആദ്യത്തെ കത്ത് അവളാണ് ആദ്യം തുറന്നു വായിച്ചത്. "ഒരു ചെറിയ വാടകവീട്ടിൽ ഞങ്ങൾ സുഖമായി ജീവിക്കുന്നു. മുറ്റത്ത് ഒരു പൂന്തോട്ടം വെച്ചു പിടിപ്പിക്കുന്നുണ്ട്. ഞങ്ങൾ ഒരുമിച്ച് ഓഫീസിൽ പോവുകയും വരുകയും ചെയ്യുന്നു. അവൾ ഭംഗിയായി പാകം ചെയ്യും. ജീവിതം പ്രതീക്ഷിച്ചതിലേറെ ഓരോ ദിവസവും സന്തോഷമേറിയതായി തോന്നുന്നതുകൊണ്ട്, അങ്ങോട്ടു വന്നു വെടിയേറ്റു മരിച്ചുകളയുമെന്നത് ബുദ്ധിയാണോ എന്നറിയിക്കാൻ ദയവുണ്ടാകണം."

എഴുത്ത് ബാപ്പയ്ക്കു കൊടുത്തു. അതിരൂക്ഷമായി ഓടിച്ചുനോക്കിയിട്ട് കീറി പഞ്ഞിപോലെ കാറ്റിൽ പറത്തുമ്പോൾ പറഞ്ഞു: "അവളവനു പന്നിയിറച്ചി സൂപ്പ് നന്നായി വെച്ചു കൊടുക്കുന്നുണ്ടത്രെ. ഇബ്ലീസും അവന്റെ മൂരീം!"

ഒരു ക്രിസ്ത്യാനിപ്പെണ്ണിനെ വിശുദ്ധ ഖുർആനിലെ നിയമങ്ങൾക്കു വിരുദ്ധമായി വിവാഹം ചെയ്തവന്റെ കത്ത് തൊടുകയെന്ന തെറ്റു ചെയ്തതിന്നു അദ്ദേഹം കൈ കഴുകി.

ബന്ധുക്കൾ പറ്റമായി വന്നു ഉമ്മയുടെയും ബാപ്പയുടെയും ഭാഗം ചേർന്നു ഏഷണി പറഞ്ഞു: "സലീമിനു നട്ടെല്ലുണ്ടെന്നു തെറ്റായി വിചാരിച്ചുപോയി. ഒരു ഈർക്കിൽ നസ്രാണിപ്പെണ്ണ് ഒരു നോട്ടത്തിന് അതു വലിച്ചൂരി മടിയിൽ വെച്ചതു കണ്ടില്ലേ?"

മറുപടി കിട്ടാതെതന്നെ ഇക്ക സുഖവിവരങ്ങൾക്ക് കത്തെഴുതിക്കൊണ്ടിരുന്നു. മുറ്റത്തു പൂന്തോട്ടം പുഞ്ചിരിക്കാൻ തുടങ്ങിയത്രെ. അടി, കത്തിക്കുത്ത്, അതിരുതർക്കം തുടങ്ങിയ കേസ്സുകളിൽ വാദി പ്രതികളായി പട്ടണത്തിൽ പോയി താമസിച്ചു തിരിച്ചു വന്ന ബന്ധുക്കൾ പരിഹാസപൂർവ്വം പറഞ്ഞു: "ഭാര്യയും ഭർത്താവും ഉരുമ്മിച്ചേർന്ന് പരമരസമായി ഉല്ലസിച്ചു എന്നും പാർക്കിൽ നടപ്പുണ്ട്. സലീം തടിച്ചിട്ടുമുണ്ട്."

ബാപ്പ പുച്ഛിച്ചു തുപ്പി: "അവളുടെ പന്നിയിറച്ചി സൂപ്പ് അവന്റെ നട്ടെല്ലൂരിപ്പോയ തടിക്കു പിടിച്ചെന്നു സാരം."

ഒരു ദിവസം അവളുടെ പേരിൽ പാർസൽ വന്നു-ജീവിതത്തിൽ ഒരു സുപ്രധാനസംഭവം. തുറന്നു നോക്കുമ്പോൾ കണ്ണഞ്ചിപ്പിക്കുന്ന ബ്ലൗസ്സും പാവാടയും പൂവുകൾ തുന്നിപ്പിടിപ്പിച്ച അരഡസൻ തൂവാലകളുമാണ്. കൂടെ നക്ഷത്രങ്ങളുടെ ചന്തമുള്ള അക്ഷരങ്ങളിൽ ഒരെഴുത്തും: "കൊച്ചു നാത്തൂൻ അവർകൾക്ക് ഞാൻ തന്നെ തയ്ച്ച ബ്ലൗസ്സും പാവാടയും തൂവാലകളും അയയ്ക്കുന്നു. അണിഞ്ഞ് ഒരു പൂമ്പാറ്റയെപ്പോലെ നൃത്തം ചെയ്യണേ!"

"എന്നെ അടിക്കാനുള്ള ചൂല് ബലമുള്ള ഈർക്കിൽ കൊണ്ട് വലിയ സൈസിൽ തന്നെ തയ്യാറാക്കി വെച്ചിരിക്കണം എന്ന് സലീം രാജകുമാരൻ കല്പിച്ചിരിക്കുന്നു."

"ചാമ്പയ്ക്കക്കവിളിൽ ഒരുമ്മം തരാൻ കൊതിയായിട്ട് അടങ്ങി യിരിക്കാൻ വയ്യാ കേട്ടോ!" - മേരി.

എഴുത്തു നൂറുതവണ വായിച്ചു. കണ്ണുകൾ നിറഞ്ഞു തുളുമ്പി. ബ്ലൗസ്സും പാവാടയും അണിഞ്ഞപ്പോൾ അദ്ഭുതകരമായി ഇണങ്ങി യിരിക്കുന്നു. മേലിൽ സലീം എന്ന മഹാപുരുഷന് പീറത്തുണികളെടു ക്കാനേ കഴിയൂ എന്ന് തീരുമാനിക്കുകയും ചെയ്തു.

ഒരു ദിവസം കമ്പി വന്നു: "പേരക്കുട്ടി പിറന്നു. ഓമനക്കുട്ടൻ സൗഖ്യ മായിരിക്കുന്നു."

ബാപ്പ കമ്പിവാചകം കുറിച്ച കടലാസ് ആറായി കീറി മുറപ്രകാരം കാറ്റിൽ പറത്തി. എന്നിട്ട് അലമാര തുറന്ന് തോക്കെടുത്തു അത്തർ പുരട്ടിയ കാശ്മീർ ഷാൾ കൊണ്ടുതന്നെ അമർത്തിത്തുടച്ചു യഥാ സ്ഥാനത്തു തന്നെ വെച്ചു.

കാര്യം മുൻകൂറായി എങ്ങനെയോ ഗ്രഹിച്ച് കയ്പും മധുരവും ചേർന്ന എന്തോ പാനീയം കഴിച്ച ഭാവത്തിൽ നിൽക്കുന്ന ഉമ്മയോട് ബാപ്പ പറഞ്ഞു: "നിന്റെ മരുമകൾ മൂരി ഒരാൺകൂട്ടീന പെറ്റു."

വളരെ നാളുകൾക്ക് ശേഷം കരച്ചിലും ചിരിയും കലർന്ന മുഖഭാവ ത്തോടെ ഉമ്മ പരിഭവപൂർവ്വം പറഞ്ഞു: "അതിനെ വെടിവെക്കാൻ തോക്കു തുടച്ചപ്പ കൈ വിറച്ചില്ലല്ലോ!"

ബാപ്പ ധൈര്യം വിടാതെ ചോരക്കണ്ണുകൾ കൊണ്ട് നോക്കി. എന്നിട്ട് മുഖം തിരിച്ചു കളഞ്ഞു. ചുരുട്ടു കറ പിടിച്ച തടിയൻ വിരലുകൾ തകൃതിയായി ഞെരിച്ചൊടിക്കുന്ന ശബ്ദം മാത്രം കേട്ടു.

അന്നു രാത്രി കുഞ്ഞിക്കൈകൾ ഇളക്കിക്കളിക്കുന്ന ഒരിളം പൈത ലിനെ വാരിയെടുക്കുന്നതായി അവൾ സ്വപ്നം കണ്ടു. തക്കാളിക്കവിളു കളും ഞാവൽപ്പഴമിഴികളുമുള്ള ഒരോമനക്കുട്ടൻ. വെളുത്തതോ കറു ത്തതോ എന്നു മാത്രം ഓർമ്മയില്ല. പക്ഷേ, കുഞ്ഞുവിരലുകൾ കവിളത്തു തട്ടി ദേഹമാകെ പൊട്ടിപ്പരന്ന രോമാഞ്ചം ഉണർന്നപ്പോഴും ഉണ്ടായിരുന്നു.

തുകൽപ്പെട്ടി നിലത്തുവെച്ചിട്ട് ഇക്ക പുഞ്ചിരി തൂകി: ì ബാപ്പയുണ്ടോ?î

“തേച്ചുകുളിയിലാണ്.”

കുസൃതിച്ചിരിയോടെ ഇക്ക പറഞ്ഞു: “നിർത്തിപ്പൊരിച്ച ഒരൊട്ടകത്തെ പ്രാതലിന്നു ശാപ്പിടുന്ന മൂന്നു കെട്ടിയ അറബിയെ തിരക്കുന്നുണ്ട്. കണ്ടെത്തിയാൽ ഒരു തോല അറബിപ്പൊന്നു റൊക്കം വിലയ്ക്ക് നിന്നെ പിടിച്ച് വിൽക്കുന്നുണ്ട്.”

അവൾ നന്നെ ലജ്ജിച്ചുപോയി. എങ്കിലും ഉറക്കെ വിളിച്ചു പറഞ്ഞു: “ഉമ്മാ, ഇക്ക വന്നു. വെളുത്ത് തടിച്ചിരിക്കണ്.”

കൽക്കണ്ടം മേമ്പൊടി ചേർത്ത് സ്വല്പം തിക്തക കഷായം നുണഞ്ഞ ഭാവത്തിൽ ഉമ്മ പ്രത്യക്ഷപ്പെട്ടു. മകനെ അടിമുടി ഉഴിഞ്ഞു നോക്കി. മുറുക്കിച്ചുവപ്പിച്ച ചുണ്ടുകളിൽ വളരെ മെല്ലെ ഒരു പുഞ്ചിരിയുടെ മൊട്ട് വിരിഞ്ഞു, ക്രമേണ വിടർന്നു.

“മോനേ! നീ ഞങ്ങളെ മറന്നെന്നു കരുതിപ്പോയി.”

സലീം എന്ന മഹാ പുരുഷൻ പറഞ്ഞു: “അതിന് എന്നെ വെടിവെച്ചു കൊന്നാലേ പറ്റൂ.”

ഉമ്മ അതിവാത്സല്യത്തോടെ മകന്റെ കവിളിൽ തടവി. എന്നിട്ട് മടിച്ചു മടിച്ചു ചോദിച്ചു: “എന്റെ പേരക്കിടാവിനെ നീ കൊണ്ടു വന്നില്ലേ?”

മകൻ മുഖം കുനിച്ചു നിൽക്കുക മാത്രം ചെയ്തു. പുഞ്ചിരി തൂകുന്നുണ്ട്.

‘‘പറയൂലേ? ഞാനൊന്നെടുത്ത് പുന്നാരിച്ചുട്ട് നീ കൊണ്ടു പൊയ്ക്കോ!”

മകൻ മുഖമുയർത്താതെ ഹൃദ്യമായി പുഞ്ചിരി തൂകിക്കൊണ്ട് ഗേറ്റിനു നേരെ നടന്നു ചെന്നു. എന്നിട്ട് പുറത്തേക്കു നോക്കി വിളിച്ചു: “മറയിപ്പെണ്ണേ!”

വർണ്ണോജ്ജ്വലമായ സാരിയണിഞ്ഞു, ചുമന്ന ചുണ്ടിൽ പൂവിന്റെ നൈർമ്മല്യവും മനോഹാരിതയുള്ള പുഞ്ചിരിയുമായി വെളുത്ത് മെലിഞ്ഞ്, ഹൂറിയെപ്പോലെ സുന്ദരിയായ ഒരു യുവതി മെല്ലെ നടന്നു വന്നു. മാറോട് ചേർന്നു കുഞ്ഞുടുപ്പുകളണിഞ്ഞ വെളുത്ത് തുടുത്ത ഒരാൺകുഞ്ഞ്.

മകൻ പറഞ്ഞു: “അവൾ മതിലിന്നപ്പുറം പേടിച്ച് വിറച്ചു നിൽക്കുകയായിരുന്നു-വെടിയുടെ ശബ്ദവും ശ്രദ്ധിച്ചുകൊണ്ട്.”

ഉമ്മ വെളുത്ത് തുടുത്ത കുഞ്ഞിനെ നോക്കി. എന്നിട്ട് ആർത്തിയോടെ വാരിയെടുത്തു. കൊച്ചു ഞാവൽപ്പഴക്കണ്ണുകളിലേക്ക് കൊതിയോടെ നോക്കിയിട്ട്, കവിളിൽ ചുംബിക്കുമ്പോൾ ഉമ്മ വിളിച്ചു: “കുഞ്ഞിക്കരളേ!”

ബാപ്പ വിസ്തരിച്ച തേച്ചു കുളി കഴിഞ്ഞു വരുമ്പോൾ നാലുകെട്ട് മുഴുവൻ ഉമ്മ ചിരിച്ചാർത്തു നടക്കുകയാണ്. മാറോട് പറ്റിച്ചേർന്ന് വെളുത്ത് തുടുത്ത കുഞ്ഞും.

രണ്ടുനിമിഷം പകച്ചുനോക്കി നിന്നിട്ട് ബാപ്പ ഗംഭീരമായി ചോദിച്ചു: "അപ്പൊ, നീ ഞങ്ങളെ മറന്നിട്ടില്ല?"

ഉമ്മയുടെ മാറിൽ പറ്റിച്ചേർന്നിരുന്നു കുണുങ്ങിയിരുന്ന വെളുത്ത് തുടുത്ത കുഞ്ഞ് ബാപ്പയുടെ നേരെ കൊഴുത്ത കുഞ്ഞിക്കൈകൾ നീട്ടി. തുടുത്ത ഇളംവിരലുകളും തക്കാളിക്കവിളുകളും, ഇളം ചുണ്ടുകളിൽ പളുങ്കൊലി ചിതറുന്ന ചിരിയുടെ പൂരം.

ബാപ്പ ഗംഭീരമായി ചോദിച്ചു: "എന്റെ പേരക്കൂട്ടീടെ പേരെന്ത്?"

മകൻ പുഞ്ചിരിയോടെ പറഞ്ഞു: "കുഞ്ഞുമോൻ."

ബാപ്പ വെണ്ണക്കിടാവിനെ ബലിഷ്ഠമായ കൈകൾകൊണ്ട് വാരിയെടുത്തു. വിരിമാറിൽ പറ്റിച്ചേർന്നിരുന്നു പിഞ്ചു കൈകൾകൊണ്ട് മാറിലെ രോമക്കൂട്ടം ഇറുക്കി വലിച്ചു രസിച്ചപ്പോൾ ബാപ്പ പറഞ്ഞു: "മിടുക്കൻ!"

ബാപ്പ ഉമ്മയുടെ നേരെ നോക്കി ഗൗരവപൂർവ്വം ചോദിച്ചു: "കറിക്ക് ഇറച്ചി കിട്ടിയോ?"

"ഹില്ല."

ബാപ്പ മകന്റെ നേരെ നോക്കി ഒരു നിമിഷം നിന്നിട്ട് മുഖം കുനിച്ചുകൊണ്ട് വളരെ പതുക്കെ പറഞ്ഞു: "മാവിന്മേൽ പോണക്കൂട്ടമിരിപ്പുണ്ട്. രണ്ടെണ്ണത്തെ വെടിവെയ്ക്കാം. നീ തോക്കെടുത്ത് കൂടെ വാ........... നിറയുള്ള തോക്കാണ് സൂക്ഷിച്ചെടുക്കണം."

കുഞ്ഞിനെ മാറിൽനിന്ന് മടിയോടെ എടുത്തു മരുമകളെ ഏൽപ്പിക്കുമ്പോൾ, ബാപ്പയുടെ ചോരക്കണ്ണുകളിൽ രണ്ടു പനിനീർത്തുള്ളികൾ ഊറിക്കൂടുന്നത് കണ്ടു.

സലീം തോക്കെടുക്കാൻ പോകുമ്പോൾ, മേരി കണ്ണുകളിൽ നനവുമായി തിരിഞ്ഞു നിന്നു സൂത്രത്തിൽ കുരിശു വരയ്ക്കുകയായിരുന്നു.

■

തത്ത്വജ്ഞാനിയും കഴുതയും

പ്രപഞ്ചത്തിന്റെ സംവിധാനത്തിൽ സംഭവിച്ചുപോയ പല വീഴ്ചകളെയും പറ്റി ഓർത്തു ദുഃഖിച്ചു കൊണ്ടിരിക്കുകയായിരുന്നു. ആറു ദിവസം കൊണ്ടിത് തിരക്കു പിടിച്ചു പൂർത്തിയാക്കി ഏഴാം ദിവസം വിശ്രമിക്കരുതായിരുന്നു. ഒട്ടേറെ ശില്പഭംഗങ്ങൾ! ഏഴാം ദിവസമെങ്കിലും ലേശമൊക്കെ മിനുക്കിയെടുക്കാമായിരുന്നു. പെൺകിടാങ്ങളുടെ ലഘുവായ തലച്ചോറിന്റെ കാര്യം മാത്രമെടുക്കുക. മിക്കവാറും പൊള്ളയായ മണ്ടയുമായി ഈ മനോഹര കലാശില്പത്തെ അണിയറയിൽ നിന്നു പുറത്തെടുക്കാൻ ഇത്ര ധൃതി വേണ്ടായിരുന്നു, തീർച്ച. ഒഥെല്ലോ ഡെസ്ഡിമോണയെ ഞെരിച്ചു കൊന്ന രംഗം ക്ലാസ്സിൽ ലേശം വികാര തീക്ഷ്ണതയോടെ അഭിനയിച്ചു കാണിച്ചപ്പോൾ മൂന്നു തടിച്ച പെൺകുട്ടികൾക്കു ബോധക്ഷയമുണ്ടായി.

അപ്പോൾ ഭൂകമ്പത്തിന്റെ ആരംഭമായി. ആദ്യം ഒരു ഭ്രാന്തൻ പളുങ്കു പാത്രങ്ങൾ എറിഞ്ഞു തകർക്കുന്ന മട്ടിലുള്ള ചിരി. പിന്നെ പ്രിയമുള്ള അൽസേഷ്യന്റെ പൗരുഷമുള്ള കുരയും.... തുടർന്നു നൂറോളം പെൺകുട്ടികളുടെ നടുങ്ങിയുള്ള കരച്ചിൽ. അതിനിടയിൽ നിന്നു പ്രിയസഹോദരിയുടെ കല്പന വേറിട്ടു കേൾക്കാമായിരുന്നു: “ചേട്ടനീ മൃഗത്തെയൊന്ന് അടക്കി നിർത്തൂ! ഇല്ലെങ്കിൽ ഇവർ നടുങ്ങി മരിക്കും.”

“ടാർസൻ” ഉറക്കെ വിളിച്ചു. എന്നിട്ടു തെല്ല് അഭിമാനത്തോടെ വിചാരിച്ചു: അവന് മാത്രം മനുഷ്യാതീതമായ അനുസരണയുണ്ട്. വായാടി സഹോദരി അവനെ ഭയന്ന് തന്നോടു കേഴുന്നു. അവളുടെ ഒരു പറ്റം കൂട്ടുകാരികളുടെ പൊള്ളയായ അഹങ്കാരം അവന്റെ നിസ്സാരമായ കുരയിൽ നടുങ്ങുന്നു. സ്നേഹിതാ! നിന്നെ സ്നേഹിച്ചത് വെറുതെയായില്ല-നിന്നെ മാത്രം.

സഹോദരിയും കൂട്ടവും ലേശം മെലിഞ്ഞ ഒരു വെളുത്ത പെണ്ണിനെ കരുതലോടെ താങ്ങിയെടുത്തുകൊണ്ട് അകത്തേക്ക് കയറി. പൂ പോലെയായ നിന്റെ അചുംബിതമായ അരുമദളങ്ങളിൽ പോറലേൽക്കരുതേ എന്ന മട്ടിൽ. ധൃതിയിൽ കിടക്ക വിരിക്കുന്ന കോലാഹലം കേട്ടു. വെളുത്ത പെണ്ണിനെ ബലം പ്രയോഗിച്ചു കിടത്തുന്നു. ശബ്ദമുണ്ടാക്കരുത് എന്നു നൂറു പേരും ഉറക്കെ പറഞ്ഞു വഴക്കിടുകയും ചെയ്തു. അതിനിടയിൽ

നിന്നൂരി വന്നു സഹോദരി അറിയിച്ചു: "ഷീലയ്ക്കു സുഖമില്ലാത്തതു കൊണ്ട് ഞങ്ങൾ ഇങ്ങോട്ട് കൊണ്ടുപോന്നു. ഹോസ്റ്റലിലായാൽ ഇവളെ വധിച്ചു കളയും."

നൂറുപേർ വെളുത്ത പെണ്ണിനെ ഒരുമിച്ചു ചുംബിക്കുന്ന ശബ്ദം. എന്നിട്ട് ഒരു സേനാദളം മാർച്ച് ചെയ്തകലുകയായി. പിന്നെ എങ്ങോ വളപ്പൊട്ടുകൾ മാർബിൾ തറയിൽ വീഴുന്നതു പോലുള്ള ശബ്ദവും പരിമള തൈലവും പൂച്ചെണ്ടുകളും ഉരുമ്മി വരുന്ന ഇളംകാറ്റും. ഭൂകമ്പ ത്തിന്റെ അവസാനമാകാം.

രാത്രി മുഴുവൻ വിദൂരതയിൽ നിന്നെന്നോണം വെളുത്ത പെണ്ണിന്റെ ഞരക്കം കേൾക്കാമായിരുന്നു. സഹോദരിയുടെ ദുസ്സഹമായ ഇംഗ്ലീഷ് താരാട്ടും. ഇവളുടെ പാട്ടില്ലെങ്കിൽ ലോകം അത്രത്തോളമെങ്കിലും ഭേദപ്പെ ടുമായിരുന്നു.

പതിവുപോലെ കൃത്യം ഒമ്പതരയായപ്പോൾ ഉണർന്നു. ലോകം വേണ്ടത്ര വെളിച്ചം അപ്പോഴേ സമ്പാദിക്കുന്നുള്ളൂ എന്ന തന്റെ പ്രബല മായ വാദം അങ്ങേയറ്റം എതിർക്കപ്പെട്ടിട്ടും ഈ കൃത്യനിഷ്ഠയിൽ മാറ്റം വന്നിട്ടില്ല. താൻ പൂവൻകോഴിയൊന്നുമാകാൻ ഭാവമില്ല.

സഹോദരി അണിഞ്ഞൊരുങ്ങി കോളേജിലേക്കുള്ള സുന്ദരമായ യാത്രയാണ്. അവൾ വാതിലിനു മുമ്പിൽ വന്നു നിന്നു പറഞ്ഞു: "ഞാൻ കോളേജിൽ പോകുന്നു. ചേട്ടൻ ഷീലയ്ക്കു വേണ്ടതെല്ലാം നോക്കി ക്കൊള്ളണം. അവൾ രാജകുമാരിയെപ്പോലെ ജീവിച്ചു ശീലിച്ചവളാണ്. എന്റെ വീട്ടിൽ ഹോസ്പിറ്റാലിറ്റിയില്ലെന്നു മാത്രം അവൾ പറയാനിട വരരുത്."

പരുഷമായിത്തന്നെ പറഞ്ഞു: "ക്ഷമിക്കണം ശ്രീമതി. എനിക്കും കോളേജിൽ പോകണം-ഭവതിക്കുള്ളതിൽ കവിഞ്ഞ ഉത്തരവാദിത്വ ത്തോടെ."

"എന്നെ ശ്രീമതിയെന്ന് വിളിക്കരുത്."

"വ്യസനിക്കുന്നു. കുമാരി."

"സാർ! ഉച്ചയ്ക്കു ശേഷമല്ലേ ക്ലാസ്സുള്ളൂ? അതുവരെ ആതിഥേയ മര്യാദയിൽ ഒരു പരിശീലനമാകട്ടെ."

"നോൺസെൻസ്!"

അതു കേൾക്കാൻ നിൽക്കാതെ അവൾ ഓടിപ്പോയി. തലോലിച്ചു വളർത്തിയതുകൊണ്ട് അവൾക്ക് തന്നെയിട്ട് കറക്കാനുള്ള സ്വാതന്ത്ര്യ മുണ്ടെന്നാണ് ഭാവം. ഉപദേശിക്കാൻ അച്ഛനും അമ്മയുമില്ലല്ലോ. തന്റെ വിജ്ഞാനം, സ്വതന്ത്ര ചിന്ത, സ്ത്രീ വിദ്വേഷം എന്നീ ഗുണങ്ങൾ അവൾ മാനിക്കുന്നില്ല. എന്നാലും അപരിചിതയായ ഈ രോഗിണിയെ ശുശ്രൂഷി ക്കാനുള്ള ഭാരം അവൾ തന്നെ ഏൽപ്പിക്കരുതായിരുന്നു. വഴങ്ങുന്നില്ല. സാർത്രെയുടെ എക്സിസ്റ്റെൻഷ്യലിസത്തെ പറ്റി ഉടൻ ഒരു തീവ്രപഠനം

തുടങ്ങുകയായി. അതു തടയാൻ ആരേയും അനുവദിക്കുകയില്ല. പത്രാസു കാരി സഹോദരിയേയോ-അപസ്വരം പുറപ്പെടുവിക്കുന്ന സ്വർണ്ണവീണ പോലുള്ള ആ വെളുത്ത പെൺകിടാവിനേയോ-പ്രിയപ്പെട്ട ടാർസനെ പ്പോലും. ഞങ്ങളിനിയും കടുത്ത സ്ത്രീവിദ്വേഷിയായിത്തന്നെ തുടരും.

അപ്പോൾ അപസ്വരമുണ്ടായി: "ഒരു കപ്പ് വെള്ളം കൊണ്ടു വന്നു തരാൻ ഇവിടെ ഒരു മനുഷ്യജീവിയുമില്ലേ?"

നാശം! വായിച്ചു കഴിഞ്ഞ ഖണ്ഡിക വീണ്ടും ആവർത്തിക്കേണ്ടി യിരിക്കുന്നു. ഇവൾക്കു വല്ല സമുദ്രതീരത്തും ചെന്നു താമസിക്കാമായി രുന്നു ദാഹശമനത്തിന്.

ഏതാനും നിമിഷങ്ങൾക്കു ശേഷം കഠിനകോപത്തിനു താളം തെറ്റിയ നൃത്തരൂപം നൽകിക്കൊണ്ട് വെളുത്ത പെണ്ണ് വാതിൽ കടന്നു വന്നു. ജ്വലിക്കുന്നുണ്ട്.

"മഹാത്മാവേ! ഒരു കപ്പ് വെള്ളം കൊണ്ടു വന്നു തരാൻ ദയവുണ്ടാ കുമോ?"

"ക്ഷമിക്കണം, ഭവതി നിൽക്കുന്നത് ഹോട്ടലിലല്ല" എന്നു പറയാൻ തോന്നി. പക്ഷേ, വാക്കുകൾ സ്തംഭിച്ചു കഴിഞ്ഞു. അടുക്കളയിൽ പോയി ഗ്ലാസ്സ് വൃത്തിയായി കഴുകി പളുങ്കു പോലുള്ള വെള്ളവുമായി വന്നു. രാജകുമാരിയാണല്ലോ. അവളത് തെച്ചിപ്പൂവിന്റെ ചുവപ്പുള്ള ചുണ്ടു കളോട് ചേർക്കുകയും സുന്ദരമായി മന്ദംമന്ദം വലിച്ചു കുടിക്കുകയും, തനിക്കു കോപത്തോടെ നന്ദി പറഞ്ഞു വെട്ടിത്തിരിഞ്ഞ് നടന്നു പോവു കയും ചെയ്തു.

പിന്നെ ഉച്ചഭക്ഷണത്തിന്റെ നേരം വരെ പ്രശാന്തമായിരുന്നു. ഇടയ്ക്കു വരാന്തയിലൂടെ കടന്നു പോയപ്പോൾ അകത്തേക്കു നോക്കി. അവൾ ഒരു പെറിമേസണിൽ ലയിച്ചു കിടപ്പാണ്. ചുരുണ്ട തലമുടി കിടക്ക മുഴുവൻ ഒരു കരിന്തിരപോലെ ചിതറിക്കിടന്നിരുന്നു. കാതിൽ കൊരുത്തിട്ട വെളിച്ച ത്തിന്റെ സാരാംശംപോലുള്ള രത്നമൊട്ടുകൾ തൂങ്ങിയിറങ്ങി അവളുടെ മാർബിൾ കവിളുകളിൽ തുള്ളിക്കളിച്ചുകൊണ്ടിരുന്നു.

സുന്ദരി: നീ എന്റെ മുമ്പിൽ തോൽക്കുന്നുവല്ലോ! ഏതു രാജധാനി യേയും നിന്റെ സാന്നിദ്ധ്യം അലങ്കരിക്കും. പക്ഷേ, പെറിമേസണുമായി നിനക്കൊരിക്കലും എന്റെ ഹൃദയത്തിലേക്കു കടന്നു വരാനാവുകയില്ല.

ഉച്ചഭക്ഷണത്തിന്റെ നേരത്ത് യുദ്ധമുണ്ടായി. നാടൻ മട്ടുകൾ മാത്രമറി യുന്ന സാധു വേലക്കാരിയോടാണ്. ഒരു പാത്രം വീണു തകരുന്ന ശബ്ദം കേട്ടു. തുടർന്നു യുദ്ധരംഗത്തേക്കുള്ള വരവായി: "പട്ടിണി കിടക്കാൻ പ്രത്യേക സൗകര്യമുള്ളതുകൊണ്ടാണോ ആ ധിക്കാരി എന്നെയിങ്ങോട്ട് ക്ഷണിച്ചു കൊണ്ടു വന്നത്."

"ഭവതിയുടെ വിനീതദാസൻ" എന്ന ഭാവം വരുത്താൻ നന്നെ ശ്രമിച്ചുകൊണ്ട് പറഞ്ഞു: "ദയവായി എന്തപകടമുണ്ടായെന്നു പറയൂ."

"നോൺസെൻസ്! ക്ഷണിച്ചു വരുത്തിയവരെ എങ്ങനെ സ്വീകരിക്കണമെന്ന് ഒരു ലക്ചററെ ഞാൻ പഠിപ്പിച്ചുതരണമെന്നില്ല. എനിക്കു തീരെ സുഖമില്ല. കലശലായ തലവേദന. മരിച്ചു പോവുമെന്നു തോന്നുന്നു. ഓട്സും ഗ്ലൂക്കോ ബിസ്ക്കറ്റും മാത്രമേ കഴിക്കാവൂ എന്ന് ഡോക്ടർ പ്രത്യേകം പറഞ്ഞിട്ടുള്ളപ്പോൾ നിങ്ങളുടെ വിഡ്ഢി വേലക്കാരി ചോറും സാമ്പാറുമായി എഴുന്നള്ളിയിരിക്കുന്നു."

"ദയവായി ഇത്തിരി നേരം ക്ഷമിക്കുക."

എന്നിട്ട് കുടയുമായി ജ്വലിക്കുന്ന വെയിലിലേക്കു ഇറങ്ങി. ഈ സമയത്ത് ബസ്സില്ല. ടാക്സി കിട്ടാനില്ല. ഒരു നാഴിക ദൂരമുള്ള നഗരഹൃദയത്തിലേക്ക് നടന്നു. നാലു പാക്കറ്റ് ബിസ്ക്കറ്റും ഒരു വലിയ ടിൻ ഓട്സും വാങ്ങി തിരിച്ചു നടന്നു. ജ്വാലകൾ കാൽഭാഗം കഷണ്ടിയായ തലയിൽ നക്കിക്കൊണ്ടിരുന്നപ്പോൾ പല്ല് ഞെരിച്ചുകൊണ്ട് മന്ത്രിച്ചു: "രാജകുമാരി! നിന്നെ ഞാൻ വെറുത്തതു പോലെ രൂക്ഷമായി ഒരു ദുഷ്ടകഥാപാത്രവും ആരേയും വെറുത്തിട്ടില്ല."

സ്റ്റവ്വിൽ ഓട്സ് പാകം ചെയ്തു വലിയ പളുങ്കുപാത്രത്തിൽ പകർന്നു കൊണ്ടു പോയി വെച്ചു. വലിയ താലം നിറയെ കലാഭംഗിയുള്ള ബിസ്ക്കറ്റുകളും.

രണ്ടു ബിസ്കറ്റുകളും ഏതാനും സ്പൂൺ ഓട്സും കഴിച്ചു എഴുന്നേറ്റു കൊണ്ട് അവൾ പറഞ്ഞു: "സാർ! നരകത്തിൽ പോലും നിങ്ങളൊരു വെപ്പുകാരന്റെ ജോലിയിൽ നിന്ന് പിരിച്ചു വിടപ്പെടും.î എന്നിട്ട് അവൾ പൊട്ടിച്ചിരിച്ചു. വെള്ളയരി പോലുള്ള പല്ലുകൾ, മുന്തിരിത്തുടുപ്പുള്ള ചുണ്ടുകൾ. തടവിൽ കിടന്നു ഞെരുങ്ങുന്ന മാറ്. അതിനാൽ ദേഷ്യം കടിച്ചൊതുക്കി പിൻവാങ്ങി.

ക്ലാസ്സ് ഭംഗിയായില്ല. കുരങ്ങ് കോർത്ത മാല പോലെ പദസമൂഹം ശിഥിലമായിപ്പോയി.

പ്രിയ സഹോദരി വന്നപ്പോൾ കോപം മുഴുവൻ കണ്ണുകളിലൊതുക്കി തുറിച്ചു നോക്കുകമാത്രം ചെയ്തു.

ടാർസനെ തഴുകി. അവന്റെ ശിരസ്സിൽ ചുംബിച്ചു. പുലിയെ നടുക്കുന്ന അവന്റെ കണ്ണുകളിൽ സ്നേഹമുണ്ടായിരുന്നു. അവനുമായി പാർക്കിൽ നടക്കാൻ പോയി. സുഹൃത്തേ! നീയൊരിക്കലും എന്നെ പിരിയരുത്, നീ മരിക്കുകയും അരുത്. യുഗങ്ങൾ നിന്നെ തഴുകാതെ ഒഴിഞ്ഞു പോകട്ടെ. നീ മരിച്ചാൽ നീ അർഹിക്കുന്ന താജ്മഹൽ പണിയാൻ എന്റെ പക്കൽ പണവുമില്ല.

തലയോട്ടിൽ ആണിയടിക്കുന്നതു പോലുള്ള മുട്ടു കേട്ടുകൊണ്ട് രാവിലെ ഒമ്പതരയാകുന്നതിനു മുമ്പ് ഉണർന്നു. കഠിന കോപത്തോടെ എഴുന്നേറ്റ് ആടിയാടിച്ചെന്നു വാതിൽ തുറന്നു.

അവൾ പഞ്ചാബിവേഷവുമണിഞ്ഞു നിന്നു ചിരിച്ചുകൊണ്ടു ചോദിച്ചു: "ഒരിക്കലും ഉദയം കണ്ടിട്ടില്ലേ?"

ഒന്നും മിണ്ടിയില്ല. ഇവളെ ബിരിയാണിയാക്കി ഒരു സ്വർണ്ണത്തളികയിലാക്കി ഒരു സുൽത്താനെ പോലെ ഇരുന്നു ഭക്ഷിച്ചു കളയാമായിരുന്നു. നിർഭാഗ്യവശാൽ ഒരു മാംസഭോജിയല്ലാതായിപ്പോയി. ഉദയം കണ്ടിട്ട് ഒരു നൂറ്റാണ്ടോളമായിക്കാണും. അതിനായി കന്യാകുമാരിയിൽ ചെന്നു താമസിക്കുകയും ചെയ്തതാണ്. പക്ഷേ, അന്ന് പത്തു മണിക്കേ ഉണരാൻ സാധിച്ചുള്ളൂ. എങ്കിലും ഒരു പ്രസിദ്ധ ചിത്രകാരൻ വരച്ച ഉദയത്തിന്റെ ആബ്സ്ട്രാക്ട് ചിത്രം മുറിയിൽ ചില്ലിട്ട് വെച്ചിട്ടുള്ളത് ഉണർന്നാൽ കാണുന്നുണ്ട്. "സൂര്യൻ കിഴക്കുദിക്കുന്നു." പൊട്ടിച്ചിരിച്ചുകൊണ്ട് അവൾ തന്നെ ഉരുമ്മി അകത്തേക്കു കടന്നു. ദിവസത്തിന്റെ ആരംഭം തന്നെ തെറ്റിയാണല്ലോ.

മൂന്നു സ്റ്റൂളുകൾ അടുക്കിയിട്ട് അതിന്മേൽ കയറിനിന്ന് അവൾ ഷെൽഫുകളിൽ എന്തോ തിരയുന്ന തിരക്കിലാണ്. ജീവിതത്തിൽ പണം സമ്പാദിച്ചിട്ടില്ല. ഒട്ടു വളരെ പുസ്തകങ്ങളേ സമ്പാദിച്ചുള്ളൂ. അതിൽ നിന്നു ഒന്നു പോലും ആരും അപഹരിക്കാതിരിക്കാൻ ഇതുവരെ ശ്രദ്ധിച്ചു. ഇപ്പോൾ ഞാനിതാ തോൽപിക്കപ്പെട്ടിരിക്കുന്നു.

പ്രതിഷേധിച്ചു വെളിയിൽ പോയി നിന്നു. അനുവാദം കൂടാതെ സ്ത്രീ തന്റെ ജീവിതത്തിലേക്ക് അതിക്രമിച്ചു കടന്നു സംഹാരം തുടങ്ങിയിരിക്കുന്നു.

അവൾ പുറത്തു വന്നു കഠിനമായ നിരാശയോടെ പറഞ്ഞു: "ഒറ്റ പെറിമേസൺ പോലുമില്ല. പരമദരിദ്രം. ഞാനിനി എന്താണ് വായിക്കുക? എന്റെ വീട്ടിൽ സർവ്വപെറിമേസണുമുണ്ട്. ന്യൂയോർക്കിൽ നിന്ന് ചൂടോടെ വാങ്ങി അയക്കാൻ എന്റെ പെൻഫ്രന്റുണ്ട്."

അകത്തേക്കു കടന്നു ഷെൽഫുകളെ അനുകമ്പയോടെ നോക്കി. അടുക്കും ക്രമവും തെറ്റി. ഒരു നെടുവീർപ്പോടെ പ്രിയപ്പെട്ട ഗ്രന്ഥങ്ങളെ യഥാസ്ഥാനങ്ങളിൽ പുനഃപ്രതിഷ്ഠിക്കാൻ തുടങ്ങി.

കോളേജിലേക്കു പോകാനിറങ്ങുമ്പോൾ അവൾ വന്നു പറഞ്ഞു: "വരുമ്പോൾ മൂന്നു നാല് ജെയിംസ് ബോണ്ടും ഒരു ഫെമിനയും കൊണ്ടു വരണം."

അവ ആവശ്യപ്പെട്ടപ്പോൾ, തന്നെ നന്നായിട്ടറിയുന്ന പുസ്തകക്കടക്കാരൻ ആശ്ചര്യപൂർവ്വം നോക്കി. അപ്പോൾ ഘനം വിടാതെ പറഞ്ഞു: "അര ഡസൻ ഒടുവിലത്തെ പെറിമേസൺ കൂടിയിരിക്കട്ടെ."

തിരിച്ചുചെല്ലുമ്പോൾ അവൾ കാത്തുനിൽക്കുകയായിരുന്നു. പുസ്തകങ്ങളുടെ കെട്ടഴിച്ചു നോക്കിയിട്ട് അവൾ വിസ്മയപൂർവ്വം പറഞ്ഞു: "വണ്ടർഫുൾ!" അവളിലേക്ക് ഒരു പൂമ്പാറ്റയുടെ ആത്മാവ് അരിച്ചു കടക്കുകയായിരുന്നു. സുന്ദരി തന്നെ. എന്നാലും നിന്റെ തലയിൽ കാളിഫ്ളവറാണ്.

രാത്രി മുഴുവനും അവളുടെ മുറിയിൽ ആഹ്ളാദപ്രകടനമായിരുന്നു. തലവേദനയെന്ന മഹാവ്യാധി മാറിയോ?

പ്രിയ സഹോദരി ഇടയ്ക്കു കയറി വന്നു പറഞ്ഞു: "ചേട്ടന് സ്ത്രീകളോട് സഹതാപമുണ്ടെന്ന് ഷീല പറയുന്നു."

"നന്ദി, ഭവതിക്കു പോകാം."

അവളുടെ നല്ല മുഖം പരിഭവം പൂണ്ടു തുടുത്തു.

"നാളെ ചേട്ടന്റെ മുപ്പത്തിയേഴാമത്തെ പിറന്നാളാണ്."

"വേണ്ടാത്ത കാര്യം ഓർമ്മിപ്പിച്ചതിനു തൽക്കാലം ശിക്ഷിക്കുന്നില്ല."

അവളുടെ കണ്ണുകളിൽ നേർത്ത മൂടൽ വീഴുന്നതു കണ്ടു. മേശപ്പുറത്തു ആകൃതിയില്ലാത്ത ചിത്രം വരച്ചുകൊണ്ട് അവൾ പറഞ്ഞു: "ചേട്ടൻ ഒരിന്ത്യാക്കാരന്റെ ശരാശരി ആയുഷ്ക്കാലത്തോളം ജീവിച്ചു കഴിഞ്ഞു-ഏകനായി, ടാർസനെ മാത്രം കൂട്ടുപിടിച്ചുകൊണ്ട്."

"സഹതാപം എനിക്കിഷ്ടമല്ലെന്ന് എന്റെ സഹോദരിയെ ഓർമ്മിപ്പിക്കേണ്ടതുണ്ടോ?"

അവളുടെ നല്ല കണ്ണുകൾ പെട്ടെന്നു നിറഞ്ഞു. ദൗർബ്ബല്യം ഒളിക്കാൻ ധൃതിയിൽ നടന്നകന്നുകൊണ്ട് അവൾ ഗദ്ഗദത്തോടെ പറഞ്ഞു: "ആയുസ്സ് മുഴുവൻ എന്റെ ചേട്ടൻ ടാർസനെ മാത്രം സ്നേഹിച്ചു കൊള്ളൂ-സ്ത്രീയെ വെറുത്തുകൊണ്ട്."

വായിക്കാൻ തുടങ്ങിയ തത്ത്വശാസ്ത്രഗ്രന്ഥം അടച്ചു കിടക്കയിൽ മലർന്നു കിടന്നു. പെട്ടെന്ന് ക്ഷീണിച്ചു പോയി. തന്റെ ക്ഷീണാംശങ്ങളിൽ അവൾ ആഞ്ഞു പ്രഹരിച്ചിരിക്കുന്നു.

നീലാകാശം നിറയെ പറ്റിക്കിടക്കുന്ന നക്ഷത്രങ്ങളെ നോക്കി. ഏകാന്തതയുടെ പ്രതീകം പോലെ അർദ്ധചന്ദ്രൻ ഒറ്റപ്പെട്ട് വിളറി നിൽപ്പുണ്ട്.

മനസ്സ് ശൂന്യമായിരിക്കുന്നു. നിർവ്വചിക്കാനാകാത്ത ഒരു സുന്ദരമായ വിശപ്പ് അവിടേക്കു പടർന്നു കയറുന്നു. അർദ്ധചന്ദ്രനും നക്ഷത്രങ്ങളും അവിടെ നിന്ന് ഒഴിഞ്ഞു പോയി. ശവകുടീരം വരെ ഈ വിശപ്പിന്റെ ശൂന്യത അള്ളിപ്പിടിച്ച ആത്മാവുമായി പോകാനുള്ള ധീരത ഉണ്ടാകേണമേ! തളരാതെ പാദമിടറാതെ.

രാവിലെ കൃത്യം ഒമ്പതരക്ക് ഉണർന്നു. വാതിൽ തുറന്നപ്പോൾ സഹോദരി കാത്തു നിൽപ്പുണ്ട്. അവൾ കുളിച്ചു നന്നായി വേഷം ധരിച്ചിരിക്കുന്നു. നെറ്റിയിൽ ചന്ദനക്കുറിയും.

അകത്തേക്കു കടന്നിട്ട് അവൾ പറഞ്ഞു: "ഞാൻ ക്ഷേത്രത്തിൽ പോയി വന്നു. ചേട്ടനു വേണ്ടി ഞാൻ പ്രാർത്ഥിച്ചു. ടാർസനു വേണ്ടിയും."

"നിന്റെ ദേവനും ഞാനും തമ്മിൽ വളരെ നാളായി വഴക്കാണ്. തമ്മിൽ കാണാറില്ല. വിദ്വാൻ നമ്മെപ്പറ്റി എന്തരുളി?"

"ഞാൻ പ്രസാദമിവിടെ വെക്കാം. കുളിച്ചിട്ട് ഇഷ്ടംപോലെ ചെയ്തു കൊള്ളണം."

കുളിച്ചുവന്നപ്പോൾ പെറിമേസണിന്റെ കാമുകി പഞ്ചാബിവേഷ മണിഞ്ഞ് മുറിയിൽ നിൽപുണ്ട്. മുറി മുഴുവൻ പരിമളം.

തികഞ്ഞ അച്ചടക്കത്തോടെ അവൾ സംഗീതാത്മകമായി ചോദിച്ചു: "നെറ്റിയിൽ സിന്ദൂരം തൊടുന്നില്ലേ?"

"ഇല്ല."

അവൾ വെളുത്ത വിരൽതുമ്പുകൊണ്ട് സിന്ദൂരം തൊട്ടെടുത്ത് തികഞ്ഞ ധിക്കാരത്തോടെയെങ്കിലും ഒരു ചിത്രകാരന്റെ സൂക്ഷ്മത യോടെ എന്റെ വിശാലമായ നെറ്റിയിൽ എന്തോ വരച്ചു ചേർത്തു. എന്നിട്ട് ചോദിച്ചു: "അപ്പം കഴിക്കുന്നില്ലേ?"

"നോ! ഹില്ല."

ഒരു പന്തിന്റെ വലുപ്പമുള്ള അപ്പം വെളുത്ത കൈകൊണ്ടെടുത്ത് അവൾ ദേഷ്യത്തോടെ തന്റെ വായിലേക്ക് തിരുകി. ശ്വാസം മുട്ടുന്ന പോലെ തോന്നി. പ്രയാസപ്പെട്ട് ചവച്ചിറക്കുമ്പോൾ അവൾ ഭംഗിയുള്ള ഒരു ചെറിയ പൊതി തന്റെ ഉള്ളം കയ്യിൽ വെച്ച് മാറി നിന്നിട്ട് മുഗൾ സമ്പ്രദായത്തിൽ തൊഴുതു കൊണ്ട് പറഞ്ഞു: "ഫിലൊസഫർ! അങ്ങൊരു നൂറ്റാണ്ടു കൂടി ജീവിച്ചിരിക്കട്ടെ! അങ്ങയുടെ ടാർസനും."

എന്നിട്ട് അവൾ മുഗൾ സമ്പ്രദായത്തിൽ പിൻവാങ്ങി.

നീല റിബ്ബൺകൊണ്ട് ഭംഗിയായി കെട്ടിയ പാക്കറ്റ് അഴിച്ചുനോക്കി. മനോഹരമായൊരു പട്ടുതൂവാല. പൂർണചന്ദ്രന്റെ പശ്ചാത്തലത്തിൽ മുളം ചില്ലയിലിരുന്നു കൊക്കുരുമ്മുന്ന രണ്ട് രാപ്പാടികളെ തുന്നിചേർത്തിരി ക്കുന്നു. അതോടൊപ്പം വെച്ച കുറിപ്പിൽ വടിവുള്ള അക്ഷരങ്ങളിൽ എഴുതിയിട്ടുണ്ട്: "രാത്രി മുഴുവൻ ഉറക്കമിളച്ച് തുന്നിയെടുത്തതാണ്. പ്രയത്നത്തെയെങ്കിലും മാനിക്കണേ!"

യൂഡികൊളോണിന്റെ ഹൃദ്യമായ ഇളംപരിമളം ചുരത്തുന്ന തൂവാല മൂക്കിനോട് ചേർത്തു. എന്നിട്ട് പൊതിഞ്ഞു മാറ്റി വെച്ചു.

ചിന്തകൾ അനിയന്ത്രിതമായി, ഹൃദയമിടിപ്പിന്റെ വേഗത ഏറിയോ? പഞ്ചാബി വേഷമണിഞ്ഞ സുന്ദരി തന്റെ ഏകാന്തതയുടെ നിശ്ചല പ്രപഞ്ചത്തിലേക്ക് ഒരു കൊടുങ്കാറ്റുമായി അനുവാദമില്ലാതെ കടന്നു വന്നിരിക്കുന്നു.

ഉറക്കത്തിൽ സ്വപ്നം കണ്ടു. ഏദൻ തോട്ടം. ആദാമും ഹവ്വയും പച്ചിലകളുടെ വസ്ത്രവും മുള്ളൻ വള്ളികളുടെ കീരിടവുമണിഞ്ഞു നിന്ന് ഒട്ടുവളരെ ദമ്പതികളുടെ അതിദീർഘമായ ഒരു നൃത്തസംഘത്തെ നയിക്കുന്നു. ലോകവും ബഹുശതം തലമുറകളും പ്രതിനിധീകരിക്ക പ്പെടുന്ന അസംഖ്യം വേഷങ്ങൾ,. വിളറിയ മുഖവുമായി താൻ അവരിൽ നിന്നകന്ന്, വിദൂരതയിലെ ശവകുടീരവും നോക്കി നടന്നുപോകുമ്പോൾ മനുഷ്യവംശത്തിന്റെ സർവ്വപരമ്പരയും സഹതാപപൂർവ്വം തന്നെ നോക്കി,

തന്റെ ശിരസ്സിൽ സാർത്രയുടെ മുഴുവൻ കൃതികളും അടക്കി വെച്ചിട്ടുണ്ട്. വളരെ ദൂരെ നിന്ന് പഞ്ചാബിവേഷമണിഞ്ഞ വെളുത്തു മെലിഞ്ഞ ഒരു യുവതി തെച്ചിപ്പൂ ചുണ്ടുകളിൽ പുഞ്ചിരിയും മാറോടു ചേർത്തുപിടിച്ച ഒരു പെറിമേസണുമായി തന്റെ നേരെ വന്നു.

വാതിൽ തുറന്നു, ചരൽ വിരിച്ച മുറ്റത്ത് പോയി നിന്നു. സ്വർണ്ണം പൂശിയ ആകാശം. വെളുത്ത ചാമ്പക്കയിൽ കടിച്ചു തൂങ്ങിയിരുന്ന ഒരു കടവാതിൽ ചിറകടിച്ചു പറന്നുപോയി.

വളരെ കാലത്തിനു ശേഷം ഉദയം കണ്ടു. ഗഹനമായ ആബ്സ്ട്രാക്റ്റ് ചിത്രത്തിൽ കശക്കിയിട്ട കിടപ്പറ വിട്ട് അദ്ഭുതകരമായ തേജസ്സോടെ വെളിച്ചത്തിന്റെ ഗോളം ഉണർന്നെഴുന്നേറ്റു.

പിന്നിൽ വന്നു നിന്ന് അവൾ പറഞ്ഞു: “സൂര്യൻ കിഴക്കു തന്നെ ഉദിക്കുന്നു. അല്ലേ?”

അവളുടെ പുഞ്ചിരിയിൽ ഉദയത്തിന്റെ പ്രതിഫലനമുണ്ടെന്നു തോന്നി.

അവൾ വളരെ പതുക്കെ പറഞ്ഞു: “ഞാനിന്ന് പോകുന്നു. പുസ്തകങ്ങൾ മുഴുവൻ തീർന്നു. രോഗവും. എല്ലാറ്റിനും വളരെ വളരെ നന്ദി.”

തന്റെ ഹൃദയമിടിപ്പിന്റെ വേഗതകൂടി. പ്രഭാതത്തിലെ ശാലീനമായ തണുപ്പിലും വിയർക്കാൻ തുടങ്ങുന്നു. പുഞ്ചിരിയുടെ ദേവതപോലെ നിൽക്കുന്ന അവളെ നോക്കി വിളിച്ചു: “രാജകുമാരീ!”

അവൾ വിസ്മയിച്ചു നിൽക്കുമ്പോൾ വീണ്ടും പറഞ്ഞു: “ഇവിടെ ഒരു ശ്മശാനം പോലെ മരവിച്ചു കിടക്കുകയായിരുന്നു. രാജകുമാരി ഒരു ചെപ്പടിവിദ്യക്കാരിയെപ്പോലെ കടന്നുവന്നു, ഇവിടമാകെ സജീവമാക്കി. ജീവിതത്തിന്റെ താളവുമായി വിട്ടുപോകാതെ ഇവിടെ സ്ഥിരമായി ജീവിച്ചുകൂടെ എന്നു ചോദിക്കുന്നതിൽ ക്ഷമിക്കണം.”

അവളുടെ കണ്ണുകളിൽ വെളിച്ചമൂറി: “ഇവിടെ സ്ഥിരമായി താമസിക്കുകയോ?”

“ഇതെന്റെ കൊട്ടാരമാണ്. രാജകുമാരിക്ക് ജീവിതം മുഴുവൻ ഇവിടെ കഴിയാം-അനുവദിക്കുമെങ്കിൽ എന്നോടൊപ്പം.”

വെളുത്ത കൈകൾ കൊണ്ട് അവൾ പെട്ടെന്നു തുടുത്ത മുഖം പൊത്തി: “വണ്ടർഫുൾ! എക്സൈറ്റിങ്ങ്!” അവളുടെ വെളുത്തുതുടുത്ത കവിളിൽ മൃദുവായി തൊട്ടുനിന്നുകൊണ്ട് ചോദിച്ചു: “പക്ഷേ, രാജകുമാരിയുടെ അച്ഛൻ സമ്മതിക്കുമോ?”

“ഉവ്വ്.”

“തീർച്ച?”

അവൾ തെച്ചിപ്പൂ ചുണ്ടുകൾ തന്റെ ചെവിയോടു ചേർത്തു: “തീർച്ച.”

■

ആരോ ഒരാളെപ്പറ്റി

അമ്മ അവളെ അണിയിച്ചൊരുക്കി നീലമലകളാൽ ചുറ്റപ്പെട്ട വലിയ നഗരത്തിലേക്ക് കൊണ്ടു പോകുമായിരുന്നു. ആ യാത്ര അവളൊരു പൂരം പോലെ ഇഷ്ടപ്പെട്ടു. ശുഭ്രമേഘങ്ങൾ കൊണ്ടു അലസമായി തലപ്പാവണിഞ്ഞ മലകളുടെ വലയം. അവ പുതച്ച പരവതാനികൾ പോലെ കിടക്കുന്ന പച്ചക്കാടുകൾ. ബട്ടൺ അമർത്തിയാൽ താനേ ഉയർന്ന് ഏഴാമത്തെ നിലയിൽ കൊണ്ടെത്തിക്കുന്ന വൈദ്യുതകോവണി, ആശ്ചര്യകരമായിരുന്നു. ഏഴാമത്തെ നിലയിലെ മുറിയിലിരുന്നു അവൾക്ക് മഹാനഗരം മുഴുവൻ കാണാം. കാടുകൾ കൊണ്ടു പച്ചയുടുപ്പിട്ട മലകളുടെ മടിത്തട്ടിലേക്ക് നഗരം ഓടിയൊളിക്കുന്നു. ചീറിപ്പാഞ്ഞു പോകുന്ന വാഹനങ്ങളുടെ കൂറ്റൻ നിരയും ഏങ്ങുനിന്നൊക്കെയോ ആകാശത്തേക്ക് കുതിച്ചുയരുന്ന പട്ടങ്ങളും.

വെളുത്തു മെലിഞ്ഞ ആ മനുഷ്യന്റെ മുറിയിലേക്ക് കുറച്ചു നീണ്ട യാത്ര ചെയ്ത് അമ്മ തന്നെ പലപ്പോഴും കൊണ്ടുപോകുന്നതെന്തിനെന്ന് അവൾക്ക് മനസ്സിലായില്ല. അമ്മയ്ക്ക് തനിയേ പോകരുതോ? പക്ഷേ, ചോദിക്കാൻ പാടില്ല. അവളെ തനിച്ച് വിട്ടിട്ട് അമ്മയങ്ങ് പോയാലോ? നീണ്ട് അറ്റം വളഞ്ഞ മൂക്കും അലിവുള്ള കണ്ണുകളുമുള്ള മനുഷ്യൻ അവൾക്കു വേണ്ടി കരുതിയിട്ടുള്ള സമ്മാനപ്പൊതിയിൽ എന്തെന്തു വിസ്മയകരമായ വസ്തുക്കൾ ഒളിച്ചിരിപ്പില്ല!

മുറിയിലേക്ക് കടന്നാലുടൻ അദ്ദേഹം അവളെ ആർത്തിയോടെ വാരിയെടുത്തിരുന്നത് ആദ്യമൊക്കെ കുറെ അലോഹ്യപ്പെടുത്തിയിരുന്നു. ഈ മനുഷ്യൻ വല്ല പെൺകുട്ടികളെയും വാരിയെടുക്കുന്നതെന്ന്? പക്ഷേ, പിന്നീട് ആ വെളിച്ചമുള്ള പുഞ്ചിരിയിൽ അവളുടെ പ്രതിഷേധം മഞ്ഞുപോലെ അലിഞ്ഞു പോയി.

പരിഭവപൂർവ്വം അദ്ദേഹം അമ്മയോടു ചോദിച്ചു: "എത്ര കാലം പ്രാർത്ഥിച്ചാലാണ് രാധ ഒന്ന് പ്രത്യക്ഷപ്പെടുക?"

അമ്മയുടെ ഉന്മേഷമെല്ലാം പോയിരിക്കുന്നു. "എന്നോടിങ്ങനെ ചോദിക്കരുത്. അവസരം കിട്ടുമ്പോഴെല്ലാം ഒരു കള്ളിയെ പോലെ ഞാൻ വരുന്നുണ്ടല്ലോ."

പുഞ്ചിരി കരിഞ്ഞു വീണ മുഖവുമായി അമ്മ താഴെ നോക്കി ഇരിക്കുകയും മേശമേൽ വിരൽ കൊണ്ട് പതുക്കെ താളമിടുകയും ചെയ്തു. ഇവിടെ വരുന്നതോടെ അമ്മയുടെ ഉന്മേഷം എങ്ങു പോയൊളിക്കുന്നു? ആകാശകേന്ദ്രത്തിൽ ഒരു കളിത്തൊട്ടിലിലെന്നപോലെ ഇരുന്ന് ഈ മഹാനഗരം മുഴുവൻ കാണാമെന്നിരുന്നിട്ടും?

അവർ തമ്മിൽ പറയുന്നതെല്ലാം അവൾക്കു മനസ്സിലാവുകയില്ല. തീരെ വിരസമായ കാര്യങ്ങൾ. കോളേജിൽ ഒരുമിച്ചു പഠിച്ചിരുന്നപ്പോൾ കഴിഞ്ഞതെല്ലാം വീണ്ടും പറയുന്നതെന്തിന്? നഗരം കാണുന്ന തിരക്കിൽ അത് കേൾക്കാൻ നേരവുമില്ല. ഇവർക്ക് ഈ നെടുവീർപ്പുകൾ അവസാനിപ്പിച്ച് ഒന്നുറക്കെ പൊട്ടിച്ചിരിച്ചു കൊണ്ടു നഗരം കണ്ടു കൂടെ? അതുണ്ടാകുന്ന ലക്ഷണമില്ല. രണ്ടു പേരുടേയും മുഖങ്ങളിൽ നിഴലുകളുടെ ആവരണമുണ്ട്.

അമ്മ ചോദിച്ചു: "ബിസിനസ്സ് നന്നാകുന്നുണ്ടോ അലെക്സ്?"

"മദ്രാസിൽ തന്നെ സ്വസ്ഥമായിരുന്നു വേണ്ടത്ര ശ്രദ്ധിക്കാൻ സാധിക്കുന്നില്ല. താത്പര്യം തോന്നുന്നുമില്ല."

"ഈ യാത്ര ചുരുക്കണം. ക്ഷീണിക്കുന്നു."

"ഞാൻ ഇവിടെ തന്നെ വന്നു താമസിച്ചുകളയാം. അമ്മയും മകളും നിത്യവും വരുമോ?"

അമ്മ ഒന്നും പറയാതെ താഴെ നോക്കിയിരുന്നു. ഈ അമ്മയ്ക്ക് വരാമെന്ന് പറഞ്ഞാലെന്താണ്? ഒട്ടുവളരെ തിരക്കുള്ള പോലെയാണ് ഭാവം.

സന്ധ്യക്കു മുമ്പ് അമ്മ അവളെ തിരിച്ചു കൊണ്ടു പോന്നു. കളിക്കോപ്പുകളുടെ ഒരു വലിയ പൊതിയുമായി തിരിച്ചുപോരുമ്പോൾ കവിളിൽ ചുംബിച്ചുകൊണ്ട് അമ്മ എപ്പോഴും പറയുമായിരുന്നു: "നിനക്കിതാര് തന്നെന്ന് ഒരിക്കലും ആരോടും പറയരുത്. അമ്മയുടെ കൂട്ടുകാരി ലീല ആൺടി തന്നെന്ന് പറഞ്ഞോളൂ."

നല്ല ആൺടി തന്നെ. എന്നാലും പറഞ്ഞാൽ താൻ കേൾക്കുമെന്ന് ഉറപ്പിച്ചുകൂടെ ഈ അമ്മയ്ക്ക്?

കുറെ നാളുകൾക്ക് ശേഷം ഒരു രാത്രി അവൾ ഉറങ്ങാനൊരുങ്ങുമ്പോൾ അമ്മ സ്വകാര്യമായി ചോദിച്ചു: "ബിന്ദുമോളെ, നിനക്കിനിയും അവിടെ പോകണമെന്നുണ്ടോ?"

പോകണമെന്നുണ്ടോ പോലും! മറ്റെവിടെക്കാണ് പോവുക? ഈ അമ്മ അവിടെ പോകാൻ ഇത്രയേറെ വൈകിക്കരുതായിരുന്നു.

അടുത്ത ദിവസം രാവിലെ നഗരത്തിലേക്കുള്ള യാത്രയായി. ഏറ്റവും ഭംഗിയുള്ള ഫ്രോക്കണിയിച്ച്, പരിമള തൈലം സുലഭമായി പൂശി, തലമുടി ചീകി റിബ്ബണിട്ട് കെട്ടിയിട്ട് അമ്മ മുത്തശ്ശിയോട് പറഞ്ഞു: "ഞങ്ങൾ ലീലയെ ഒന്നു കണ്ടിട്ട് വരാം. ക്ഷണിച്ചിട്ട് നാളു കുറേയായി."

ചുളിഞ്ഞ മുഖമുള്ള മുത്തശ്ശി എപ്പോഴുമെന്ന പോലെ അമ്മയോട് കോപിച്ചു: "നിന്റെ കൂട്ടുകാരിയെ കാണാൻ ബിന്ദുവെന്തിന്?"

"അവളും വരട്ടെ അമ്മേ!"

"ഹബളും വരട്ടെ ഹമ്മേ! ഹോ ഈശ്വരാ! ഇവളൊരു അഴിഞ്ഞാട്ട ക്കാരിയായിപ്പോയല്ലോ. കുഞ്ഞിന്റെ അച്ഛൻ പേർഷ്യയിലായിപ്പോയത് ഭാഗ്യം."

അമ്മയും മകളും അത് കേട്ടതായി ഭാവിച്ചില്ല. ഒരു കുശുമ്പുകാരി മുത്തശ്ശി! അവൾ പോയി നഗരം കാണുന്നതിലുള്ള അസൂയ നോക്കണം. ഇനി സമ്മാനപ്പൊതി കാണിച്ചു കൊടുക്കുകയേയില്ല. ചോക്കലേറ്റ് തിന്നുന്നത് നോക്കിയിരുന്നു വെള്ളമിറക്കിക്കൊള്ളട്ടെ. തെല്ലുപോലും കൊടുക്കില്ല.

മലയോരത്തിലൂടെയുള്ള ബസ്സുയാത്രക്ക് ശേഷം അതേ ഹോട്ടലിൽ തന്നെ എത്തി. കണ്ട മാത്രയിൽ തന്നെ അദ്ദേഹം വാരിയെടുത്തു നെറ്റി യിൽ ചുംബിച്ചുകൊണ്ട് പരിഭവപൂർവ്വം ചോദിച്ചു: "അമ്മയെ നിർബ്ബന്ധി ച്ചിറക്കി കുറേ മുമ്പ് വന്നുകൂടായിരുന്നോ?"

അവൾ ബാൽക്കണിയിൽ ചെന്നു നിന്നു. ചക്രവാളത്തിൽ രാക്ഷസീ യമായ കൂണുകൾ പോലെ മുളച്ചു കൂടി നിൽക്കുന്ന മലകൾ നോക്കി. മേഘങ്ങൾ കൊണ്ടണിഞ്ഞ തലപ്പാവിന്റെ അറ്റം മെല്ലെ അയഞ്ഞു കൊണ്ടിരുന്നു. ആകാശം നിറയെ പക്ഷികൾ പറന്നു. അദൃശ്യമായ വൃത്ത ങ്ങൾ ഉണ്ടാക്കുന്നുണ്ടായിരുന്നു.

നെടുവീർപ്പോടെ അമ്മ പറയുന്നത് കേട്ടു: "ക്ഷീണം കൂടിക്കൂടി വരുന്നുണ്ടല്ലോ അലെക്സ്. നല്ല ഭക്ഷണം സമയത്തിന്നു തന്നെ കഴി ക്കണം. പാലും ടോണിക്കുകളും മുടങ്ങരുത്. ഇനി കാണുമ്പോൾ തടിച്ചു കൊഴുത്തിരിക്കുമോ?"

അദ്ദേഹം ശബ്ദമില്ലാതെ ചിരിച്ചു: "ബെല്ലടിച്ചാൽ പരിചാരകൻ ഒരു നവാബിന്റെ മുമ്പിലേക്കെന്ന പോലെ ആഹാരം ആദരവോടെ കൊണ്ടു വന്നു തരുന്നുണ്ട്. പക്ഷേ, അതിൽ സ്നേഹത്തിന്റെ ചൈതന്യമില്ല. രാജകീയമായ പാത്രങ്ങളിൽ ഭക്ഷണത്തിന്റെ ശവം അലങ്കരിച്ചൊരുക്കി മുമ്പിലെത്തിക്കുന്നു."

മർമ്മരം പോലെ നേർത്ത സ്വരത്തിൽ അമ്മ ചോദിച്ചു: "എന്നും ഇങ്ങനെ കഴിയാനാണോ ഭാവം? മനസ്സിനിണങ്ങിയ ഒരാളെ ഇനിയും കണ്ടെത്തിക്കൂടെ?"

അദ്ദേഹം അമ്മയുടെ മുഖത്തേക്ക് വിചിത്ര രീതിയിൽ നോക്കുക മാത്രം ചെയ്തു. പെട്ടെന്നു അമ്മ വിളർക്കുകയും മുഖം കുനിക്കുകയും ചെയ്തതെന്തിന്? അവർ ദീർഘനേരത്തേക്ക് ഒന്നും മിണ്ടിയില്ല.

ഒടുവിൽ അമ്മയുടെ തളർന്ന ശബ്ദം കേട്ടു: "നാം തമ്മിൽ ഒരിക്കലും കാണരുതായിരുന്നു അലെക്സ്."

അദ്ദേഹം ഒരു നടന്റെ ഭാവത്തിൽ പൊട്ടിച്ചിരിച്ചു: "മറയി! നാം ജനിക്കരുതായിരുന്നു എന്നു കൂടി പറയൂ. പക്ഷേ, എല്ലാം സംഭവിച്ചു പോയി. നീ പുസ്തകക്കെട്ടുമായി കോളേജിന്റെ പടവുകൾ ചവുട്ടിക്കയറി പ്പോയതും ഒരു സ്വപ്നാടനക്കാരനെപ്പോലെ ഞാൻ നിന്റെ നിഴലിൽ പറ്റിക്കൂടി നടന്നതും ഇന്ന് ബാലിശമായി തോന്നിയേക്കാം. പക്ഷേ, അന്ന് നമുക്ക് ഉത്സവമായിരുന്നു."

അമ്മയ്ക്ക് ഗദ്ഗദം ഉണ്ടായി: "അലെക്സിനെ വിട്ടിട്ട് ഞാൻ ഒഴുക്കി നനുകൂലമായി നീന്തിപോന്നു. അലെക്സ് വേദന കൊണ്ട് ഇപ്പോളും പിടയുന്നു. ഇതെത്രകാലം എനിക്ക് സഹിക്കാനാകും?"

അദ്ദേഹം മലനിരകളെ നോക്കി ചൂളമിട്ടുകൊണ്ടിരുന്നു. എന്നിട്ട് പറഞ്ഞു: "സ്വയം കുറ്റമേറ്റ് വേദനിക്കാനൊന്നുമില്ല. ഓർമ്മയുണ്ടല്ലോ. അവസാന നിമിഷത്തിൽ കൂടി നീ എന്നോടൊപ്പം എങ്ങോട്ട് പോരാനും ഒരുക്കമായിരുന്നു. അന്നെനിക്ക് തോന്നി, ഞാൻ നിന്നെ ഒട്ടേറെ നശിപ്പി ച്ചിരുന്നു. ഇനിയും എന്നോടൊപ്പം ഇറങ്ങിയലഞ്ഞാൽ ജീവിതമാകെ തുലയും. ഇവളെ രക്ഷിക്കൂ, ഇറങ്ങിയലഞ്ഞാൽ ജീവിതമാകെ തുലയും. ഇവളെ രക്ഷിക്കൂ രക്ഷിക്കൂ എന്ന്."

അമ്മ വിങ്ങിപ്പൊട്ടുകയായിരുന്നു.

"രക്ഷിച്ചുവല്ലേ!"

"മാപ്പ്"

വിചിത്രം തന്നെ. ഇവരുടെ ഭ്രാന്തു പറച്ചിൽ മൂലം നിമിഷം തോറും മാറുന്ന നഗരത്തിന്റെ മുഖഭാവം ശ്രദ്ധിക്കാൻ കഴിയുന്നില്ല. നീല മല കളുടെ തലപ്പാവിൽ ചന്ദനച്ചാറു അരിച്ചു കയറുകയും പക്ഷികൾ പറന്ന കന്നു ബിന്ദുക്കൾ പോലെ ചുരുങ്ങി എവിടെയോ അലിഞ്ഞു ഇല്ലാതാ വുകയും ചെയ്തു.

പോരുമ്പോൾ റിബ്ബണിട്ട് കെട്ടിയ വലിയ സമ്മാനപ്പൊതി പതിവു പോലെ കിട്ടി. കവിളിൽ മെല്ലെ ഉമ്മവെച്ചുകൊണ്ട് അദ്ദേഹം പറഞ്ഞു: "അമ്മയെ പിടിച്ചുവലിച്ച് ഉടനെയിങ്ങ് കൊണ്ടുപോരൂ."

വളരെ ദിവസങ്ങൾക്കുശേഷവും അമ്മ പോകാനുള്ള ഭാവമില്ല. റേഡിയോ കേട്ടുകൊണ്ട് വെറുതെ മൂകമായി ഇരിക്കുകയും തന്റെ തലമുടിയിൽ കൂടക്കൂടെ തലോടുകയും ചെയ്തു.

മദ്രാസിൽ നിന്നുള്ള കത്തുകൾ കിട്ടിയാൽ അമ്മ അവയുമായി മുകളി ലേക്ക് കയറിപ്പോയി മുറിയടച്ചിട്ടിരുന്നു വായിക്കുന്നതിന്റെ ആവശ്യം പിടികിട്ടിയില്ല. ഒന്നു മാത്രം ഊഹിക്കാൻ സാധിച്ചു: ചിലപ്പോൾ അവയി ലൊന്നു വായിച്ചിട്ടാണ് അമ്മ പതുക്കെ പറയുക: "ബിന്ദൂ, നമുക്കു നാളെ പോകാം.'

അന്നു ചെന്നപ്പോൾ അദ്ദേഹം പതിവിലേറെ പരിഭവിച്ചു. കുറെ നിമിഷ ങ്ങളോളം മിണ്ടിയതേയില്ല. അദ്ദേഹം മെലിഞ്ഞും വിളറിയുമിരുന്നു.

ദുഃഖപൂർവ്വം അമ്മ പറഞ്ഞു: "ഇത് കാണാൻ ഞങ്ങളെ ഇങ്ങോട്ട് ക്ഷണിച്ചു വരുത്തരുത്. ദഹിച്ചു ദഹിച്ചു ഇല്ലാതായല്ലോ."

അദ്ദേഹം സാവധാനം പുഞ്ചിരി തൂകി തന്നെ വാരിയെടുത്തു മടിയിലിരുത്തുകയും ഉമ്മ തരുകയും ചെയ്തു. എന്നിട്ട് അദ്ദേഹം പതുക്കെ ചോദിച്ചു: "ബിന്ദു മോളെ, ഞാൻ നിന്നെ ലിസ എന്നു വിളിച്ചുകൊള്ളട്ടെ?"

ഭ്രാന്തുണ്ടോ? ലിസപോലും! ദേഷ്യം വരിക തന്നെ ചെയ്തു.

"ലിസയോ? ഞാൻ ബിന്ദുവാണ്."

അദ്ദേഹം വിളറുകയും അമ്മയെ സവ്യസനം നോക്കുകയും ചെയ്തു.

"പണ്ട് സ്വപ്നം കണ്ടു നടക്കുമ്പോൾ ഞാനാശിച്ചിരുന്നു. എനിക്കൊരു മകളുണ്ടാവുമ്പോൾ അവളെ ലിസ എന്നു വിളിക്കണമെന്ന്."

അമ്മയുടെ കണ്ണുകൾ മെല്ലെ നിറയുകയായിരുന്നു. നാശം! ഈ തൊട്ടാവാടിയമ്മ! ഒരു കാരണവുമില്ലാതെ കരയാനാണു ഭാവം. എന്നിട്ട് പറയുന്നതു കേൾക്കണം: "അലക്സ് അവളെ ലിസ എന്ന് വിളിച്ചോളൂ. ഇനി ലിസ എന്നേ വിളിക്കാവൂ."

"പ്ലീസ്, ബി ചിയർഫുൾ, പ്ലീസ്."

അമ്മ തൂവാലകൊണ്ട് കണ്ണുകൾ ഒപ്പി, പുഞ്ചിരി തൂകാൻ ശ്രമിച്ചു. സാധിച്ചില്ല. ചെറിയ ഇടർച്ചയോടെ അമ്മ പറഞ്ഞു: "അലെക്സ് മേലിൽ കുടിക്കരുത്. ദൈവത്തോടെന്നപോലെ ഞാൻ പ്രാർത്ഥിക്കുന്നു."

"നിന്നെക്കാളേറെ ഞാനിത് വെറുക്കുന്നു. പല തവണ കപ്പ് വലിച്ചെറിഞ്ഞു നോക്കി. രക്ഷയില്ല. ക്ഷമിക്കണം."

"ദൈവത്തെയോർത്ത് അരുത്."

അദ്ദേഹം ദയനീയമായി പുഞ്ചിരി തൂകി.

അമ്മയുടെ ശബ്ദം നന്നെ ഇടറി: "ഇങ്ങനെ നശിക്കുന്നത് കണ്ടുകൊണ്ട് ഞാനെങ്ങനെ ജീവിക്കും? എനിക്കത് സഹിക്കാൻ വയ്യ. എനിക്ക് സ്വർഗം നേടിത്തരാൻ വേണ്ടിയാണല്ലോ എന്നെ വിട്ടു പോയത്. രണ്ടു പേർക്കും അത് കിട്ടി!"

അദ്ദേഹം ശാന്തമായി പുഞ്ചിരി തൂകിക്കൊണ്ട് പറഞ്ഞു: "അതു പോട്ടേ. പേർഷ്യൻ വാർത്തകളെന്തെല്ലാമുണ്ട്?"

"ശമ്പളം മൂവായിരത്തിലേറെയായിരിക്കുന്നു. ഏതാനും മാസങ്ങൾക്കുള്ളിൽ വിമാനമാർഗ്ഗം ഇങ്ങെത്തും. തനിയെ തിരിച്ചു പോകാൻ......"

"തിരിച്ചു പോകാൻ?"

"സാദ്ധ്യമല്ലെന്ന്. ഞങ്ങൾ കൂടെ ചെല്ലണമെന്ന്."

അദ്ദേഹം പെട്ടെന്ന് മൂകനായി. കണ്ണുകളിൽ നിന്നു പ്രകാശം മെല്ലെ മാഞ്ഞു പോയി. ഇത്ര വ്യാകുലനാകാൻ മാത്രം എന്തുണ്ടായി?

ഡാഡിയോടൊപ്പം താനും അമ്മയും വിമാനമാർഗ്ഗം പേർഷ്യയിലേക്ക് പോകുമെന്നതു കൊണ്ടോ?

അമ്മ തെറ്റു പറ്റിയതു പോലെ മ്ലാനമുഖത്തോടെ പറഞ്ഞു: "ഞാനിത് അലെക്സിനോട് പറയരുതായിരുന്നു."

അമ്മ മെല്ലെ എഴുന്നേറ്റു. ചീർപ്പെടുത്തു അദ്ദേഹത്തിന്റെ ഒതുക്ക മില്ലാത്ത മുടി ചീകിയൊതുക്കുകയും കോട്ടിൽ പറ്റിയിരുന്ന പൊടി തൂവാലകൊണ്ട് തൂത്തകറ്റുകയും ചെയ്തു കൊണ്ടു പറഞ്ഞു: "കോളേജി ലായിരുന്നപ്പോൾ എത്ര ശ്രദ്ധിച്ചാണ് വേഷം ധരിച്ചിരുന്നത്?"

അദ്ദേഹം ചിരിച്ചു കൊണ്ടു ചോദിച്ചു:

"പേർഷ്യയിൽ നിങ്ങൾക്കു സുഖമായിരിക്കുമോ?"

അമ്മ ഖേദപൂർവ്വം പറഞ്ഞു: "എന്നെ ഒരു ബലിയാടിനെ പോലെ കൊണ്ടു പോവുകയാണ്. എന്നും എഴുതാറുണ്ട്: 'ഭവതിയുടെ റോമിയോ വിനു സുഖമല്ലേ?' എന്റെ കയ്യിൽ ഒരു നല്ല കൈത്തോക്കുണ്ട്. ആവശ്യം വരുമ്പോൾ പ്രയോഗിച്ചാൽ രണ്ടു വെടി തുടർന്നു വെക്കാം-ഒന്നു ഭവതി യുടെ നിർമ്മല ഹൃദയത്തിലേക്ക്. മറ്റൊന്നു റോമിയോയുടെ വിരിമാറി ലേക്കും."

അമ്മ കണ്ണുകൾ ഒപ്പി. വീണ്ടും ഒപ്പിക്കൊണ്ടിരുന്നപ്പോൾ അടക്കിയ വിങ്ങിക്കരച്ചിൽ കേട്ടു.

അദ്ദേഹം പറഞ്ഞു: "വീണ്ടും കുഞ്ഞിനെപോലെ തുടങ്ങി. അടങ്ങിയി രിയ്ക്കൂ."

ഒരു സ്റ്റീറിയോ സ്കോപ്പും ഒട്ടുവളരെ റീലുകളുമായി തിരിച്ചുപോരു മ്പോൾ അവളുടെ കവിളിൽ അമർത്തി ചുംബിക്കുകയും ചെവിയിൽ മന്ത്രിക്കുകയും ചെയ്തു.

"ലിസാ! ഓമനേ!"

അടുത്ത തവണ നഗരത്തിലെ വലിയ ആസ്പത്രിയിലേക്കാണ് പോയത്. അമ്മ വളരെയേറെ ദുഃഖിതയായിരുന്നു.

കിടക്കയിൽ അദ്ദേഹം ക്ഷീണിച്ച് വിളറി കിടന്നിരുന്നു. ഒരസ്ഥികൂടം മാത്രമായിരിക്കുന്നു. കണ്ടപ്പോൾ പുഞ്ചിരിതൂകാൻ ശ്രമിച്ചു. അവളെ അരികെ പിടിച്ചിരുത്തി, പതുക്കെ പറഞ്ഞു: "ലിസ മിടുക്കിയായിരി ക്കുന്നു."

അമ്മയുടെ സ്വരം വല്ലാതെ ഇടറി.

"ഡോക്ടർ എന്തു പറഞ്ഞു?"

"സുഖപ്പെടുമെന്ന് കള്ളം പറഞ്ഞു."

അമ്മ ഓറഞ്ചു തൊലി കളഞ്ഞ്, അല്ലികൾ വേർപെടുത്തി ഓരോ ന്നായി അദ്ദേഹത്തിന്റെ ചുണ്ടുകൾക്കിടയിൽ വെച്ച് കൊടുത്തു. പിന്നെ

തലമുടി ചീകിയൊതുക്കി. അദ്ദേഹം ഒരു ശിശുവിനെപ്പോലെ ഒതുങ്ങിക്കിടന്നു.

മരുന്ന് വായിലൊഴിച്ചു കൊടുത്തുകൊണ്ട് അമ്മ പറഞ്ഞു: "അടുത്താഴ്ച പേർഷ്യയിൽ നിന്നെത്തും."

അദ്ദേഹം വളരെ പതുക്കെ പറഞ്ഞു:

"നല്ലതു വരട്ടെ."

അപ്പോൾ അമ്മയുടെ കണ്ണുകൾ നിറയുകയായിരുന്നു.

യാത്രപറഞ്ഞ് ഇറങ്ങുമ്പോൾ അദ്ദേഹം അവളുടെ കവിളുകളിലും നെറ്റിയിലും ആവേശത്തോടെ ചുംബിച്ചുകൊണ്ട് വിളിച്ചു: "ലിസാ!"

അഞ്ചു ദിവസങ്ങൾക്കു ശേഷം അമ്മ അവളെ ധൃതിയിൽ ഒരുക്കി. അമ്മ ആകെ വിളറിയും പരിഭ്രമിച്ചുമിരുന്നു. പൂ ചൂടിയില്ല. പരിമള തൈലം പുരട്ടുകയോ പൗഡർ പൂശുകയോ ചെയ്തില്ല.

കാറിൽ വളരെ ധൃതിപിടിച്ച് പോകുന്നതിന്റെ ആവശ്യം മനസ്സിലായില്ല. അമ്മ ഒരു വാക്കു പോലും മിണ്ടിയില്ല. ഒരു പ്രതിമ പോലെ മരവിച്ചിരിക്കുക തന്നെയായിരുന്നു.

നഗരത്തിലെ കൂറ്റൻ ആസ്പത്രിയിലേക്കായിരുന്നു യാത്ര.

അദ്ദേഹം കിടന്ന മുറിയിൽ നല്ല തിരക്കായിരുന്നു.

തിരക്കൊഴിഞ്ഞപ്പോൾ അമ്മ അവളെ അദ്ദേഹത്തിന്റെ കിടക്കയിലേക്ക് കൊണ്ടുപോയി. അദ്ദേഹത്തിന്റെ മുഖം മൂടിയിരുന്ന വസ്ത്രം വളരെ മെല്ലെ പിന്നോട്ട് മാറ്റി.

ഒരു ശിശുവിനെപോലെ വിങ്ങിക്കരഞ്ഞുകൊണ്ട് അമ്മ അവളോട് പറഞ്ഞു! "നെറ്റിയിൽ ഒരുമ്മ കൊടുത്തിട്ട് ഡാഡി എന്നു വിളിക്കൂ!"

ചുണ്ടിൽ ഒരു മരവിച്ച പുഞ്ചിരിയുമായി അദ്ദേഹം മരിച്ചു തണുത്തു കിടന്നിരുന്നു.

അരികെ സൂക്ഷിച്ചിരുന്ന, ഭംഗിയായി പൊതിഞ്ഞ് റിബ്ബണിട്ട് കെട്ടിയ സമ്മാനപ്പെട്ടിമേൽ എഴുതിയിരുന്നു:

-ലിസക്ക്, സ്നേഹപൂർവ്വം.

■

മായ

ദേവതാരു തേടി സോളമന്റെ കപ്പലുകൾ തീരമണഞ്ഞിരുന്ന പുരാതന നഗരത്തിലെ കുണ്ടുകൾ നിറഞ്ഞ റോഡിലൂടെ കമാൽ പാഷ എന്നും നടന്നു. ഇറുകിയ പൈജാമയും മുട്ടോളമെത്തുന്ന കനത്ത കോട്ടും നൈസാമിന്റെ കൂമ്പൻ തൊപ്പിയും ധരിച്ചിരിക്കും. ഇടതുകയ്യിൽ കലമാന്റെ കൊമ്പു ഘടിപ്പിച്ച വെള്ളികെട്ടിയ വാക്കിങ്ങ് സ്റ്റിക്കും, വലത്തേതിൽ വലിയ പാക്കു സഞ്ചിയും എപ്പോഴുമുണ്ട്. വിസ്മയകരമായ പല കാഴ്ചകളും പാഷയുടെ കണ്ണിൽപെടാതെ പോയേക്കാം. പക്ഷേ, ഒരു കീറു കടലാസുപോലും അദ്ദേഹത്തിന്റെ കഴുകദൃഷ്ടിയിൽ നിന്ന് രക്ഷപ്പെടുകയില്ല. കടലാസുകീറുകൾ പാഷയുടെ നോട്ടത്തിൽ പെട്ടാലുടൻ കമ്മട്ടത്തിൽ നിന്നിറക്കിയ ചൂടാറാത്ത പുത്തൻ നോട്ടുകളായി മാറുകയാണ്. ധൃതിയിലെടുത്ത് അദ്ദേഹം അവ വലിയ ചാക്ക് സഞ്ചിയിലിടുകയായി. ആയിരം രൂപ നോട്ടുകൾ മിദാസ് രാജാവിന്റെ വിരലുകൾക്കും സ്വയം അനുഗ്രഹിച്ചു നൽകിയിരിക്കുകയാണ്.

“ഇന്നത്തെ വരവ് എത്രയായി പാഷ?” തൊഴിൽ സ്വപ്നം കണ്ടുകൊണ്ട് ഗോഡൗൺ തിണ്ണയിൽ ചമ്രമിട്ടിരുന്നു ബീഡി പുകയ്ക്കുന്ന ആരെങ്കിലും ചോദിക്കും.

“ഗുണമില്ല. വെറും ഒരുകോടി രൂപമാത്രം കിട്ടി.” പാഷ നിരാശയോടെ മറുപടി പറയും. ചില അപൂർവ്വ വേളകളിൽ പാഷ അസാധാരണമായ അനുകമ്പയോടെ ഒരു കീറ് കടലാസെടുത്ത് നീട്ടിക്കൊണ്ട് പറഞ്ഞേക്കും: “നീയിന്നു ചായ കുടിച്ചിട്ടില്ല. ഇരിക്കട്ടെ ഒരു നൂറു രൂപ.”

അസ്തമനത്തോടെ ആനവാതിലുള്ള സ്വന്തം അരമനയുടെ ഏകാന്തതയിൽ പാഷ തിരിച്ചെത്തും. പിച്ചളക്കെട്ടുള്ള കൂറ്റൻ വാതിലുകൾ. ഈട്ടി തടിയിൽ തീർത്ത മച്ചിൽ തൂങ്ങിക്കിടക്കുന്ന നരിച്ചീറുകൾ വിരണ്ടുണർന്നു പറക്കാൻ തുടങ്ങും. ഒരു വലിയ അറ നിറയെയുള്ള നോട്ടുകളുടെ കൂടെ പാഷ അന്നത്തെ സമ്പാദ്യവും അടുക്കിവെക്കും. കോടിക്കണക്കിനു രൂപ. ഒരു ബാങ്കിനും ഉൾക്കൊള്ളാൻ കഴിയാത്തത്ര വൻ തുക.

വാതിലുകൾ ബന്ധിച്ചു പാഷ സ്വയം പാകംചെയ്ത ആഹാരം കഴിക്കും. ഒരു ചെറിയ പാത്രം കഞ്ഞിയോ ഒരു ചെറിയ റൊട്ടിയോ രണ്ട്

തക്കാളി മാത്രമോ ആകാം. കൂടുതൽ ഉണ്ട് നശിക്കാൻ സാദ്ധ്യമല്ല. എന്നാലും ഭദ്രമായി സൂക്ഷിച്ചിട്ടുള്ള ഒന്നോ രണ്ടോ വെള്ളിതളികകളിൽ വിളമ്പി തികഞ്ഞ പ്രൗഢിയോടെ ഇരുന്നാണ് ആ ലളിതാഹാരം കഴിക്കുക.

കിടക്കയിൽ കിടന്നാലുടൻ അദ്ദേഹം വിചിത്ര സ്വപ്നങ്ങൾ കാണുകയായി. വെണ്ണകല്ലുകൾ പാകിയ കൂറ്റൻ കൊട്ടാര തറകൾ. നീണ്ട ഇടനാഴികൾ കടന്നുചെല്ലുമ്പോഴുള്ള വിശാലമായ മുറിയിൽ കിന്നരി തൊപ്പിയും രത്നം പതിച്ച സ്വർണ്ണാഭരണങ്ങളും അണിഞ്ഞു ഒട്ടേറെ സുന്ദരിമാരുടെ മാദക നൃത്തം. അവരിൽ നിന്ന് വർണ്ണങ്ങളണിഞ്ഞു വെളിച്ചം പ്രസരിക്കും. വീണയുടെ മന്ത്രം. വീഞ്ഞിന്റെ പുഞ്ചിരി, പൂത്ത വെള്ളി പാനപാത്രങ്ങൾ. കാൽതിരുമ്മുന്ന അടിമ യുവതികളുടെ കൈകളിൽ രത്നം പതിച്ച സ്വർണ്ണവളകൾ. സുൽത്താന്റെ കസ്തൂരി മണക്കുന്ന മഞ്ചത്തിൽ കിടന്ന് പാഷ അർദ്ധമയക്കത്തിലേക്ക് മെല്ലെ മെല്ലെ അണയുന്നു. നരിച്ചീറുകളുടെ താളമില്ലാത്ത ചിറകടി ഇരുട്ടിനു മിടിപ്പു നൽകുന്നത് പാഷ കേൾക്കുകയില്ല. സുഷുപ്തിയുടെ ലോലമായ തിരശ്ശീല എല്ലാം മൂടിയിരിക്കും. വർഷങ്ങളായി ഇങ്ങനെ തെരുവിൽനിന്നു പാഷ പണംവാരി ശേഖരിക്കാൻ തുടങ്ങിയിട്ട്. ഏകാകിയായ നാൾ മുതൽ തുടങ്ങിയതാണ്. ആനവാതിലുള്ള കൊട്ടാരതുല്യമായ പഴയ വീട്ടിൽ നരിച്ചീറുകൾ മാത്രമേയുള്ളു കൂട്ടിന്.

മുമ്പത്തെ നാളുകൾ ഇങ്ങനെയായിരുന്നില്ല. അവ മരുഭൂമിയിലെ വിരസമായ ഏകാന്ത രാവുകളല്ലായിരുന്നു.

അന്നും അവിവാഹിതൻ തന്നെ. സാംസന്റെ ശരീരപുഷ്ടിയുണ്ടായിരുന്നു. വീട്ടിലെ വലിയ ഹാളിലിരുന്ന് വിദഗ്ദ്ധരുമായി അന്ന് ചുതുരംഗം കളിച്ചിരുന്നു. തന്ത്രപ്രാധാന്യമുള്ള കരുക്കളിലേക്ക് നോക്കി മണിക്കൂറുകളോളം മരവിച്ച മട്ടിലിരിക്കും. സമീപമുള്ള ബെല്ലടിച്ചാൽ ബദാം കുറുക്കിയ പാലോ ഏലക്കയിട്ട് കാച്ചിയ ചായയോ വേലക്കാർ വെള്ളിപ്പാത്രങ്ങളിൽ പകർന്നു കൊണ്ടുവരും.

ചതുരംഗത്തിൽ മുഷിയുമ്പോൾ ഒരു വിനോദ സഞ്ചാരത്തിനിറങ്ങുകയായി. രണ്ടാഴ്ചകളെങ്കിലും കഴിഞ്ഞേ തിരിച്ചെത്തൂ. കണ്ണിൽ പെട്ട കൗതുക വസ്തുക്കളൊക്കെ വാങ്ങിയിരിക്കും. കാശ്മീരിലെ കുങ്കുമപൂ; ആസ്സാമിലെ ശുദ്ധ കസ്തൂരി. കാശ്മീരിലെ ഡാൽ താടകത്തെയും നൗകാ ഭവനത്തിലെ സ്വർഗ്ഗതുല്യമായ താമസത്തെയും പറ്റി പാഷ വാചാലതയോടെ പറയും. പിന്നെ ദില്ലി, കൽക്കട്ട, ബോംബെ തുടങ്ങിയ മഹാനഗരങ്ങളിലെ വാർത്തകളും. ഡാൽ താടാകത്തിലെ പളുങ്ക് വെള്ളത്തിൽ ഉമ്മചാർത്തി നിൽക്കുന്ന ഇളം മഞ്ഞിന്റെ മായിക സൗന്ദര്യം. മഞ്ഞുതുള്ളി ഊറുന്ന പൂക്കൾ.

മഞ്ഞുതുള്ളി ഊറുന്ന പൂക്കൾ!

പഴയ ദില്ലിയിലെ ചെങ്കോട്ടക്കു താഴെ, മഞ്ഞു തങ്ങിയ പൂനിലാവിന്റെ രാത്രിയിൽ, അവൾ തനിക്ക് കൂടനിറയെ പൂക്കൾ തൊട്ടുകാണിച്ചിട്ട് പറഞ്ഞു: "ബാബുജി, ഞാനിന്ന് ഒരു പൂ പോലും വിറ്റിട്ടില്ല." അവളുടെ വലിയ കണ്ണുകളിൽ ഈറൻപ്പമൂറി.

അവളുടെ മുഖത്തേക്കു നോക്കി. വെണ്ണയുടെ മിനുപ്പും ചെമ്പക പ്പൂവിന്റെ നിറവുമുള്ള തുടുത്ത കവിളുകൾ. എപ്പോഴും വിസ്മയഭാവമുള്ള വലിയ കണ്ണുകൾ.

"കുട്ടി, നിന്റെ പേര്?"

"മുംതാസ്"

"മുസ്ലിം?"

"ആ"

"നിനക്ക് ആരൊക്കെയുണ്ട് മോളേ?"

"ആരുമില്ല. ഉണ്ടായിരുന്നു. ലഹളയിൽ എല്ലാവരും കൊല്ലപ്പെട്ടു. ഉണ്ടായിരുന്നെങ്കിൽ വാപ്പക്ക് ബാബുജിയുടെ പ്രായം കാണുമായിരുന്നു."

ഒമ്പതോ പത്തോ വയസ്സുള്ള പെൺകുട്ടിയുടെ വലിയ കണ്ണുകൾ ആർദ്രമായി. അവൾ ചുവന്ന ദുപ്പട്ടയുടെ തുമ്പുകൊണ്ട് നനവ് ഒപ്പിയകറ്റി.

വെളുത്തു നീണ്ട വിരലുകൾകൊണ്ട് അവൾ ഒരു വലിയ റോസ് ഇറുക്കിയെടുത്തു നീട്ടി: "ഇരിക്കട്ടെ."

അന്ന് കമാൽ പാഷ ഒട്ടും ഉറങ്ങിയില്ല. ദൂരെ എങ്ങുനിന്നോ ഷെഹണാ യിയുടെ സ്വരമാധുരി കേൾക്കാമായിരുന്നു, തബലയിൽ നിന്നുയരുന്ന മിടിപ്പുകളും. പാഷ മുംതാസിനെ സ്വപ്നം കണ്ടു. കിന്നരിത്തൊപ്പി വെച്ച കാർനീലമുടിയിൽ അവൾ പൂക്കൾ വെച്ചലങ്കരിച്ചിരുന്നു.

കുറെ ദിവസങ്ങളോളം പാഷ അവളെ കാണുന്ന പതിവ് തുടർന്നു. നനുത്ത പൂങ്കവിളുകളും സ്വപ്നം മയങ്ങുന്ന വലിയ നീല കണ്ണുകളും. അവയിലെപ്പോഴും വിസ്മയ ഭാവം ഒരു കൈത്തിരി വെളിച്ചം പോലെ കാണാം.

നാട്ടിലേക്ക് തിരിച്ച് പോകാൻ തോന്നിയില്ല. ഒരു സന്ധ്യക്കവൾ പറഞ്ഞു: "ബാബുജിക്ക് എന്റെ വാപ്പയുടെ ചേലുണ്ട്. അതേ ഉയരം, അതേ കണ്ണും മൂക്കും."

ജുമാമസ്ജിദിൽ കയറി പാഷ പ്രാർത്ഥിച്ചു:

"അവിടുന്നാരേയും എനിക്ക് കൂട്ടിന് തന്നിട്ടില്ല. അവിടുന്നെന്നെ സൃഷ്ടിച്ച് ഏകാകിയാക്കി വളർത്തി. എന്റെ ഇടത്തെ വാരിയെല്ല് ഹവ്വാ രൂപത്തിന് പറ്റില്ലായിരിക്കും. എങ്കിലും ഇപ്പോൾ എനിക്ക് മകളെ തരാനുള്ള കനിവ് അവിടുന്ന് കാണിക്കുകയാണോ?"

ഒരു ദിവസം പ്രാർത്ഥന കഴിഞ്ഞു പാഷ അവളോട് ചേർന്നിരുന്നു. കൂടയിൽ നിന്ന് ഒരു പൂവെടുത്ത് അവൾ പാഷയുടെ കോട്ടിൽ കുത്തി

പ്പിടിപ്പിച്ചു. പാഷ അവളുടെ ദലനൈർമല്യമുള്ള കയ്യെടുത്ത് ചുണ്ടോട് ചേർത്തുകൊണ്ട് പറഞ്ഞു:

"മുംതാസ്, നീയെന്റെ മകളാണ്. എന്റെ കൂടെ വരുമോ?"

അവളുടെ കണ്ണുകളിലെ വിസ്മയഭാവം ഒന്നു ജ്വലിച്ചു.

"എങ്ങോട്ട് ബാബുജി?"

"എന്റെ നാട്ടിലേക്ക്. കായൽ തീരത്ത് പച്ചത്തെങ്ങും പൂക്കൈതയുമുള്ള ഇടത്തേക്ക്. വരുമോ?"

"വരാം."

അടുത്ത ദിവസം തന്നെ അവളോടൊപ്പം പാഷ നാട്ടിലേക്കുതിരിച്ചു. പിന്നെ പാഷയുടെ വീട്ടിലെപ്പോഴും പൊട്ടിച്ചിരികളും പാദസരങ്ങളുടെ കിലുക്കവും കേട്ടു. അദ്ദേഹം അവളെ തൊങ്ങലുകൾ ചേർത്തു തുന്നിയ പഞ്ചാബി വസ്ത്രങ്ങളണിയിച്ചു. വേണ്ടതിലേറെ സ്വർണ്ണാഭരണങ്ങളും.

രാത്രിയിൽ ഒരു വേലക്കാരിയോടൊപ്പം പാഷ അവളെ ദീപസ്തംഭത്തിനു മുമ്പിൽ കടൽത്തീരത്ത് കൊണ്ടുപോയി, നനുത്ത കടൽക്കാറ്റേല്പിച്ചു. അവൾ ചരലിൽ കളിവീടുണ്ടാക്കുകയും ചിപ്പികൾ പെറുക്കി കൂട്ടുകയും ചെയ്തു. ചിപ്പികൾ കൊണ്ട് അവൾ ഒരു ചെറിയ താജ് മഹലുണ്ടാക്കി അദ്ദേഹത്തെ വിസ്മയിപ്പിച്ചു.

പാഷ "അലീഫ് ലൈല വ ലൈല"യിലെ ഹൃദയഹാരികളായ കഥകൾ പറഞ്ഞ് അവളെ കേൾപ്പിച്ചു. ചൈനയിലെ വൻമതിലിനെപ്പറ്റിയും വധിക്കപ്പെട്ട മനുഷ്യരുടെ തലയോടുകൾ കൊണ്ട് പിരമിഡ് ഉണ്ടാക്കിയ ടാമർലൈനെപ്പറ്റിയും വാചാലമായി അവളോട് പറഞ്ഞു.

പാഷ എന്നും പ്രാർത്ഥിച്ചു: "അവിടുന്ന് എനിക്കൊരു സുന്ദരിയായ മകളെ തന്നു. അവളെ എന്നിൽ നിന്നെടുക്കരുതേ!"

അവളുടെ ചുണ്ടിൽ ഭ്രമകരമായ അരുണിമ പുരളുകയും കണ്ണുകളിൽ പുത്തൻകിനാവിന്റെ വെളിച്ചം പൂക്കുകയും ചെയ്തപ്പോൾ പാഷ അവളെ ഇതര പുരുഷന്മാരുടെ സൂത്ര ദൃഷ്ടികളിൽ നിന്നകറ്റകാൻ പ്രത്യേകം ശ്രദ്ധിച്ചു. യുവതികളെ കങ്കാരു, കുഞ്ഞിനെയെന്നപ്പോലെ കരുതണം. ലോകത്തിന്റെ ഇപ്പോഴത്തെ വഴികൾ സ്വൽപം പിശകാണ്. പെൺമനം എന്നും ചാഞ്ചല്യമുള്ളതായിരുന്നു-ഹവ്വയുടെ കാലം മുതൽ.

രത്നം പതിച്ച ആഭരണങ്ങൾ പാഷ അവൾക്കു വേണ്ടതിലേറെ കൊടുത്തു. "വാപ്പ" എന്ന വിളികേൾക്കാനും കരളിൽ അതു തൂവുന്ന കുളിർ നുണയാനും വേണ്ടി പാഷ എന്തിനും ഒരുക്കമായിരുന്നു. ഒരിക്കൽ ഇവൾക്കുവേണ്ടി എവിടെയോ സൃഷ്ടിച്ചുവിട്ടിട്ടുള്ള സുൽത്താൻ വന്ന് ഇവളെ കൊണ്ടുപോകുമ്പോൾ അവശേഷിക്കുന്ന തന്റെ കഠിനമായ ഏകാന്തതയെപ്പറ്റിയുള്ള വിചാരം പാഷയെ ഇടക്കെല്ലാം ദുഃഖിതനാക്കി.

അവൾ നിലാവുള്ള രാത്രികളിൽ മാത്രം പാഷയോടൊപ്പം കടൽത്തീരത്തു ചെന്നിരുന്നു. അവൾ മണലിൽ പൂക്കൾ വരയ്ക്കുകയും അവയെ ചിപ്പികൾ കൊണ്ടലങ്കരിക്കുകയും ചെയ്തു. മറ്റൊരു പുരുഷ ഗന്ധവും അവൾക്കറിയാൻ സാദ്ധ്യമല്ലായിരുന്നു.

ഒരു ദിവസം പുലർന്നപ്പോൾ പാഷ അവളുടെ അലങ്കരിക്കപ്പെട്ട കിടപ്പുമുറിയിൽ മുട്ടി. വാതിൽ ഒരു കരച്ചിലോടെ സ്വയം തുറന്നു. അവൾ കിടക്കയിൽ ഇല്ലായിരുന്നു. പാഷ ഉറക്കെ വിളിച്ചു. മറുപടി കേട്ടില്ല. തന്നോടൊപ്പം എന്നും ചൂതു കളിക്കുകയും എപ്പോഴും വഞ്ചന പ്രയോഗിക്കുകയും ചെയ്യാറുള്ള ഒരു പ്രതിയോഗിയേയും കാണാതായി. വളരെക്കാലമായി ഭദ്രമായി കരുതിവെച്ചിരുന്ന ഒട്ടേറെ നോട്ടുകളും.

പാഷ തെരുവിലേക്കോടി.

പിന്നെ എല്ലാം നോട്ടുകളുടെ ലോകമായിരുന്നു. തെരുവുകളിൽ തന്റെ നഷ്ടപ്പെട്ട നോട്ടുകൾ ചിതറിക്കിടക്കുന്നു. പലരും അതെടുത്ത് വലിയ കുബേരരായിരിക്കുന്നു. വളരെക്കാലം പെറുക്കിക്കൂട്ടിയാലും നഷ്ടപ്പെട്ട തുക വീണ്ടെടുക്കാനാവുകയില്ല. ഫോർഡോ പാൾഗെറ്റിയോ തന്നെപ്പോലെ കുബേരരല്ല. മകൾക്കു വേണ്ടി ശേഖരിച്ചു കരുതിയിരുന്ന നോട്ടുകളാണവ. അവൾ വരുമ്പോൾ കൊടുക്കണം. വാക്കിങ്ങ് സ്റ്റിക്കും വലിയ സഞ്ചിയുമായി കമാൽ പാഷ എന്നും നോട്ടുകൾ പെറുക്കി ശേഖരിക്കാനിറങ്ങും. ഒരു കടലാസുകീറും കണ്ണിൽപെട്ടാൽ ഒഴിവാക്കുകയില്ല.

ആരെല്ലാമോ തിരക്കി: "പാഷ മുംതാസ് ബീഗം എവിടെ പോയി?"

"മുംതാസ് വിരുന്നുപോയതാണ് പേർഷ്യൻ സുൽത്താന്റെ കൊട്ടാരത്തിൽ. വൈകാതെ വരും."

വേലക്കാർ പിരിഞ്ഞുപോയി. ചതുരംഗമില്ല. ഇരുളിൽ തുടിച്ചുനീന്തുന്ന നരിച്ചീറുകൾ മാത്രമുണ്ട് കൂട്ടിന്. സ്വയം തയ്യാറാക്കിയ അല്പാഹാരം വെള്ളിപ്പാത്രങ്ങളിൽ വിളമ്പിക്കഴിച്ച് ഒരു ചുരുട്ടും പുകച്ചു കമാൽ പാഷ മഞ്ചത്തിൽ കിടന്നു ഹാറൂൺ അൽ റഷീദിന്റെ കഥകൾ സ്വപ്നം കണ്ടു. അടിമപ്പെണ്ണുങ്ങളുടെ മാദകനൃത്തം കണ്ട് രസിച്ചുകൊണ്ട് പേർഷ്യൻ സുൽത്താന്റെ കൊട്ടാരത്തിൽ ഊഞ്ഞാലാടുന്ന മുംതാസിന്റെ രൂപമോർത്ത് പുഞ്ചിരിതൂകി. സുന്ദരമായ ലോകം. കോടിക്കണക്കിനു രൂപയുടെ മഹാശേഖരം.

ഒരു രാത്രി അഴുക്കുപിടിച്ച മുണ്ടും ബ്ലൗസും ധരിച്ച ഒരു യുവതി വന്ന് പാഷയുടെ ആനവാതിൽ കടന്നു. അദ്ദേഹം വെള്ളിപ്പാത്രത്തിൽ വെള്ളി സ്പൂൺകൊണ്ട് കഞ്ഞികോരിക്കുടിക്കുകയായിരുന്നു. വീർത്ത വയറുള്ള യുവതി കരഞ്ഞുകൊണ്ട് വിളിച്ചു: "വാപ്പ."

ഭൂതകാലത്തിന്റെ പാദധ്വനി. ഭൂതകാലം ഒരു വിരണ്ടപ്രേതം പോലെ തന്നിലേക്കടുക്കുന്നു.

"നീ ആർ?"

"വാപ്പ; ഇത് ഞാനാണ്, ഞാൻ, മുംതാസ്."

പാഷ പൊട്ടിച്ചിരിച്ചു: "കടന്നു പോ, മുംതാസ് പേർഷ്യൻ സുൽത്താന്റെ അരമനയിലാണ്. അവിടെ നൃത്തവും പാട്ടും നടക്കുന്ന നേരമാണിത്. കടന്നു പോ."

വീർത്ത വയറുള്ള യുവതി ഏങ്ങിക്കരഞ്ഞു.

"കടന്നു പോ. മുംതാസ് വൈകാതെ കപ്പൽ കയറി വരും. നിനക്കിവിടെ എന്തു കാര്യം?"

നിരാശ്രയയായ യുവതി കുറച്ചുനേരം പൊട്ടിക്കരഞ്ഞു. എന്നിട്ട് ലക്ഷ്യമില്ലാതെ ഇറങ്ങിപ്പോയി.

കടൽപ്പാലത്തിനപ്പുറം കപ്പലടുത്ത് നങ്കൂരമിട്ട ദിവസം, മുംതാസ് ഒരിക്കൽ അണിഞ്ഞിരുന്ന കുട്ടിയുടുപ്പുകൾ പൊതിഞ്ഞ് സഞ്ചി നിറയെ കടലാസുകീറുകളുമായി കമാൽ പാഷ ഇറങ്ങി.

"ഈ അന്തിനേരത്ത് പാഷ എവിടേക്കാണ്?" പരിചിതർ ചോദിച്ചു.

പാഷ സോൽസാഹം ചിരിച്ചു. കടലിലേക്കു വിരൽ ചൂണ്ടി: "നോക്കൂ. മുംതാസ് കപ്പലിൽ വന്നിട്ടുണ്ട്. അവൾക്ക് ഉടുപ്പും നൂറുകോടി രൂപയും എത്തിച്ച് കൊടുക്കണം."

വെളിച്ചം ചൂടിയ കപ്പൽ നോക്കി ചിരിച്ചുകൊണ്ട് കടൽപ്പാലത്തിലൂടെ കമാൽ പാഷ നടന്നു. തിരകളുടെ ആരവം. തിരയടിച്ചു കടൽപ്പാലം പിടഞ്ഞു കുലുങ്ങിയപ്പോൾ കമാൽ പാഷ ചിരിച്ചു: "മുംതാസ് കപ്പലിലുണ്ട്. കണ്ടില്ലേ അവളുടെ ചിരിക്കുന്ന മുഖം?" സഞ്ചി തൂക്കിപിടിച്ച് കലമാൻ കൊമ്പുള്ള വടിയൂന്നി കടൽപ്പാലത്തിന്റെ അറ്റം വരെ പാഷ നടന്നുപോകുന്നത് കാണാമായിരുന്നു.

പാഷ തിരിച്ചു വന്നില്ല. ■

പരിണാമം

ഒഴിഞ്ഞു കിടന്നിരുന്ന അയൽവീട്ടിലേക്ക് ഒരു പ്രഭാതത്തിൽ അവർ കടന്നുവന്നു. വെളുത്തുമെലിഞ്ഞ സുന്ദരിയായ ഒരു യുവതിയുടെ കയ്യിൽ ഒരു സൂട്ട് കേസ് തൂങ്ങിക്കിടക്കുന്നത് കണ്ടു. അവളുടെ ചുണ്ടുകളിൽ അമ്പരപ്പിൽ പൊതിഞ്ഞ പുഞ്ചിരി കാണാമായിരുന്നു.

അവർ വീട്ടിനുള്ളിലേക്ക് കയറിയിട്ട് വളരെ നേരത്തോളം ശബ്ദമൊന്നും കേട്ടില്ല. ഇടക്കെല്ലാം അവളുടെ മനോഹരമായ വെളുത്തമുഖം ജനാലക്കരികെ കാണാമായിരുന്നു. അപ്പോഴും പരിഭ്രമം കലർന്ന പുഞ്ചിരിയുണ്ടായിരുന്നു. തലമുടി നീട്ടിവളർത്തിയ യുവാവ് കരുത്തുള്ള ശരീരമുലച്ചുകൊണ്ട് പലതവണ വെളിയിൽ വരുകയും തിരിച്ചുപോകുകയും ചെയ്തു. അയാൾ സദാസമയവും ഒരു പഴയ പ്രേമഗാനം പാടിക്കൊണ്ടിരുന്നു.

രാത്രി അവിടെ വളരെ നേരത്തെ വെളിച്ചമണഞ്ഞു. എന്റെ ഭാര്യ സമീപം വന്ന് ചോദിച്ചു: "ഇവർക്ക് ഭക്ഷണമൊന്നും വേണ്ടേ?"

വളരെ ദിവസങ്ങളോളം അവരും ഞങ്ങളും പരസ്പരം ഉരിയാടാതെ കഴിഞ്ഞു. കുറെ അകന്നു കഴിയാനുള്ള വാസന അവരിൽ പ്രകടമായിരുന്നു. ജാലകത്തിനടുത്ത് കാണാവുന്ന യുവതിയുടെ വെളുത്തമുഖം ആരെയെങ്കിലും കണ്ടാൽ അകന്നു മറഞ്ഞുകളയും. യുവാവ് പ്രേമഗാനം പാടിക്കൊണ്ട് വിദൂരതയിലേക്ക് നോക്കുകയും ചെയ്യും.

ഒരു സന്ധ്യക്ക് ഭാര്യ സന്തോഷപൂർവ്വം പറയാൻ മുഖവുരയിട്ടു: "പിന്നെ....."

"യെസ്, മാഡം."

"നമ്മുടെ അയൽക്കാർ വളരെ ദൂരെയുള്ളവരാണ് കേട്ടോ! ഞാനിന്നു ധൈര്യമായി ചെന്നു പരിചയപ്പെട്ടു. പെണ്ണ് നായരും ചെറുക്കൻ ക്രിസ്ത്യാനിയുമാണ്. ശുഭയും ആൽബർട്ടും.Î

"പ്രേമം?"

"ഉഗ്രൻ പ്രേമം. ചെറുക്കൻ എം.എ. ഫസ്റ്റ് ക്ലാസ്സാണ്. ജോലി തേടി നിത്യവും പോകുന്നുണ്ട്. നല്ല പയ്യൻ. ക്രിസ്തുവിന്റെ മുഖഭാവമാണ്.

പെണ്ണിനാണെങ്കിൽ ധാരാളം ആഭരണങ്ങളുണ്ട്." ഒടുവിലത്തെ വാചകത്തിൽ സ്വർണ്ണത്തോടുള്ള പ്രേമവും അവളോടുള്ള അസൂയയുമുണ്ടായിരുന്നു.

അടുത്ത ദിവസം കൂടുതൽ വാർത്തകളുമായി ഭാര്യ വന്നു. കോളേജിൽ പഠിക്കുമ്പോൾ അവർ പ്രേമമെന്ന വികാരത്തിന്റെ നീർച്ചുഴിയിൽ പെട്ടുപോയി. രക്ഷയില്ല. അവൾ ഉയർന്ന നായർ തറവാട്ടിലെ അംഗവും അയാൾ ഇടത്തരം കത്തോലിക്കനും. അവളുടെ കുടുംബം ഗുണ്ടകളെ വരെ വിട്ട് അവരുടെ ബന്ധം തടയാൻ ശ്രമിച്ചു. ഒരു ദിവസം അയാൾ അവളോട് ചോദിച്ചു: "ശുഭ എന്റെ കൂടെ വരുമോ?"

"എവിടേക്കും, എപ്പോഴും."

അവൾ സ്വന്തം ആഭരണങ്ങളും വസ്ത്രങ്ങളുമെടുത്ത് അയാളുടെ കൂടെ ഇറങ്ങിപ്പോന്നു. വാടകവീട്ടിൽ താമസം തുടങ്ങിയതിനുശേഷം അച്ഛന്റെ കത്ത് വന്നിരുന്നു: "ഒരു പരിതസ്ഥിതിയിലും നീ ഞങ്ങളുടെ സമീപത്തേക്ക് തിരിച്ചുവരരുത്. വേണമെങ്കിൽ കേസുകൊടുത്ത് ഞങ്ങൾക്ക് നിന്നെ വിടുവിച്ചു കൊണ്ടുപോരാമായിരുന്നു. പക്ഷേ, വേണ്ട നിന്നെ നീ തിരഞ്ഞെടുത്ത ജീവിതത്തിനു വിടുന്നു. നാം തമ്മിൽ ഒരു ബന്ധവും ആവശ്യമില്ല."

വൈകുന്നേരങ്ങളിൽ അവർ സിനിമയ്ക്കു പോയിത്തുടങ്ങി. പുറം ലോകം ശത്രുക്കളുടേത് മാത്രമല്ലെന്ന് തോന്നിതുടങ്ങിയിരിക്കാം. ചിലപ്പോൾ ഉരുമ്മിച്ചേർന്നു അവർ നടക്കാൻ പോയി. കയ്യിൽ ഭക്ഷണപ്പൊതികളുമായി തിരിച്ചുവരുമ്പോൾ അവളുടെ വെളുത്ത മുഖത്ത് വിടർന്ന ചിരികാണാം. അയാളുടെ ചുണ്ടുകളിൽ പ്രേമഗാനം മൂളി നിൽക്കുകയാവും.

ഭാര്യ പറഞ്ഞു: "അവർ മുറ്റത്ത് ഒരു പൂന്തോട്ടം ഉണ്ടാക്കുകയാണ്. കുറെ വിത്തുകൾ കൊണ്ടുവന്ന് കൊടുക്കണം."

"ഉത്തരവ്."

ചരൽ വിരിച്ച മുറ്റത്ത് തൈകൾ മുളച്ചു. അവൾ വളയിട്ട കൈകൾ കൊണ്ട് അവ പറിച്ചു നടുകയും നിത്യവും വെള്ളം പകർന്നു ശുശ്രൂഷിക്കുകയും ചെയ്തു. വെയിലും വെള്ളവുമേറ്റ് അവ വളരുമ്പോൾ അവൾ ആഹ്ലാദിച്ചു. സൂര്യകാന്തിയിൽ പൂ വിടർന്ന ദിവസം അവൾ കൈകൊട്ടി ച്ചിരിക്കുകയും "മന്ദം മന്ദമെൻ താഴും മുഗ്ദ്ധമാം മുഖം പൊക്കി" എന്ന ജി.യുടെ കവിത മനോഹരമായി പാടുകയും ചെയ്തു. അവൾക്ക് കിക്കിളിപ്പെടുത്തപ്പെട്ട ഒരു ശിശുവിന്റെ ആഹ്ലാദമുണ്ടായിരുന്നു.

ഞാൻ ഭാര്യയോട് ചോദിച്ചു: "അയൽക്കാർ എങ്ങനെയുണ്ട്?"

"പരമസൗഖ്യം. ആഭരണങ്ങൾ ഒന്നൊന്നായി വിറ്റിട്ടാണ് ജീവിതം. സിനിമയ്ക്കും മറ്റും പോകുന്നതുകൊണ്ട് ഭക്ഷണം പലപ്പോഴും പുറത്തുനിന്നാണ്. ചിലപ്പോൾ മാത്രം അവളുണ്ടാക്കും."

"നിന്റെ ക്രൈസ്റ്റുപയ്യനു ജോലിയൊന്നുമായില്ലേ?"

"തിരക്കുന്നുണ്ട്. വൈകാതെ കിട്ടിയേക്കുമെന്നാണ് ആൽബർട്ട് പറയുന്നത്. എം.എ. ഫസ്റ്റ് ക്ലാസ്സല്ലേ? മിക്ക ദിവസവും ജോലി തേടി പലയിടങ്ങളിലേക്കും യാത്രപോകും. അവൾ തനിച്ചിരുന്നു വായിക്കും. നല്ല കുട്ടികൾ. അവർക്ക് നന്മ വരട്ടെ."

"ആമേൻ"

ക്രിസ്തുവിന്റെ മുഖച്ഛായയുള്ള യുവാവ് കൂടക്കൂടെ ജോലിതേടി പ്പോകും. ചിലപ്പോൾ അയാൾ ഒന്നോ രണ്ടോ ദിവസങ്ങൾക്കുശേഷമേ വരൂ. തനിച്ചു കിടക്കാൻ അവൾക്കു ഭയമായതുകൊണ്ട് ഭാര്യ അവൾക്കു വായിക്കാനുള്ള പുസ്തകങ്ങളുമായി കൂട്ടുകിടക്കാൻ പോയി: നിറയെ വിശേഷങ്ങളുമായാണ് അതിരാവിലെ തിരിച്ചെത്തുക.

"ആഭരണങ്ങൾ കുറെയേറെ തീർന്നിരിക്കുന്നു."

"കാരണം? സ്വർണ്ണത്തിനു നല്ല വിലയാണിപ്പോൾ."

"പയ്യനു ദൂരെ ലോഡ്ജെടുത്ത് താമസിക്കാനും ഭക്ഷണത്തിനും വസ്ത്രത്തിനുമൊക്കെ വേറെ വഴിയുണ്ടോ? ഓരോന്നായി വിറ്റിട്ടാണ് ജീവിതം. ഇനിയും കുറെയുണ്ട്. അവളുടെ വിവാഹത്തിന് ഒരുക്കിവെച്ചി രുന്നതെല്ലാം കൊണ്ടുപോന്നല്ലോ."

ഒരു പ്രഭാതത്തിൽ അവൾ കരഞ്ഞുകൊണ്ട് വന്നു. അവളുടെ മുഖം വീർത്തിരുന്നു. ഉറക്കമിളച്ച ക്ഷീണഭാവം കണ്ണുകളിൽ കണാം. ഇടർച്ച യോടെ അവൾ എന്തോ എന്റെ ഭാര്യയോട് പറഞ്ഞു. ഭാര്യ സ്നേഹ പൂർവ്വം തലോടുന്നതും സമാശ്വാസകരമായി എന്തോ പറയുന്നതും കണ്ടു.

ഭാര്യ ചോദിച്ചു: "വിശേഷം അറിഞ്ഞോ?"

ഞാൻ ചോദ്യഭാവത്തിൽ അവളെ നോക്കി.

"നമ്മുടെ ക്രൈസ്റ്റുപയ്യൻ ഇന്നലെ രാത്രി കുടിച്ചുകൊണ്ടുവന്നു."

"ജോലിയൊന്നുമാകാത്ത നിരാശ തീർക്കാനാവും."

"എന്നാലും കുടിക്കാമോ?"

"അല്പം വീഞ്ഞും തെല്ലപ്പവും അവർക്കു വിധിച്ചിട്ടുണ്ട്."

"ശുഭ വളരെ സങ്കടപ്പെട്ടു. മരിച്ചുകളയും എന്നൊക്കെ പറയുന്നു."

ഞാൻ അവരുടെ മുറ്റത്തേക്ക് നോക്കിയപ്പോൾ അവൾ കാൽമുട്ടിൽ ഊന്നിയ മുഖം താങ്ങി ദുഃഖിച്ചുകൊണ്ട് തനിയെ ഇരിക്കുന്നതുകണ്ടു. ചുണ്ടിൽ എപ്പോഴും കാണാവുന്ന പുഞ്ചിരിക്കു പകരം കണ്ണുകളിൽ കാതര ഭാവമുണ്ടായിരുന്നു.

അഞ്ചു ദിവസങ്ങൾ അവിടെ ആരേയും കണ്ടില്ല. ആറാം ദിവസം അവൾ സ്യൂട്ട് കേസ് കയ്യിൽ തൂക്കിയിട്ടുകൊണ്ട് കടന്നുവന്നു പറഞ്ഞു:

"ക്ഷമിക്കണം. ആരോടും പറയാതെ ഞങ്ങൾ ഒരു യാത്ര പോയിരുന്നു. പുള്ളിക്കാരന് ഒരു ജോലി തേടിയാണ്. ഒന്നും ശരിയായില്ല. ധാരാളം പണം നഷ്ടപ്പെട്ടത് ബാക്കി."

അവളുടെ കഴുത്തിൽ ഒരു മാലമാത്രം കണ്ടു. അവൾ ഭാര്യയോട് ദീർഘനേരം സംസാരിച്ചിരുന്നിട്ട് വീട്ടിലേക്ക് പോയി.

ഭാര്യ പറഞ്ഞു: "ആൽബർട്ട് നിത്യവും നന്നായി കുടിക്കുന്നുണ്ട്. ശുഭ കൂടെയുണ്ടെങ്കിൽ കുടി തടയാമെന്നു കരുതി നിർബ്ബന്ധപൂർവ്വം പോയതാണ്. ഒട്ടും ഫലിച്ചില്ല. പ്രതി നിത്യവും കുടി തന്നെയായിരുന്നു."

"മറ്റു ദുശ്ശീലങ്ങളൊന്നുമില്ലാത്തതിൽ അവൾ സമാശ്വാസം കാണട്ടെ."

ഭാര്യ സഹതാപത്തോടെ നെടുവീർപ്പ് വിടുകയും ജനലിൽ മുഖം ചേർത്ത് വിദൂരതയിലേക്ക് നോക്കി നില്ക്കുന്ന അവളെ തെല്ലുനേരം ആർദ്രതയോടെ നോക്കുകയും ചെയ്തു.

അവർ നടക്കാൻ പോയില്ല. അവൾ വീട്ടുമുറ്റത്തെ ചെടികളെ ശുശ്രൂഷിച്ചും വായിച്ചും സമയം നീക്കി. അയാൾ എന്നും രാത്രി വളരെ വൈകി മാത്രം വന്നു. പിന്നെ വലിയ ശബ്ദമൊന്നുമുണ്ടാവുകയില്ല. അയാൾ മുറുമുറുക്കുകയും അവൾ സങ്കടം പറയുകയും ചെയ്യുന്നത് അവ്യക്തമായി കേൾക്കാം.

വീണ്ടും ഒരു ദിവസം അവൾ കരഞ്ഞുകൊണ്ട് വീട്ടിൽ വന്നു. ക്രൈസ്റ്റു പയ്യന്റെ മദ്യപാനമായിരിക്കും സങ്കടകാരണമെന്ന് കരുതി. ഭാര്യ പതിവുപോലെ അവളെ സ്നേഹപൂർവ്വം തലോടുമ്പോൾ ആരോടെന്നില്ലാതെ ശുണ്ഠിയെടുക്കുന്നത് കണ്ടു.

ഭാര്യ കോപത്തോടെ പറഞ്ഞു: "അയാൾ ശുഭയെ അടിച്ചു."

ഞാൻ മൗനമായി ഇരുന്നു. ഇത് നിശ്ചയമായും ശുഭവാർത്തയല്ല.

ഭാര്യ തുടർന്നു: "അവളുടെ ആഭരണങ്ങൾ മുഴുവൻ കുടിക്കാനും തിന്നാനുമായി വിറ്റു തീർത്തു. ഇപ്പോൾ ശരിക്കു അടി തുടങ്ങിയിരിക്കുകയാണ്."

"ആദ്യമല്ലേ? ചില ഭർത്താക്കന്മാർക്ക് ഭാര്യമാരെ തല്ലുന്നത് ഉന്മേഷകരമായ ഒരു വ്യായാമമാണ്."

"അത് മനസ്സിലിരിക്കട്ടെ. ശുഭയുടെ മുഖത്തുള്ള അടിയുടെ പാടൊന്ന് കാണാമായിരുന്നു. ഇതാദ്യമൊന്നുമല്ല അയാൾ അവളെ തല്ലുന്നത്. കുറെ മുമ്പേ പതിവുണ്ട്. ഒരു കാരണമുണ്ടായിട്ടുവേണ്ടേ? വെറുതെ പരിശുദ്ധയായ ഒരു ഗർഭിണിപ്പെണ്ണിനെ തല്ലിനോവിക്കുകയോ?"

"പ്രേമപരമായ ഇത്തരം സംഗതികളിൽ നാം ഇടപെടുന്നത് ഭംഗിയല്ല."

ഭാര്യ ശുണ്ഠിയെടുത്തുകൊണ്ട് പറഞ്ഞു:

“അയാൾക്കു ക്രിസ്തുവിന്റെ മുഖച്ഛായയുമില്ല മനുഷ്യത്വവുമില്ല. അവളുടെ വീട്ടിൽ ചൂലുണ്ടായിട്ടും അതും തലോടി വെറുതെ കരഞ്ഞു കൊണ്ടിരിക്കുന്നല്ലോ!!

അടിയും കരച്ചിലും പിന്നെയുമുണ്ടായി. അവൾ വീർത്തുവരുന്ന വയറുമായി ദുഃഖിച്ചിരിക്കുകയോ ചെടിക്കൾക്കിടയിൽ പൂക്കളുടെ സഹതാപം തേടുന്നപോലെ നടക്കുകയോ ചെയ്തു. ചുണ്ടുകളിൽ പുഞ്ചിരി കണ്ടില്ല.

അയാളെ അവിടെ കാണുക വിരളമായി.

ഭാര്യ ദുഃഖത്തോടെ പറഞ്ഞു: “ഒടുവിലത്തെ മാലയുംകൊണ്ടു പോയിട്ട് ഇന്നേക്ക് പത്തു ദിവസമായി. അയാൾ വന്നിട്ടില്ല.”

“അവളുടെ ക്ഷുത്പിപാസാദികൾ?”

“ഞാൻ ആഹാരസാധനങ്ങൾ കൊടുക്കുന്നുണ്ട്.”

“സ്ത്രീകൾ അലിവുള്ളവരാണ്.”

അവൾ ഏകാകിയായി ഇരുന്നു. പൂത്തുലഞ്ഞ ചെടികൾക്കു മുകളി ലൂടെ അവൾ ദീർഘനേരം പ്രതീക്ഷാപൂർവ്വം ദൂരേക്കു നോക്കുകയും നിരാശയോടെ മുഖം കുനിക്കുകയും ചെയ്തു.

കുറെ ദിവസങ്ങൾക്കുശേഷം ഭാര്യ പറഞ്ഞു: “വലിയ സങ്കടമായി. അയാൾ തിരിച്ചു വന്നില്ല. വീട്ടുവാടകയ്ക്കു ഉടമസ്ഥൻ അവളെ ശല്യം ചെയ്തപ്പോൾ ഒരു വള ഒളിച്ചു വെച്ചിരുന്നത് എടുത്തുകൊടുത്തു. ഇനി ഒന്നും ബാക്കിയില്ല. അയാൾ വീടൊഴിഞ്ഞുപോകാൻ പറഞ്ഞു ശല്യം ചെയ്യുകയാണ്.”

എനിക്കു ദുഃഖം തോന്നി. അവൾ അകത്ത് പായ വിരിച്ചു തളർന്നു കിടക്കുകയാവും. പുറത്തേക്കിറങ്ങിയതേയില്ല. ദൂരേക്കു നോക്കിയിരുന്നു. അയാളുടെ നിഴൽപോലും കാണാതെ അവൾ തികച്ചും നിരാശപ്പെട്ടു കാണും. അയാൾ ഇതുവരെ തിരിച്ചുവരികയോ വിവരത്തിന് എഴുത്ത യയ്ക്കുകയോ ചെയ്തിട്ടില്ല.

ഭാര്യ പറഞ്ഞു: “ഈയിടെ ഞാൻ കൊടുക്കുന്നതെല്ലാം ശുഭ വാങ്ങു ന്നില്ല. പലതും വേണ്ടെന്നു പറയുന്നു.”

“നിന്റെ ഔദാര്യം സ്വീകരിക്കാൻ അവളുടെ അഭിമാനം അനുവദിക്കു ന്നുണ്ടാവില്ല.”

“അതുകൊണ്ട് പാവം പലപ്പോഴും പട്ടിണിയാണ്. ഗർഭവും പട്ടി ണിയും ഒരുമിച്ചു പോകുന്നത് നന്നല്ല.”

“നിന്റെ ക്രൈസ്റ്റുപയ്യന്റെ വിവരമൊന്നുമില്ലേ?”

“അയാൾ പോയിട്ട് ഒരു മാസം കഴിഞ്ഞു. ഇനി ആഭരണമൊന്നും കൊണ്ടുപോയി കുടിക്കാനില്ലല്ലോ?”

ഞാൻ മിണ്ടിയില്ല. അവളെ വളരെ നേരമായി പുറത്തു കണ്ടില്ല.

രാവിലെ അവൾ വന്നു തൊഴുകൈയോടെ പറഞ്ഞു: "ഞാൻ യാത്ര പറയുകയാണ്."

"എങ്ങോട്ട്?"

അവൾ വെളിച്ചമില്ലാതെ ചിരിച്ചു.

"ഇവിടെ ഒറ്റക്ക് താമസിക്കുന്നതിൽ ഇനി അർത്ഥമില്ല. എനിക്കെപ്പോഴും കരച്ചിൽ വരുന്നു."

"പക്ഷേ, പോകുന്നതെങ്ങോട്ടാണ്?"

അവൾ വീണ്ടും വെറുതെ ചിരിച്ചിട്ട് കീഴോട്ട് നോക്കിനിന്നുകൊണ്ട് പറഞ്ഞു: "ചെയ്ത ഉപകാരങ്ങൾക്കു നന്ദിയുണ്ട്. ഞാൻ ഒരിക്കലും മറക്കില്ല."

ഭാര്യ അവളെ തലോടുകയും സാരിത്തലപ്പ് ശരിപ്പെടുത്തുകയും ചെയ്തു. നാലുകണ്ണുകൾ നിറഞ്ഞു. വിറച്ചു വിറച്ചു അവൾ ഇറങ്ങിപ്പോയി.

അവൾ പതിവുപോലെ വീട്ടിൽ ചെന്നു ചെടികൾക്കു വെള്ളമൊഴിക്കുന്നതു കണ്ടു. കുറെ നേരം സൂര്യകാന്തിപ്പൂക്കളെ നോക്കിക്കൊണ്ടു നിന്നു. അവൾ അവയെ നോവിക്കാതെ മെല്ലെ തൊട്ടുതലോടി.

തെല്ലുകഴിഞ്ഞു വീടിന്റെ കതകുമെല്ലെ അടച്ച് അവൾ സൂട്ട്കേസുമായി മുറ്റത്തിറങ്ങി. ചെടികൾക്കിടയിൽ അവൾ ദുഃഖത്തോടെ തെല്ലിട നിന്നു. ഒരു ചുവന്ന പനിനീർപ്പൂവ് ഇറുത്ത് മുടിയിൽ ചൂടിയിട്ട് അവൾ അതിന്റെ കട ഒരു കമ്പുകൊണ്ടിളക്കുകയും പൂക്കളെ വാത്സല്യപൂർവ്വം നോക്കുകയും ചെയ്തു.

വെളുത്തു മെലിഞ്ഞ കയ്യിൽ സൂട്ട് കേസ് തൂക്കിയിട്ടുകൊണ്ട് അവൾ മെല്ലെ നടന്നകന്നു.

■

കെ.യു. ഒരു അനുസ്മരണം

കെ.എം. ലെനിൻ

എന്റെ പ്രിയങ്കരനായ കെ.യു.വിനെപറ്റി ഇങ്ങനെ ഒരു കുറിപ്പെഴു തേണ്ടിവന്നത് ഹൃദയഭേദകമാണ്. എന്നെക്കാൾ അല്പം പ്രായ ക്കൂടുതലുള്ളത് കൂടാതെ ദിവസവും മൂന്നോ നാലോ പ്രാവശ്യം നടത്തുന്ന ഡയാലിസിസിന്റെ സഹായത്തോടെയാണ് അദ്ദേഹം മാസങ്ങളായി ജീവൻ നിലനിർത്തിയിരുന്നത്. അങ്ങനെയൊക്കെ മരണം അപ്രതീക്ഷിതമല്ലാത്ത അവസ്ഥയിലായിരുന്നു ദിവസങ്ങൾ കടന്നുപോയത്. എന്നാലും കെ.യു. ഇല്ലാത്ത ഒരു ലോകത്തെപ്പറ്റി സങ്കല്പിക്കുമ്പോൾ സുഹൃത്തുക്കളെ സംബന്ധിച്ചിടത്തോളം എന്തൊക്കെയോ അപൂർണതകൾ അവശേഷിക്കുന്നു.

സുഹൃത്തുക്കൾ കെ.യു. എന്നു വിളിക്കുന്ന കെ.യു.അബ്ദുൾ ഖാദർ പുതിയ തലമുറയ്ക്ക് ആരുമല്ല. കാരണം എഴുത്തുകാരനെന്ന നിലയിൽ നാലര പതിറ്റാണ്ടുമുമ്പേ അദ്ദേഹം അന്തരിച്ചുകഴിഞ്ഞി രുന്നു. കോവിലൻ ഇടയ്ക്കിടെ പറയാറുണ്ടായിരുന്നത് ഓർത്തു പോവുകയാണ്: 'ജീവിച്ചിരിക്കുമ്പോൾ മരിച്ചുപോവുന്ന പണിയാണ് എഴുത്തുകാരന്റേത്.' എന്നാൽ 1950കളിലും 60കളിലും നവയുഗം, ജനയുഗം, മാതൃഭൂമി, കെ.ബാലകൃഷ്ണന്റെ കൗമുദി എന്നീ വാരിക കളിൽ പ്രസിദ്ധീകരിച്ചിരുന്ന കഥകൾക്ക് അന്ന് ഏറെ വായനക്കാരു ണ്ടായിരുന്നു. 1954 ൽ പുറത്തിറങ്ങിയ അദ്ദേഹത്തിന്റെ കഥാസമാ ഹാരവും എം.ടി.യുടെ പുസ്തകവും ഒന്നിച്ചായിരുന്നു ഗ്രന്ഥാലോകം മാസികയിൽ നിരൂപണം ചെയ്യപ്പെട്ടതെന്ന് ഞാൻ വ്യക്തമായി ഓർക്കുന്നു. എം.ടി.യുടെയും അബ്ദുൾ ഖാദറിന്റെയും കഥകളാ ണെങ്കിൽ വായനക്കാർക്ക് ഹരമാണ് എന്ന് അർത്ഥം വരുന്ന വാക്കു കളിൽ എം.ടി.യോടൊപ്പം നിർത്തി അദ്ദേഹത്തെ നിരൂപകൻ പ്രശം സിക്കുകയുണ്ടായി.

പിന്നെ എന്തു സംഭവിച്ചു അബ്ദുൾ ഖാദറിലെ കഥാകൃത്തിന്?

1952നും 1956നും ഇടയിലുള്ള നാല് വർഷമാണ് ഏറ്റവുമധികം കഥകൾ അദ്ദേഹം എഴുതിയത്. 18 വയസ്സിനും 22 വയസ്സിനുമിട

യിലായിരുന്നു സർഗാത്മകത അദ്ദേഹത്തിന്റെ ഭാവനയെ കാര്യമായി ആശ്ലേഷിച്ചിരുന്നതെന്ന് തോന്നുന്നു. അധികവും പ്രസിദ്ധീകരിച്ചുവന്നത് കൗമുദിയിലും നവയുഗത്തിലുമായിരുന്നു. ചെന്നൈയിൽനിന്ന് പ്രസിദ്ധീകരിച്ചിരുന്ന ജയകേരളം വാരികയിലും അദ്ദേഹം കഥകളെഴുതിയിരുന്നു. അന്ന് ജയകേരളം പത്രാധിപസമിതിയംഗമായിരുന്ന പവനൻ തന്റെ ആത്മകഥയിൽ ഖാദറിന്റെ കഥകളെപറ്റി പരാമർശിച്ചത് വായിച്ചതായി ഓർക്കുന്നു.

1957ൽ സർക്കാർ ഉദ്യോഗത്തിൽ പ്രവേശിച്ചതോടെ ആയിരിക്കണം നിരന്തരമായ എഴുത്ത് ഇല്ലാതായത്. ആദ്യ കമ്യൂണിസ്റ്റ് സർക്കാരിന്റെ കാലത്ത് ആഭ്യന്തരമന്ത്രി സി.അച്യുതമേനോന്റെ പ്രൈവറ്റ് സെക്രട്ടറിയായി പാർട്ടി നിശ്ചയിച്ചത് ഖാദറിനെ ആയിരുന്നു. 1959 ജൂലായ് 31ന് കേന്ദ്രസർക്കാർ ആദ്യ ഇ.എം.എസ് മന്ത്രിസഭ പിരിച്ചുവിടുന്നതുവരെ അദ്ദേഹം ആ ജോലി സ്തുത്യർഹമായി നിർവഹിച്ചിരുന്നു. 1990ൽ റിട്ടയർ ചെയ്യുമ്പോൾ ഖാദർ കേരള കാർഷിക സർവകലാശാല വൈസ് ചാൻസലറുടെ സെക്രട്ടറി ആയിരുന്നു.

1968 വരെ ചുരുക്കമായെങ്കിലും പില്ക്കാലത്തും അബ്ദുൾ ഖാദർ കഥകളെഴുതിയിരുന്നു. 60 കളിൽ വല്ലപ്പോഴുമെഴുതിയിരുന്ന അദ്ദേഹത്തിന്റെ കഥകൾ ഇടം കണ്ടെത്തിയിരുന്നത് മാതൃഭൂമി വാരികയിലായിരുന്നു. എന്നാൽ ജനയുഗത്തിന്റെയും നവയുഗത്തിന്റെയും വിശേഷാൽ പതിപ്പുകളിൽ സ്ഥിരമായി ആ കഥകൾ പ്രത്യക്ഷപ്പെട്ടിരുന്നതായി ഓർക്കുന്നു.

1963ൽ മാതൃഭൂമി പ്രസിദ്ധീകരിച്ച 'കുരിശുയുദ്ധത്തെപ്പറ്റി ഒരു കോമഡി' എന്ന കഥ ശീർഷകത്തിലെന്ന പോലെ ഉള്ളടക്കത്തിലും ശ്രദ്ധേയമായിരുന്നു. കൃസ്തീയ യുവതിയെ പ്രണയിച്ച് വീട്ടുകാരുടെ എതിർപ്പ് വകവെയ്ക്കാതെ വിവാഹം കഴിച്ച മുസ്ലിം യുവാവിന്റെ ജീവിതസംഘർഷമാണ് പ്രമേയം. മകൻ ഇനി വീട്ടിലെത്തിയാൽ വെടിവെച്ചുകൊല്ലാനായി തോക്ക് നിറച്ചുവെച്ച പിതാവ് കുറെ നാളുകൾക്ക് ശേഷം ഒരു പിഞ്ചോമനയോടും ഭാര്യയോടുമൊന്നിച്ച് വീട്ടിലെത്തിയ മകനെ കണ്ടപ്പോൾ തോക്കെടുക്കാൻ പറയുന്നുണ്ട്. എന്നാൽ മകന്റെ നേരെ നിറയൊഴിക്കാനായിരുന്നില്ല, മകനും കുടുംബത്തിനും ഉച്ചയൂണിനൊപ്പം ഇറച്ചിക്കറിക്ക് പക്ഷികളെ വെടിവെച്ചിടാനാണെന്ന് വ്യക്തമാക്കപ്പെടുന്നതിലൂടെ ഒരു കൊല്ലത്തിലേറെക്കാലം ആ കുടുംബാന്തരീക്ഷത്തെ വലയം ചെയ്തിരുന്ന സംഘർഷത്തിന്റെ മഞ്ഞ് ഉരുകിപ്പോവുകയാണ്.

നൂറ്റാണ്ടുകൾക്കപ്പുറത്ത് ലക്ഷക്കണക്കിനാളുകൾ കൂട്ടക്കശാപ്പിനിരയായ, ക്രിസ്ത്യാനികളും മുസ്ലിങ്ങളും തമ്മിലുണ്ടായ ചരിത്രത്തിലെ കുരിശുയുദ്ധത്തെപ്പറ്റി കഥയിലൊരിടത്തും പരാമർശമില്ല.

അതേസമയം ആ ശീർഷകം നല്കുന്ന അർത്ഥധ്വനി ചരിത്രവീഥികളിൽ മതത്തിന്റെ പേരിൽ കുമിഞ്ഞുകൂടിയ കബന്ധങ്ങളുടെയും അസ്ഥിപഞ്ജരങ്ങളുടെയും അർഥശൂന്യത അഭിവ്യക്തമാക്കുന്നു. ഒപ്പംതന്നെ കഥയുടെ പര്യവസാനത്തെ അർത്ഥവത്തും ഫലിതമയവുമാക്കുന്നു. പിന്നെയും ഏതാനും കഥകൾ മാതൃഭൂമിയിൽ വന്നതായി ഓർക്കുന്നു. ഏറ്റവുമൊടുവിലത്തേത് 1968ൽ പ്രസിദ്ധീകരിച്ച 'ആരോ ഒരാൾ' ആണെന്നു തോന്നുന്നു.

ഏറെ വായിക്കപ്പെട്ട എഴുത്തുകാരനായിരുന്നു അബ്ദുൾ ഖാദർ. 1980ൽ തിരുവനന്തപുരം പബ്ലിക് ലൈബ്രറിയിലെ മലയാളവിഭാഗത്തിൽ 'കെ.യു.അബ്ദുൾ ഖാദർ' എന്നെഴുതിവെച്ച ഒരു പുസ്തക കോർണർ കണ്ടതായി ഓർക്കുന്നു. വെറും പെണ്ണ്, കാട്ടുചോല, കടൽ, നിലാവും പൂക്കളും, ടാജ് മഹൾ എന്നീ കഥാസമാഹാരങ്ങളേ അദ്ദേഹത്തിന്റേതായി പുസ്തകരൂപത്തിൽ പ്രസിദ്ധീകരിച്ചിട്ടുള്ളതായി കണ്ടെടുക്കാൻ കഴിഞ്ഞിട്ടുള്ളൂ. അവയുടെ നിരവധി കോപ്പികൾ അടുക്കിവെച്ചാണ് ആ പുസ്തക കോർണർ സംവിധാനം ചെയ്തിരുന്നത്. അപ്പോഴേക്കും അദ്ദേഹം എഴുത്ത് നിർത്തിയിട്ട് ഒരു വ്യാഴവട്ടമെങ്കിലും കടന്നുപോയിരുന്നു. പുസ്തകങ്ങൾ എല്ലാം പല കൈകൾ മറിഞ്ഞ് മുഷിഞ്ഞും പേജുകൾ ഇളകിയും പോയിരുന്നു. പുസ്തകങ്ങളുടെ പുതിയ പതിപ്പുകൾ ഇറക്കാനോ സമാഹരിക്കപ്പെടാതെ ഉണ്ടായിരുന്ന കഥകൾ പുസ്തകമാക്കാനോ താൽപര്യം കാണിക്കാതിരുന്ന ആ ഗ്രന്ഥകാരന്റെ കോർണർ പിന്നെയും അഞ്ചാറ് വർഷംകൂടി നിലനിന്നിരുന്നു. ഒടുവിൽ ഉണ്ടായിരുന്ന പുസ്തകങ്ങൾ പഴകി ദ്രവിച്ച് ഉപയോഗശൂന്യമായപ്പോൾ മാത്രമാണ് ആ കോർണർ അപ്രത്യക്ഷമായത്.

തന്റെ വെറും പെണ്ണ് എന്ന ആദ്യ പുസ്തകം യാദൃച്ഛികമായി ഒന്നുകൂടി വായിക്കാനിടയായ അനുഭവത്തെപ്പറ്റി 1960കളിൽ എപ്പോഴോ അദ്ദേഹത്തിന്റെ ഒരു കത്തിലെ സൂചന ഓർമ്മയിലെത്തുന്നു. തന്റെ ബാല്യത്തിൽ എഴുതിയ അപക്വമായ ആ കഥകൾ പുസ്തകമാക്കാനിടയായതിനെ സംബന്ധിച്ച വിഷമം ആ വരികളിലുണ്ടായിരുന്നു.

എന്തുകൊണ്ട് ഖാദർ നീണ്ട 45 വർഷം ഒരുതരത്തിലുമുള്ള സർഗരചനയിലേർപ്പെടാതെ മൗനത്തിന്റെ വാല്മീകത്തിലൊളിച്ചു? ഓഫീസ് ജോലികൾ അദ്ദേഹത്തിലെ എഴുത്തുകാരനെ മുരടിപ്പിച്ചതായിരിക്കുമോ? എന്നാൽ ജോലിയിൽ പ്രവേശിച്ച 1957ന് ശേഷവും എണ്ണത്തിൽ കുറവാണെങ്കിലും രചനകൾ ഉണ്ടായിട്ടുണ്ട്.

1952 മുതൽ 1957 വരെ ജന്മനാടായ കൊടുങ്ങല്ലൂരിലെ കമ്യൂണിസ്റ്റ് പാർട്ടിയിൽ ഖാദർ പ്രവർത്തിച്ചിരുന്നു. മാർക്സിന്റെ വൈരുദ്ധ്യാത്മക ഭൗതികവാദത്തെയും ചരിത്രത്തിന്റെ ഭൗതിക

വ്യാഖ്യാനത്തെയും മറ്റും പറ്റി ആഴത്തിൽ പഠിക്കാൻ അക്കാലത്ത് അദ്ദേഹം സമയം കണ്ടെത്തിയിരുന്നു.

ഞാൻ അദ്ദേഹവുമായി അടുക്കുന്നത് 1957 മുതലാണ്. അപ്പോൾ ഈശ്വരവിശ്വാസി ആയിരുന്നില്ലെങ്കിലും ഈശ്വരനെ കണ്ടെത്താൻ ശ്രമം ആരംഭിച്ചിരുന്നു. ആ അന്വേഷണത്തിലെ വിഹ്വലത നാൾ ചെല്ലുന്തോറും ഏറിവരുന്നതായി തോന്നി. അക്കാലത്ത് അതീന്ദ്രിയമായ ചില അനുഭവങ്ങൾ പറയാറുണ്ടായിരുന്നു. 'ഹലൂസിനേഷൻ' ആയിരിക്കാം എന്നുപറഞ്ഞ് ഞാൻ അത് തള്ളിക്കളയാൻ ശ്രമിച്ചിരുന്നപ്പോഴെല്ലാം സഹജമായ പുഞ്ചിരിയോടെ അദ്ദേഹം വിയോജിച്ചിരുന്നു. പിന്നീട് ഈശ്വരനെ കണ്ടെത്താനുള്ള ആത്മാർഥവും തീവ്രവുമായ അന്വേഷണത്തിലായിരുന്നു ഖാദർ. അന്ധമായ വിശ്വാസം അദ്ദേഹത്തിന് പ്രയാസമായിരുന്നു. പാശ്ചാത്യവും പൗരസ്ത്യവുമായ നിരവധി ഗ്രന്ഥങ്ങളിലൂടെ ഈ കാലയളവിൽ അദ്ദേഹം കടന്നുപോയി. നിത്യചൈതന്യയതിയുമായി ദീർഘകാലം നടത്തിയ കത്തിടപാടുകളിലൂടെ അദ്ദേഹം തന്റെ ആത്മീയ സംഘർഷങ്ങൾ ലഘൂകരിക്കാൻ ശ്രമിച്ചതായി തോന്നുന്നു. എല്ലാ മതഗ്രന്ഥങ്ങളും സമഗ്രമായി പഠിച്ച യതി ഖുർആനിലൂടെതന്നെ ഈശ്വര സാക്ഷാൽക്കാരം നേടാമെന്ന് ഉപദേശിച്ചതായി ഖാദർ പറഞ്ഞിരുന്നു.

അവസാനകാലം ഖാദർ പരപ്പനങ്ങാടിയിൽ താമസിക്കുന്ന മകൾ ഡോ.നസീമിന്റെ കൂടെയായിരുന്നു. എന്തുകൊണ്ട് നാലര പതിറ്റാണ്ട് എഴുത്ത് മാറ്റിവെച്ചു എന്ന് മരിക്കുന്നതിന് ഏതാനും മാസം മുമ്പ് പരപ്പനങ്ങാടിയിൽ പോയി കണ്ട സമയത്തും ഞാൻ ചോദിച്ചു. ആത്മീയമായ അന്വേഷണത്തിനിടയിൽ എഴുത്ത് മാറ്റിവെച്ചു എന്നായിരുന്നു മറുപടി. ഏതെങ്കിലും ഭൗതികമായ സംഘർഷങ്ങൾ അദ്ദേഹത്തെ അലട്ടിയിരുന്നതായി തോന്നിയില്ല.

ആ ആത്മീയസംഘർഷങ്ങൾ സർഗരചനയ്ക്ക് വിഷയമാക്കിയിരുന്നെങ്കിൽ എന്ന് പലപ്പോഴും ഞാൻ ആശിച്ചുപോയിട്ടുണ്ട്. തീർച്ചയായും കെ.യു. എഴുതിയതിലേക്കും വെച്ച് ഏറ്റവും മഹത്തരമാകുമായിരുന്നു അത്. ദസ്തയേവ്സ്കി സർഗരചനയിലൂടെ അത്തരമൊരു അന്വേഷണം നടത്തിയതിന്റെ ഫലമായിരുന്നല്ലോ അദ്ദേഹത്തിന്റെ ഏറ്റവും മഹത്തായ കൃതി-'കരമസോവ് സഹോദരന്മാർ'. എന്നാൽ കെ.യു.വിനെ സംബന്ധിച്ചിടത്തോളം സർഗാത്മകതയുടെ അന്ത്യമായിരുന്നോ ആത്മീയത?

യഥാർത്ഥ ആത്മീയത മതേതര നിലപാടിനോ പുരോഗമന ചിന്തയ്ക്കോ തടസ്സമായി ഖാദർ ഒരിക്കലും കണ്ടിരുന്നില്ല. അതിനു പകരം ആചാരങ്ങളിൽ ഊന്നൽ കൊടുത്ത് മതോന്മാദത്തെ പ്രോത്സാഹിപ്പിക്കുന്നതിനോട് എന്നും അദ്ദേഹം വിയോജിച്ചിരുന്നു. ■

www.ingramcontent.com/pod-product-compliance
Lightning Source LLC
LaVergne TN
LVHW090348051026
849518LV00006B/2073

* 9 7 8 8 1 8 4 2 3 2 5 5 4 *